AF761510

അവസാനത്തെ വായനക്കാരൻ

ഡോ. നെൽസൺ തോമസ്

ScriptLeaf
Publishers

Copyright © 2025 Dr. Nelson Thomas
AVASANATHE VAYANAKKARAN
Malayalam | Novel
Author | Dr. Nelson Thomas
December 2025
ISBN: 978-93-344-2992-3
Imprint: ScriptLeaf
scriptleaf@rediffmail.com

All characters, places, events, illustrations, and narrative elements in this book are entirely fictional. Any resemblance to actual persons, living or dead, or to real events, locations, incidents, institutions, customs, or practices is purely coincidental and unintended by the author. This novel uses 18th-century Kerala history and folklore as a dramatic backdrop; however, the story itself is a work of fiction. All characters and historical depictions are fictionalized.

The illustrations are artistic interpretations created solely for storytelling purposes and do not depict real individuals or places. No identification with actual persons or entities should be inferred. Illustrations created using the H. Harish custom GPT architecture art model.

© Rights Reserved.
No part of this work may be reproduced or utilized in any form or by any means without the prior written permission of the Author
Dr. Nelson Thomas
nelsonthomas@live.com

മുന്നറിയിപ്പ്

'ശരീരത്തിനു വ്യായാമം എന്നപോലെയാണ് മനസ്സിനു വായന'

– ജോസഫ് അഡിസൺ

എന്നാൽ എല്ലാ വായനയും അങ്ങനെയാകണമെന്നില്ല. ഈ പുസ്തകം വായിക്കുന്നത് മാനസികാരോഗ്യത്തിന് ഹാനികരമായേക്കാം. ജാഗ്രതയോടെ മാത്രം വായനയുമായി മുന്നോട്ട് പോകുക.

ഡോ. നെൽസൺ തോമസ്

തൃശ്ശൂർ ജില്ലയിലെ തിരൂരിൽ ജനനം. തിരൂർ സെന്റ് തോമസ് ഹൈസ്കൂളിൽ സ്കൂൾ വിദ്യാഭ്യാസവും, സെന്റ് തോമസ് കോളേജ് ഹയർസെക്കൻഡറി സ്കൂളിൽ ഹയർസെക്കൻഡറി വിദ്യാഭ്യാസവും പൂർത്തിയാക്കി. തുടർന്ന്, അമല ഇൻസ്റ്റിറ്റ്യൂട്ട് ഓഫ് മെഡിക്കൽ സയൻസ്, കോട്ടയം ഗവൺമെന്റ് മെഡിക്കൽ കോളേജ്, വി.പി.എസ്. ലേക്ഷോർ ഹോസ്പിറ്റൽ എന്നിവിടങ്ങളിൽ നിന്നായി മെഡിക്കൽ പഠനം പൂർത്തിയാക്കി. ലൊയോള ഇൻസ്റ്റിറ്റ്യൂട്ട് ഓഫ് ബിസിനസ് അഡ്മിനിസ്ട്രേഷനിൽ നിന്ന് ഹെൽത്ത് കെയർ മാനേജ്മെന്റിൽ ഉപരിപഠനം നേടി. വൈദ്യശാസ്ത്രത്തിന് പുറമെ, തത്ത്വശാസ്ത്രത്തിലും ദൈവശാസ്ത്രത്തിലും അദ്ദേഹം തത്പരനാണ്. ദീപിക ദിനപത്രം ഉൾപ്പെടെ വിവിധ അച്ചടി, ഓൺലൈൻ മാധ്യമങ്ങളിൽ അദ്ദേഹത്തിന്റെ ലേഖനങ്ങൾ പ്രസിദ്ധീകരിച്ചിട്ടുണ്ട്. കൂടാതെ, ബയോഎത്തിക്സിൽ രണ്ട് പ്രബന്ധങ്ങൾ അന്തർദ്ദേശീയ ജേണലുകളിലും പ്രസിദ്ധീകരിച്ചിട്ടുണ്ട്. നിലവിൽ അനസ്തേഷ്യോളജിസ്റ്റായി സേവനം അനുഷ്ഠിക്കുന്നു.

പ്രധാന കൃതികൾ

നോവലുകൾ: ഡോ. ഷെർലക് എലിയാസ്: ഓപ്പറേഷൻ തിയേറ്ററിലെ മാന്ത്രികൻ, ദി അൺലൈക്ക്ലി മിശിഹാ

നോൺ-ഫിക്ഷൻ: A Second Opinion on God: A Doctor's Rational Case for Faith.

ഇമെയിൽ: nelsonthomas@live.com

അദ്ദേഹത്തിന്റെ പുസ്തകങ്ങളെക്കുറിച്ച് കൂടുതൽ അറിയാൻ ക്യുആർ കോഡ് സ്കാൻ ചെയ്യുക.

ഗ്രന്ഥകാരന്റെ കുറിപ്പ്

പ്രിയ വായനക്കാരാ,

വെളിച്ചം ഉള്ളിടത്തെല്ലാം നിഴലുകളുമുണ്ട്. ആ നിഴലുകളിൽ പതുങ്ങിയിരിക്കുന്ന, നമ്മൾ കാണാൻ ആഗ്രഹിക്കാത്ത ചില യാഥാർത്ഥ്യങ്ങളുടെ കഥയാണ് ഞാൻ പറയാൻ ശ്രമിക്കുന്നത്.

തിന്മയുടെ അസാധാരണമായ ഇടപെടലുകളെക്കുറിച്ച് കാലങ്ങളായി മനുഷ്യസമൂഹം കൈമാറിവന്ന അറിവുകളെയും നിരീക്ഷണങ്ങളെയും അടിസ്ഥാനമാക്കിയാണ് ഈ നോവൽ രചിച്ചിരിക്കുന്നത്. ഇതിലെ നായകൻ ഒരു കത്തോലിക്കാ പുരോഹിതനായതുകൊണ്ട് അദ്ദേഹത്തിന്റെ കാഴ്ചപ്പാടിലൂടെയാണ് കഥ പറയുന്നതെങ്കിലും, ഇതിൽ പറയുന്ന ഭയം; മതം, ജാതി, വിശ്വാസം എന്നിവയ്ക്ക് അതീതമാണ്.

ഗൗരവമേറിയ തെറ്റുകൾ, പ്രത്യേകിച്ച് വഞ്ചനയും അഴിമതിയും മനുഷ്യമനസ്സിന്റെ സമാധാനം കെടുത്തുന്നതെങ്ങനെയെന്ന് ഈ താളുകളിൽ കാണാം.

ഈ നോവലിന്റെ ഘടനയെക്കുറിച്ച് ഒരു വാക്ക്. ഒരു 'മെറ്റാഫിക്ഷൻ' പരീക്ഷണത്തിനാണ് ഞാൻ ശ്രമിച്ചിരിക്കുന്നത്. അതുകൊണ്ടാണ് പ്രസാധകനും, ഒരുപക്ഷേ നിങ്ങളെന്ന വായനക്കാരനും ഇതിലെ കഥാപാത്രങ്ങളാകുന്നത്. ലളിതമായി പറഞ്ഞാൽ, ഈ കഥയുടെ ഒരു ഭാഗം പുസ്തകത്തിന്റെ താളുകൾക്കകത്തും, മറുഭാഗം ഒരുപക്ഷേ നിങ്ങളുടെ യാഥാർത്ഥ്യത്തിലുമാകാം സംഭവിക്കുന്നത്. താളുകൾ മറിക്കുമ്പോൾ കഥയും വായനക്കാരനും തമ്മിലുള്ള അതിർവരമ്പുകൾ മാഞ്ഞുപോവുകയും നിങ്ങളും ഈ കഥയുടെ ഭാഗമായി മാറുകയും ചെയ്തേക്കാം. കാരണം, നിങ്ങൾ 'ഇത് വായിക്കുന്നു' എന്നതുപോലും ഈ കഥയിലെ ഒരു സംഭവമാണ്.

അതുകൊണ്ട്, ഇതൊരു കഥയുടെ വായന എന്നതിലുപരി 'ഒരു വായനയുടെ കഥ'യായിത്തന്നെ സ്വീകരിക്കണമെന്ന് അഭ്യർത്ഥിക്കുന്നു.

സ്നേഹത്തോടെ,

ഡോ. നെൽസൺ തോമസ്

അവസാനത്തെ
വായനക്കാരൻ

പ്രസാധകക്കുറിപ്പ്

നിങ്ങളുടെ കൈകളിലിരിക്കുന്നത് സ്ക്രിപ്റ്റ്ലീഫ് പബ്ലിഷേഴ്സ് പുറത്തിറക്കിയ 'അവസാനത്തെ വായനക്കാരൻ' എന്ന കൃതിയാണ്. ഞങ്ങളുടെ പ്രസിദ്ധീകരണ വിഭാഗത്തിന്റെ സാധാരണ നടപടിക്രമങ്ങൾ പാലിച്ചുകൊണ്ട് പ്രസിദ്ധീകരിച്ച ഒരു പുസ്തകമല്ല ഇത്.

ഒരു കയ്യെഴുത്തുപ്രതി വായിച്ചതിനെത്തുടർന്ന് ഞങ്ങളുടെ എഡിറ്റർ അലക്സിന് സംഭവിച്ച വിശദീകരിക്കാനാവാത്ത അനുഭവങ്ങളാണ് ഇങ്ങനെയൊരു പുസ്തകം ഇറക്കാൻ ഞങ്ങളെ പ്രേരിപ്പിച്ചത്. അലക്സ് ഇപ്പോൾ അനിശ്ചിതകാല അവധിയിലാണ്. ആ മാനസികാഘാതത്തിൽ നിന്ന് അദ്ദേഹവും കുടുംബവും ഇതുവരെ മുക്തരായിട്ടില്ല.

അലക്സ് വായിച്ച യഥാർത്ഥ കയ്യെഴുത്തുപ്രതി, അദ്ദേഹത്തിന്റെ ലാപ്ടോപ്പിൽ നിന്ന് ലഭിച്ച വിവരങ്ങൾ, അദ്ദേഹവും സഹപ്രവർത്തകരുമായുള്ള സംഭാഷണങ്ങൾ, ഫ്ലാറ്റിലെ സിസിടിവി ദൃശ്യങ്ങളിൽ നിന്ന് ലഭിച്ച ചില സൂചനകൾ എന്നിവയെല്ലാം കോർത്തിണക്കിയാണ് ഞങ്ങളുടെ എഡിറ്റോറിയൽ സംഘം ഈ പുസ്തകം രൂപപ്പെടുത്തിയിരിക്കുന്നത്.

ഞങ്ങളുടെ സബ്മിഷൻ പോർട്ടലിലേക്ക് മാസങ്ങൾക്ക് മുമ്പ് ഒരു ഇമെയിൽ വന്നതോടെയാണ് എല്ലാറ്റിന്റെയും തുടക്കം.

ആ സംഭവങ്ങളിലേക്ക്...

എഡിറ്റോറിയൽ വിഭാഗം

സ്ക്രിപ്റ്റ്ലീഫ് പബ്ലിഷേഴ്സ്

1

2025 ജൂലൈ 4, വെള്ളി

സ്ക്രിപ്റ്റ്‌ലീഫ് പബ്ലിഷേഴ്സ് ഓഫീസ്, കോട്ടയം

സ്ക്രിപ്റ്റ്‌ലീഫ് പബ്ലിഷേഴ്സിൽ വെള്ളിയാഴ്ചകൾക്ക് ഒരു പ്രത്യേകതയുണ്ട്. ഓരോ ആഴ്ചയിലും ഞങ്ങളുടെ സബ്മിഷൻ പോർട്ടലിൽ വന്നു നിറയുന്ന നൂറോളം കയ്യെഴുത്തുപ്രതികളിൽ നിന്ന് അടുത്ത എഡിറ്റോറിയൽ മീറ്റിംഗിൽ അവതരിപ്പിക്കാൻ സാധ്യതയുള്ളവ തിരഞ്ഞെടുക്കുന്ന ദിവസം. ഞങ്ങൾ ജൂനിയർ എഡിറ്റർമാർ ഇവിടുത്തെ പോർട്ടലിനെ തമാശയ്ക്ക് 'സെമിത്തേരി' എന്നാണ് വിളിക്കാറ്. ആയിരക്കണക്കിന് കഥകൾ അന്ത്യകൂദാശ കാത്തുകിടക്കുന്ന ഡിജിറ്റൽ ശ്മശാനം.

ഒരു കമ്മീഷണിംഗ് എഡിറ്റർ എന്ന നിലയിൽ ആത്മാവ് നഷ്ടപ്പെട്ട ആ അക്ഷരക്കൂമ്പാരങ്ങൾക്കിടയിൽ നിന്ന് ജീവനുള്ള ഒന്നിനെ, അടുത്ത ബെസ്റ്റ് സെല്ലറാകാൻ സാധ്യതയുള്ള ഒന്നിനെ കണ്ടെത്തുക എന്നതാണ് എന്റെ ജോലി.

അന്ന് വൈകുന്നേരം ട്രെയിനി എഡിറ്റർമാർക്ക് വീതിച്ചുനൽകാനുള്ള കയ്യെഴുത്തുപ്രതികളുടെ കൂമ്പാരത്തിനിടയിൽ തലപുകച്ചിരിക്കുമ്പോഴാണ് ആ മെയിൽ എന്റെ ശ്രദ്ധയിൽപ്പെട്ടത്. മറ്റുള്ളവയിൽ നിന്ന് വ്യത്യസ്തമായി എന്തോ ഒന്ന് അതിലുണ്ടായിരുന്നു.

അയച്ചയാൾ: ഫാദർ സഖറിയാ വട്ടക്കുന്നേൽ. വിഷയം: പാലയ്ക്കൽ തറവാട്: ഒരു ഭൂതോച്ചാടകന്റെ സാക്ഷ്യം.

'ഭൂതോച്ചാടകൻ' എന്ന വാക്ക് എന്നിൽ കൗതുകമുണർത്തി.

ഞങ്ങളുടെ 'സെമിത്തേരി'യിലേക്ക് ഓരോ ദിവസവും വന്നുവീഴുന്ന കയ്യെഴുത്തുപ്രതികളിൽ തൊണ്ണൂറ് ശതമാനവും ഒരേ അച്ചിൽ വാർത്തെടുത്ത പ്രണയവും കുറ്റാന്വേഷണവുമാണ്. ബാക്കി വരുന്ന പത്ത് ശതമാനം ആത്മകഥകളും സെൽഫ്-ഹെൽപ്പ് പുസ്തകങ്ങളും. മിക്കതും ആദ്യത്തെ താൾ കഴിയുമ്പോഴേക്കും മടുപ്പിക്കുന്നവയായിരിക്കും. എന്നാൽ ഒരു ഭൂതോച്ചാടകന്റെ അനുഭവക്കുറിപ്പ് എന്നത് തികച്ചും പുതുമയുള്ള ഒന്നായിരുന്നു.

എന്നെ കൂടുതൽ അത്ഭുതപ്പെടുത്തിയത് മറ്റൊന്നാണ്. ഫാദർ സഖറിയാ വട്ടക്കുന്നേൽ. കോട്ടയത്തെ പ്രമുഖ കത്തോലിക്കാ രൂപതയിലെ പുരോഹിതൻ. അവരുടെ സഭയ്ക്ക് സ്വന്തമായി കേരളത്തിലെ ഏറ്റവും പഴക്കമുള്ള പ്രസാധകശാലകളിലൊന്നും, അതിനുപുറമെ ചെറുതും വലുതുമായ മറ്റ് പ്രസിദ്ധീകരണ സംവിധാനങ്ങളും ഉണ്ട്.

പിന്നെന്തിന് അദ്ദേഹം തന്റെ അനുഭവക്കുറിപ്പുകൾ പ്രസിദ്ധീകരിക്കാൻ ഞങ്ങളെപ്പോലൊരു പ്രസാധകരെ സമീപിക്കണം?

H. Harish

ഈ ചോദ്യം തന്നെ നല്ലൊരു മാർക്കറ്റിംഗ് സാധ്യതയാണെന്ന് എന്നിലെ എഡിറ്റർ മന്ത്രിച്ചു. ആ ചോദ്യമാണ് എന്നെ ആ മെയിൽ തുറക്കാൻ പ്രേരിപ്പിച്ചത്.

കൂടെയുണ്ടായിരുന്ന കുറിപ്പ് വളരെ ലളിതമായിരുന്നു:

ബഹുമാനപ്പെട്ട എഡിറ്റർ,

എന്റെ പേര് ഫാദർ സഖറിയാ വട്ടക്കുന്നേൽ. വൈദികമന്ദിരത്തിൽ വിശ്രമജീവിതം നയിക്കുന്ന, എന്റെ കർത്താവിനെ സന്തോഷത്തോടെ മുഖാമുഖം കാണാനായി ഉറ്റുനോക്കിയിരിക്കുന്ന, 82 വയസ്സുള്ള വൃദ്ധൻ.

ഈ ലോകത്തോട് വിടപറയും മുൻപ് എന്റെ ശുശ്രൂഷാ ജീവിതത്തിൽ ഞാൻ നേരിട്ട് സാക്ഷിയായ ഒരു സത്യം ലോകത്തോട് വിളിച്ചുപറയണമെന്ന് ഞാൻ ആഗ്രഹിക്കുന്നു.

ഇതെന്റെ ഭാവനയിൽ വിരിഞ്ഞ കഥയല്ല, ലോകം അറിയണമെന്ന് ഞാൻ വിശ്വസിക്കുന്ന, തിന്മയുമായി മുഖാമുഖം കണ്ട എന്റെ അനുഭവങ്ങളാണ്. ജനലക്ഷങ്ങളുടെ നന്മയെ പ്രതി ഇത് പ്രസിദ്ധീകരണത്തിനായി പരിഗണിക്കണമെന്ന് വിനയത്തോടെ അഭ്യർത്ഥിക്കുന്നു.

വിശ്വസ്തതയോടെ,

ഫാ. സഖറിയ വട്ടക്കുന്നേൽ

വൃദ്ധനായ ഒരു പുരോഹിതന്റെ അതിഭാവുകത്വം. കത്ത് വായിച്ചു കഴിഞ്ഞപ്പോൾ എനിക്ക് അങ്ങനെയാണ് തോന്നിയത്. പക്ഷെ, ആ എഴുത്തിലെ സത്യസന്ധത എന്നെ വല്ലാതെ ആകർഷിച്ചു. ഞാൻ അറ്റാച്ച് ചെയ്തിരുന്ന പിഡിഎഫ് ഫയൽ തുറന്നു.

ആദ്യത്തെ താളിൽ കറുത്ത വലിയ അക്ഷരങ്ങളിൽ കയ്യെഴുത്തുപ്രതിയുടെ തലക്കെട്ടുണ്ടായിരുന്നു: പാലയ്ക്കൽ തറവാട്. അതിന് താഴെ, വാക്കുകൾക്ക് ഒരുതരം ഭാരമുള്ളതുപോലെ ഫാദർ സഖറിയായുടെ ആമുഖം ആരംഭിച്ചു.

എന്റെ കമ്പ്യൂട്ടർ സ്ക്രീനിന്റെ വെളിച്ചത്തിൽ ആ കൃതിയുടെ ആദ്യത്തെ വാചകം തെളിഞ്ഞുവന്നു:

'മേശവിളക്കിന്റെ മങ്ങിയ വെളിച്ചത്തിന് താഴെ എന്റെ പഴയ മരമേശ ഒരു ശ്മശാനമൂകതയോടെ നിശ്ചലമായിരുന്നു...'

***

സമയം ആറുമണി കഴിഞ്ഞിരുന്നു. ഓഫീസിലെ മിക്കവരും വീടുകളിലേക്ക് മടങ്ങിയിരുന്നു. മാർക്കറ്റിംഗ് വിഭാഗത്തിലെ പെൺകുട്ടികളുടെ ചിരിയും ബഹളവും നിലച്ചു. അക്കൗണ്ട്സിലെ മേനോൻ സാർ തന്റെ പഴയ സ്കൂട്ടറിൽ എപ്പോഴോ യാത്രയായി.

ഇപ്പോൾ ഈ വലിയ ഫ്ലോറിൽ ഞാനും എന്റെ സമപ്രായക്കാരിയും എന്നാൽ സീനിയർ എഡിറ്റർ സ്ഥാനത്തുള്ള സാറയും മാത്രം. സെൻട്രൽ എയർ കണ്ടീഷണറിന്റെ മൂളലും ഇടനാഴിയുടെ അറ്റത്തുള്ള സെർവർ റൂമിൽ നിന്നുള്ള അടക്കിപ്പിടിച്ച ഇരമ്പലും ഞങ്ങൾക്ക് കൂട്ടായി.

എന്റെ ചിന്തകൾ മുഴുവൻ ഞാൻ വായിച്ചുകൊണ്ടിരുന്ന കയ്യെഴുത്തുപ്രതിയിലായിരുന്നു. പാലയ്ക്കൽ തറവാടിന്റെ കരിങ്കൽ ഭിത്തികൾക്കുള്ളിൽ മേശവിളക്കിന്റെ മങ്ങിയ വെളിച്ചത്തിൽ എൺപത്തിരണ്ടുകാരനായ ഒരു പുരോഹിതന്റെ ഓർമ്മകൾക്ക് ഞാൻ സാക്ഷിയാവുകയായിരുന്നു.

ഞാൻ വായിച്ചത് കുറച്ച് ആമുഖ പേജുകൾ മാത്രമാണ്. പക്ഷെ, അത്രയും മതിയായിരുന്നു എന്നെ ആ ലോകത്തിലേക്ക് വലിച്ചടുപ്പിക്കാൻ.

ഫാദർ സഖറിയായുടെ ഭാഷ... അതൊരു സാധാരണ ഓർമ്മക്കുറിപ്പിന്റെ ഭാഷയല്ല. അതിന് കവിതയുടെ ഒഴുക്കും, ഒരു ക്ലാസിക് നോവലിന്റെ ഘടനയുമുണ്ട്. ഓരോ വാക്കും ശ്രദ്ധയോടെ കൊത്തിയെടുത്തതുപോലെ. ദുർബലനായ ഒരു വൃദ്ധന്റെ, അലസമായ എഴുത്ത് പ്രതീക്ഷിച്ച ഞാൻ, തന്റെ വിശ്വാസത്തിന്റെ ആഴങ്ങളിൽ മുറിവേറ്റ ഒരു മനുഷ്യന്റെ തീവ്രമായ വാക്കുകളുടെ ശബ്ദമാണ് ആ അക്ഷരങ്ങൾക്കിടയിൽ കേട്ടത്.

എന്നിലെ എഡിറ്ററുടെ മനസ്സ് ഉണർന്നു. ഞാൻ കരുതുന്നതുപോലെ ഇതിൽ സമയം ചിലവഴിക്കാൻ മാത്രം മൂല്യമുണ്ടോ എന്ന് സാറയോട് ചോദിച്ചറിയണം.

ഞാൻ മെല്ലെ എഴുന്നേറ്റു. എന്റെ കാലുകൾക്ക് ചെറിയൊരു മരവിപ്പ്. മണിക്കൂറുകളായി ഒരേ ഇരിപ്പിലിരിക്കുകയായിരുന്നല്ലോ. ഞാൻ അവളുടെ ക്യാബിനടുത്തേക്ക് നടന്നു. ഭാഗ്യം, അവൾ അപ്പോഴും പോയിട്ടില്ല. ഗ്ലാസ് ഭിത്തിയിലൂടെ അകത്തെ വെളിച്ചം കാണാമായിരുന്നു.

'സാറാ, 'സെമിത്തേരി'യിൽ ഒരു പുണ്യാളൻ വന്നിട്ടുണ്ട്,' ഞാൻ വാതിൽക്കൽ നിന്ന് എത്തിനോക്കി.

കണ്ണടയൊന്ന് താഴ്ത്തി അവൾ എന്നെ നോക്കി. 'എന്നാത്തിനാ അലക്സേ ഈ നേരത്ത്? വല്ല റൊമാൻസും വായിച്ചു തലയ്ക്ക് പിടിച്ചോ?' അവളുടെ ശബ്ദത്തിൽ പാലാക്കാരിയുടെ സ്വാഭാവികമായ താളമുണ്ടായിരുന്നു.

'അല്ല, ഇതൊരു പുരോഹിതന്റെ അനുഭവക്കുറിപ്പാണ്. ഒരു ഭൂതോച്ചാടനത്തിന്റെ കഥ.'

'എന്നിട്ട്?' അവൾ ലാപ്ടോപ്പിൽ നിന്ന് കണ്ണെടുക്കാതെ തന്നെ ചോദിച്ചു. 'കൊള്ളാമോ?'

'കൊള്ളാമോ എന്നല്ല സാറാ... ഇതൊരു ഒന്നൊന്നര ഐറ്റമാ

ണ്. ശ്ശെടാ! ഇങ്ങനെയൊരു സാധനം ഞാൻ മുൻപ് വായിച്ചിട്ടില്ല.'

എന്റെ ആവേശം കണ്ടിട്ടാകണം അവൾ ലാപ്ടോപ്പ് അടച്ചു വെച്ച് എനിക്ക് നേരെ തിരിഞ്ഞിരുന്നു. 'എന്നാത്തിനാ ഇത്രയ്ക്ക് എക്സൈറ്റഡ് ആകുന്നേ? അത്രയ്ക്കുണ്ടോ?'

'ഇതൊരു ഭൂതോച്ചാടകന്റെ അനുഭവക്കുറിപ്പാണെങ്കിലും എഴുതിയിരിക്കുന്നത് ഹൊറർ നോവൽ പോലെയാണ്. ഭാഷയും ശൈലിയും ഗംഭീരം. പക്ഷെ അതൊന്നുമല്ല കാര്യം. ഇതിൽ പറയുന്ന കാര്യങ്ങൾ... ഒരുമാതിരി അവിശ്വസനീയമാണ്. പക്ഷെ വായിക്കുമ്പോൾ നമ്മൾ വിശ്വസിച്ചുപോകും. അതാണ് ഇതിന്റെ പ്രത്യേകത.'

അവൾ എന്നെ സൂക്ഷിച്ചുനോക്കി. 'അലക്സ്, നമ്മൾ പ്രസാധകരാണ്. കഥയുടെ ഒഴുക്കിൽ വീണുപോകുന്ന വായനക്കാരല്ല. ഇതിൽ നമുക്ക് വിൽക്കാൻ എന്തുണ്ട്?'

അവളുടെ ചോദ്യം എന്നെ യാഥാർത്ഥ്യത്തിലേക്ക് കൊണ്ടുവന്നു. എന്നിലെ പ്രൊഫഷണൽ ഉണർന്നു. 'വിൽക്കാനോ? സാറാ, നീ മാർക്കറ്റിംഗ് ചിന്തിക്ക്. സ്വന്തം സഭയുടെ പ്രസിദ്ധീകരണങ്ങൾ ഒഴിവാക്കി ഒരു ഭൂതോച്ചാടകൻ നമ്മളെ സമീപിച്ചിട്ടുണ്ടെങ്കിൽ, അതിൽ എന്തോ സത്യം ഒളിപ്പിച്ചുവെച്ചിട്ടുണ്ട്. ഒരു വലിയ രഹസ്യം! ആ തുറന്നുപറച്ചിൽ, അതാകും നമ്മുടെ ഏറ്റവും വലിയ പരസ്യം. അതാണ് ഇതിലെ വിൽക്കാനുള്ള ഐറ്റം!'

സാറ കസേരയിലേക്ക് ചാരിയിരുന്നു. അവളുടെ മുഖത്ത് കൗതുകം നിറഞ്ഞു. 'Okay, I'm interested in the puzzle. പക്ഷെ, ഇത് സത്യമാണോ കെട്ടുകഥയാണോ എന്ന് നമ്മൾ എങ്ങനെ അറിയും? ഒരു പുരോഹിതന്റെ ഓർമ്മക്കുറിപ്പ്... ഫാക്ട് ചെക്കിംഗ് വലിയ തലവേദനയാകും. ഇതിൽ പറയുന്ന കാര്യങ്ങൾ സത്യമല്ലെങ്കിൽ നമ്മുടെ വിശ്വാസ്യതയെത്തന്നെ ബാധിക്കും.'

അവളുടെ ആശങ്ക ന്യായമായിരുന്നു. എങ്കിലും ഞാൻ വിട്ടുകൊടുത്തില്ല. 'കഴിയും,' ഞാൻ ഉറപ്പിച്ചു പറഞ്ഞു. 'വായിച്ചെടുത്തോളം ഇത് വെറും പ്രേതകഥയാണെന്ന് തോന്നുന്നില്ല.'

അവൾ ഒരു നിമിഷം ആലോചിച്ചു. 'എന്നാൽ പിന്നെ നീയതങ്ങ് വീട്ടിൽ കൊണ്ടുപോയി മുഴുവനും വായിച്ചേരെ,' അവൾ ഒരു തീരുമാനത്തിലെത്തിയപോലെ പറഞ്ഞു.

'പക്ഷെ എന്റെ അലക്സേ, ഈ വീക്കെൻഡ് മുഴുവൻ ഇതിനായി കളയണ്ട കേട്ടോ. വല്ല സിനിമയോ മറ്റോ കണ്ട് റിലാക്സ് ചെയ്യ്. സാവകാശം വായിച്ചിട്ട് മതി റിപ്പോർട്ട്. അപ്പോഴേക്കും നമുക്ക് തീരുമാനിക്കാം.'

'ശരി സാറാ.' ഞാൻ സന്തോഷത്തോടെ എഴുന്നേറ്റു.

'പക്ഷെ സൂക്ഷിക്കണം, അലക്സേ,' അവൾ ചിരിച്ചു. 'രാത്രി എന്നെ വിളിച്ച് വീട്ടിൽ പ്രേതമുണ്ടെന്ന് പറഞ്ഞേക്കരുത്. കഴി

ഞ്ഞ തവണ ആ ക്രൈം ത്രില്ലർ വായിച്ചിട്ട് നീ അയൽക്കാരനെ സംശയിച്ച് നടന്നത് ഞാൻ മറന്നിട്ടില്ല.'

അവളുടെ തമാശ കേട്ട് ഞാനൊന്ന് ചിരിക്കാൻ ശ്രമിച്ചു. 'ഇല്ല, പേടിക്കണ്ട.'

ഓഫീസിൽ നിന്ന് പുറത്തിറങ്ങി കാർ പാർക്കിംഗിലേക്ക് നടക്കുമ്പോൾ എന്റെ മനസ്സിൽ ആവേശമായിരുന്നു. വർഷങ്ങൾക്ക് ശേഷമാണ് ഒരു കയ്യെഴുത്തുപ്രതി എന്നെ ഇത്രയധികം ആകർഷിക്കുന്നത്. ഞാൻ അതിന്റെ സാധ്യതകളെക്കുറിച്ച് കണക്കുകൂട്ടുകയായിരുന്നു. പക്ഷെ കാറിൽ കയറി ടാബ് തുറന്ന് പാലയ്ക്കൽ തറവാട് എന്ന ആ കറുത്ത തലക്കെട്ടിലേക്ക് ഒന്നുകൂടി നോക്കിയപ്പോൾ, എന്റെ ആവേശത്തെ കെടുത്തിക്കൊണ്ട് ഒരു അദൃശ്യമായ തണുപ്പ് വന്ന് മൂടുന്നതുപോലെ തോന്നി.

ഏതോ പഴയ ആശ്രമത്തിന്റെ മരവിപ്പ്. സാറയുടെ തമാശ അത്ര തമാശയല്ലെന്ന് എന്റെയുള്ളിലെ വായനക്കാരൻ മുന്നറിയിപ്പ് നൽകുന്നുണ്ടായിരുന്നു.

വീട്ടിലെത്തി ബാക്കി വായിക്കാൻ ഞാൻ തയ്യാറെടുത്തു. ആ കഥയുടെ ഇരുണ്ട ആഴങ്ങളിലേക്ക് ഊളിയിടാൻ.

പാലയ്ക്കൽ തറവാട്

ഒരു ഭൂതോച്ചാടകന്റെ സാക്ഷ്യം

ഫാ. സഖറിയ വട്ടക്കുന്നേൽ

നന്ദി...

പാലയ്ക്കൽ തറവാട്ടിലെ തോമസ്, അനിത, ജെസിക്ക എന്നിവരോട്...

തങ്ങളുടെ കുടുംബത്തിന്റെ ഏറ്റവും സ്വകാര്യവും വേദനാജനകവുമായ നിമിഷങ്ങൾ ലോകത്തിന് മുൻപിൽ തുറന്നുകാട്ടാൻ അനുവാദം നൽകിയതിന്.

ഈ സത്യങ്ങൾ വരുംതലമുറയ്ക്ക് ഒരു മുന്നറിയിപ്പായി നൽകേണ്ടതിന്റെ ആവശ്യകത ഞാൻ ബോധ്യപ്പെടുത്തിയപ്പോൾ, സ്വന്തം പേര് പോലും മാറ്റാതെ ഇതിലെ സംഭവങ്ങൾ പ്രസിദ്ധീകരിക്കാൻ അവർ കാണിച്ച ധൈര്യത്തിന് എന്റെ ഹൃദയം നിറഞ്ഞ നന്ദി.

***

പ്രിയ വായനക്കാരാ,

ദൈവം ഉണ്ടോ ഇല്ലയോ എന്നത് നിങ്ങളുടെ യുക്തിക്ക് ഞാൻ വിട്ടുതരുന്നു. എന്നാൽ തിന്മ... അതൊരു യാഥാർത്ഥ്യമാണ്.

എന്റെ അരനൂറ്റാണ്ടുകാലത്തെ യുദ്ധങ്ങളിൽ നിന്ന് ഞാൻ പഠിച്ച ഒരുകാര്യം പറയാം: തിന്മ വെറുതെ ഒരിടത്തും കടന്നുവരാറില്ല. അതിനൊരു അവകാശം വേണം. ആർത്തിയിലൂടെ മനുഷ്യൻ തന്നെയാണ് പലപ്പോഴും ആ അവകാശം അതിന് പതിച്ചു നൽകുന്നത്.

വരുംതലമുറയ്ക്കുള്ള എന്റെ സാക്ഷ്യമാണ് ഈ പുസ്തകം. അഴിമതിയുടെയോ വഞ്ചനയുടെയോ ചെറിയൊരു അംശമെങ്കിലും നിങ്ങളുടെ ജീവിതത്തിലുണ്ടെങ്കിൽ, അതീവ ജാഗ്രതയോടെ മാത്രം ഇതിലെ വരികളിലൂടെ സഞ്ചരിക്കുക.

കാരണം, അശ്രദ്ധമായി തുറക്കുന്ന വാതിലിലൂടെ എന്തും കടന്നുവന്നേക്കാം.

വിശ്വസ്തതയോടെ,
ഫാ. സഖറിയ വട്ടക്കുന്നേൽ

H. Harish

ആമുഖം

മേശവിളക്കിന്റെ മങ്ങിയ വെളിച്ചത്തിന് താഴെ എന്റെ പഴയ മരമേശ ഒരു ശ്മശാനമൂകതയോടെ നിശ്ചലമായിരുന്നു. അതിനുമുകളിൽ ചിതറിക്കിടക്കുന്ന പുസ്തകങ്ങൾക്കിടയിൽ പൊടിപിടിച്ച പുറംചട്ടയുള്ള ഡയറി കഴിഞ്ഞ കാലത്തിന്റെ ഗന്ധം മുറിയിലേക്ക് പടർത്തി. പുറത്ത് രാത്രി അതിന്റെ പാരമ്യത്തിലെത്തിയിരുന്നു. കോട്ടയം പട്ടണം ഉറങ്ങുമ്പോൾ മാത്രം കേൾക്കാൻ കഴിയുന്ന രാക്കിളികളുടെ അവ്യക്തമായ ശബ്ദമൊഴിച്ചാൽ മറ്റൊന്നും ഈ മുറിയുടെ കട്ടിയേറിയ ഭിത്തികൾക്കുള്ളിലേക്ക് അരിച്ചെത്തിയിരുന്നില്ല. പ്രാർത്ഥനകൾ ഉറഞ്ഞുകൂടിയ ഒരിടത്തിന്റെ ഭക്തിനിർഭരമായ ശാന്തത.

ചുളിവുകൾ വീണ എന്റെ വിരലുകൾക്കിടയിലിരുന്ന് പഴക്കം ചെന്ന ആ മഷിപ്പേനത്തുമ്പ് കടലാസിന്റെ തണുപ്പിലേക്ക് അമർന്നു. ഓരോ തവണ എഴുതാനായി ഇരിക്കുമ്പോഴും സന്ധികളിൽ വേദനയുടെ ഒരു നേർത്ത വേലിയേറ്റം ഞാനറിയാറുണ്ട്. എൺപത്തിരണ്ടു വയസ്സിന്റെ അവശതകൾ.

കൈകളുടെ ഈ വിറയൽ വാർദ്ധക്യത്തിന്റേതാണെന്ന് ഡോക്ടർമാർ വിധിയെഴുതി. എന്നാൽ ഇത് എന്റെ ഞരമ്പുകളുടേതല്ലെന്നും ഉള്ളിൽ ഉറങ്ങിക്കിടക്കുന്ന ഭയത്തിന്റേതാണെന്നും എനിക്കറിയാം. ഓർമ്മകളെ ഇത്രയും ആഴത്തിൽ കുത്തിത്തുരന്നെടുക്കുന്നത് അപകടമാണെന്നും, രക്തസമ്മർദ്ദം കൂടാനും ഉറക്കം നഷ്ടപ്പെടാനും അത് കാരണമാകുമെന്നും അവർ മുന്നറിയിപ്പ് നൽകിയിരുന്നു. പക്ഷേ, ചില കടമകൾക്ക് വൈദ്യശാസ്ത്രത്തിന്റെ ഉപദേശങ്ങളെക്കാൾ വിലയുണ്ട്. ഈ ഓർമ്മകൾ എഴുതിവെച്ചില്ലെങ്കിൽ അത് എന്റെ ആത്മാവിനെത്തന്നെ ഭക്ഷിച്ച് തുടങ്ങും.

കഴിഞ്ഞ അരനൂറ്റാണ്ടായി ഞാനൊരു ഭൂതോച്ചാടകനാണ്. തിന്മയുടെ എത്രയോ മുഖങ്ങൾക്ക് ഞാൻ സാക്ഷിയായി. ദുർബലമായ മനസ്സുകളെ കാർന്നുതിന്നുന്ന നിസ്സാരരായ പിശാചുക്കൾ, കുടുംബങ്ങളുടെ സമാധാനം കെടുത്തി ആനന്ദിക്കുന്ന കടുത്ത ഉപദ്രവകാരികളായ ദുരാത്മാക്കൾ. മിക്കപ്പോഴും അവയുടെ പ്രവർത്തനങ്ങൾക്കൊക്കെ ഒരു പൊതുസ്വഭാവമുണ്ടായിരുന്നു. ഒരേ നാടകത്തിന്റെ പല അരങ്ങുകളിലെ ആവർത്തനങ്ങൾ പോലെയായിരുന്നു മിക്കതും.

അവയെല്ലാം എനിക്ക് വെല്ലുവിളികളായിരുന്നെങ്കിലും ആത്യന്തികമായി ദൈവത്തിന്റെ ശക്തിക്ക് മുന്നിൽ അവയൊക്കെയും മുട്ടുമടക്കുകയായിരുന്നു. എന്റെ വിശ്വാസത്തിന്റെ പരിചയ്ക്ക് തടുക്കാൻ കഴിയാത്ത ഒരു ആക്രമണവും ഉണ്ടായിട്ടില്ല എന്ന്

ഞാൻ അഹങ്കരിച്ചിരുന്നു.

എന്നാൽ കഴിഞ്ഞ വർഷം നടന്ന ആ സംഭവം സാധാരണ ആത്മീയ പോരാട്ടങ്ങളിൽ നിന്ന് വ്യത്യസ്തമായിരുന്നു. അവിടെ വെച്ച് തിന്മയെക്കുറിച്ച് ഞാനിതുവരെ പഠിച്ച പാഠങ്ങളെല്ലാം തകർന്നു വീണു. ഞാൻ വിശ്വസിച്ചിരുന്ന പ്രമാണങ്ങളെല്ലാം ചോദ്യംചെയ്യപ്പെട്ടു. അവിടെയെനിക്ക് നേരിടേണ്ടി വന്ന ശക്തിക്ക് നൂറ്റാണ്ടുകളുടെ പഴക്കമുണ്ടായിരുന്നു. അതിന്റെ കുടിലതയ്ക്ക് മനുഷ്യഭാവനയ്ക്കും അപ്പുറത്തുള്ള ആഴമുണ്ടായിരുന്നു.

അത് അലറുകയോ അട്ടഹസിക്കുകയോ ചെയ്തില്ല. ഒരു മനശാസ്ത്രജ്ഞന്റെ സൂക്ഷ്മതയോടെ അത് ഞങ്ങളുടെ മനസ്സിനെ കീറിമുറിച്ചു. ഭയവും സംശയവും പാപബോധവും ഏറ്റവും തന്ത്രപരമായി ഞങ്ങളിൽ വിതച്ചു.

അതുകൊണ്ടാണ് ഇതെനിക്ക് എഴുതേണ്ടി വരുന്നത്.

ഇതൊരു വീരകഥയായി വാഴ്ത്തപ്പെടാനല്ല. ഫാദർ സഖറിയാ വട്ടക്കുന്നേൽ എന്ന പുരോഹിതന്റെ കഴിവുകളെ ലോകം അറിയാനുമല്ല. ഏറ്റവും വലിയ ആത്മീയയുദ്ധങ്ങൾ നടക്കുന്നത് ശബ്ദമുഖരിതമായ പ്രാർത്ഥനകളിലോ വിശുദ്ധ മന്ത്രോച്ചാരണങ്ങളിലോ അല്ലെന്ന് ഞാൻ തിരിച്ചറിഞ്ഞതിന്റെ ഒരു സാക്ഷ്യപ്പെടുത്തലാണിത്. ചിലപ്പോൾ ഏറ്റവും വലിയ ദൈവീക ഇടപെടലുകൾ സംഭവിക്കുന്നത്, മനുഷ്യന് ഏറ്റവും നിസ്സാരമെന്ന് തോന്നുന്ന പ്രവൃത്തികളിലൂടെയാണ്.

എന്റെ ഓർമ്മകൾക്ക് മങ്ങലേൽക്കും മുൻപ്, എന്റെ കൈകൾക്ക് ചലനശേഷി പൂർണ്ണമായും നഷ്ടമാകും മുൻപ്, ആ വലിയ വീടിന്റെ കരിങ്കൽ ഭിത്തികൾക്കുള്ളിൽ സംഭവിച്ചത് എനിക്ക് കുറിച്ചുവെച്ചേ മതിയാകൂ. ആ ദിവസങ്ങളിൽ ഞാൻ കണ്ടുമുട്ടിയ മനുഷ്യരെക്കുറിച്ചും അവർ ചുമന്ന ഭാരങ്ങളെക്കുറിച്ചും എല്ലാ പ്രതീക്ഷകളും അസ്തമിച്ച ആ രാത്രിയിൽ സംഭവിച്ച വലിയ അത്ഭുതത്തെക്കുറിച്ചും ലോകം അറിയണം.

ഇത് പിശാചിന്റെ ശക്തിയുടെ വിവരണമല്ല, ഇത് മനുഷ്യന്റെ ആത്മബലത്തിന്റെ നേർസാക്ഷ്യമാണ്. ഏറ്റവും വലിയ അന്ധകാരത്തിൽ ഒരു ചെറിയ തിരിനാളത്തിന് എത്രമാത്രം പ്രകാശിക്കാൻ കഴിയുമെന്നതിന്റെ ഓർമ്മപ്പെടുത്തലാണ്.

വിളക്കിന്റെ വെളിച്ചത്തിൽ എന്റെ നിഴൽ ഭിത്തിയിൽ ഒരു ഭീമാകാരനെപ്പോലെ വിറച്ചു. ഞാൻ പേനയെടുത്തു, ഡയറിയുടെ ആദ്യത്തെ താളിൽ ആ വലിയ വീടിന്റെ പേര് കുറിച്ചു: *'പാലക്കൽ തറവാട്.'*

2024, ഓഗസ്റ്റ് 31, ശനി (വൈകുന്നേരം)

വൈദികമന്ദിരം, കോട്ടയം

മേശപ്പുറത്തിരുന്ന പഴയ ലാൻഡ് ഫോൺ ഒരു അപരിചിതനെപ്പോലെ കരഞ്ഞു.

അതിന്റെ പരുക്കൻ കരകരശബ്ദം എന്റെ എൺപത്തിരണ്ടു വർഷത്തെ ജീവിതത്തിനിടയിൽ ഞാൻ ക്ഷമയോടെ പടുത്തുയർത്തിയ നിശ്ശബ്ദതയുടെ കോട്ടയെ വിറപ്പിച്ചു. ഞാൻ തലയുയർത്തിയില്ല. എന്റെ കണ്ണുകൾ വിശുദ്ധ ജെറോമിന്റെ കത്തുകളെക്കുറിച്ചുള്ള പഠനത്തിൽ തന്നെയായിരുന്നു. പക്ഷെ ഞാനറിയാതെ എന്റെ വിരലുകൾക്കിടയിൽ പുസ്തകത്തിന്റെ താളുകൾ നിശ്ചലമായി. എന്റെ ശ്രദ്ധ മുഴുവൻ ആ ശബ്ദത്തിലായി. ഒരു കാവൽക്കാരൻ അപായമണി കേൾക്കുന്ന ജാഗ്രതയോടെ ഞാൻ കാതോർത്തു.

അത് വീണ്ടും കരഞ്ഞു, കൂടുതൽ ഉച്ചത്തിൽ, കൂടുതൽ അക്ഷമയോടെ. ആശ്രമത്തിന്റെ നാല് ചുമരുകൾക്കുള്ളിൽ ഞാൻ എന്റേതായ ഒരു ലോകം പണിതിരുന്നു. പുസ്തകങ്ങളുടെ ഗന്ധവും പ്രാർത്ഥനയുടെ താളവും ഓർമ്മകളുടെ ഭാരവുമുള്ള ലോകം. അവിടേക്ക് പുറത്തുനിന്ന് ആരും അതിക്രമിച്ച് കടക്കാറില്ല, അതെനിക്കിഷ്ടവുമല്ല.

എന്റെ സഹോദരൻ മരിച്ചതിന് ശേഷം വല്ലപ്പോഴും അദ്ദേഹത്തിന്റെ മകൻ വിളിക്കും. മാസത്തിലൊരിക്കൽ കടമയുടെ ഭാഗമെന്നോണം യാന്ത്രികമായ ശബ്ദത്തിൽ സുഖവിവരം തിരക്കും. ആ വിളികളൊന്നും ഈ സമയത്ത് വരാറില്ല. ഇത് മറ്റെന്തോ ആകണം.

ഫോണിന്റെ മൂന്നാമത്തെ മുഴക്കം ഒരു യാചനപോലെ തോന്നി. ഞാൻ സാവധാനം പുസ്തകം അടച്ചുവെച്ചു. എന്റെ ഹൃദയം താളംതെറ്റിയ പെൻഡുലം പോലെ മിടിക്കാൻ തുടങ്ങി. എന്തോ ഒന്ന് സംഭവിക്കാൻ പോകുന്നു. വർഷങ്ങളായി ഉറങ്ങിക്കിടന്ന വേട്ടമൃഗം അതിന്റെ പഴയ ഇരയുടെ ഗന്ധം പിടിച്ചതുപോലെ. മരവിച്ച കൈകളോടെ ഞാൻ ഫോണെടുത്തു.

'ഹലോ.' എന്റെ ശബ്ദം ഞാൻ വിചാരിച്ചതിലും പരുക്കനായിരുന്നു.

'വട്ടക്കുന്നേലച്ചോ?' മറുതലയ്ക്കൽ ബിഷപ്പ് ഹൗസിലെ സെക്രട്ടറിയായ ഫാദർ ജോൺ പേരപ്പാടന്റെ ഗൗരവമുള്ള ശബ്ദം.

'അതെ.'

'തിരുമേനിക്ക് അച്ചനെ ഒന്നു കാണണം. എത്രയും പെട്ടെന്ന്

എത്താൻ സാധിക്കുമോ?'

ആ വാക്കുകളിൽ ഔദ്യോഗികതയുടെ അകലമുണ്ടായിരുന്നെങ്കിലും അതിനിടയിൽ ഒരുതരം പിരിമുറുക്കം ഒളിഞ്ഞിരിക്കുന്നത് ഞാൻ തിരിച്ചറിഞ്ഞു. ബിഷപ്പ് എന്നെ വ്യക്തിപരമായി വിളിപ്പിക്കുന്നത് വളരെ അപൂർവ്വമാണ്. ഇരുപത് വർഷങ്ങൾക്കിടയിൽ ഇത് മൂന്നാം തവണ മാത്രം.

'എന്താ കാര്യം, ജോണിയച്ചോ? ഫോണിൽ പറയാൻ പറ്റുന്നതാണോ?' എന്റെ ശബ്ദത്തിൽ അക്ഷമ നിഴലിച്ചു. എന്റെ സമാധാനത്തിലേക്ക് കടന്നുകയറിയതിലുള്ള നീരസം.

'ഇല്ലച്ചോ,' മറുതലയ്ക്കൽ അൽപനേരത്തെ മൗനം. 'അതൊരു അടിയന്തര വിഷയമാണ്. തിരുമേനിക്ക് നേരിട്ട് സംസാരിക്കണമെന്നുണ്ട്. മീനച്ചിലാറിനടുത്തുള്ള ഒരു കുടുംബത്തിന്റെ കാര്യമാണ്... അവിടെയൊരു പെൺകുട്ടി...'

അവൻ വാക്കുകൾ മുഴുമിപ്പിച്ചില്ല. എനിക്കത് മുഴുമിപ്പിക്കേണ്ട ആവശ്യവുമുണ്ടായിരുന്നില്ല. എനിക്ക് കാര്യം മനസ്സിലായി.

'തുടരൂ,' ഞാൻ പറഞ്ഞു.

'അവിടുത്തെ ഇടവക വികാരി പോയിരുന്നു. സാധാരണ പ്രാർത്ഥനകൾക്കൊന്നും ഫലമുണ്ടാകുന്നില്ല. അദ്ദേഹം വല്ലാതെ അസ്വസ്ഥനാണ്. പ്രത്യേകിച്ച് അടുത്ത ദിവസം എട്ടുനോമ്പ് തുടങ്ങുകയല്ലേ! ആ കുടുംബത്തിന് വലിയ ഭക്തിയുള്ള സമയമാണ്. ഈ അവസ്ഥയിൽ എന്തുചെയ്യണമെന്നറിയാതെ അവർ ഭയന്നിരിക്കുകയാണ്.'

അത്രയും മതിയായിരുന്നു. ഒരു കുടുംബം. ഒരു പെൺകുട്ടി. ഫലമില്ലാത്ത പ്രാർത്ഥനകൾ. ഭയന്നുപോയ ഇടവക വികാരി. ഈ വാക്കുകൾക്കെല്ലാം എന്റെ മനസ്സിൽ ഒരൊറ്റ അർത്ഥമേ ഉണ്ടായിരുന്നുള്ളൂ: ഭൂതോച്ചാടനം.

ഇരുപത് വർഷമായി ഞാൻ കേൾക്കാൻ ഭയന്ന വാക്ക്.

എന്റെ ശ്വാസം നിലച്ചു. എന്റെ കണ്ണുകൾ

യാന്ത്രികമായി ജനലിലൂടെ പുറത്തേക്ക് പാഞ്ഞു. ഇരുട്ട് വീണു തുടങ്ങിയിരുന്നു. ഓർമ്മകൾ പ്രളയം പോലെ എന്റെ ബോധത്തിലേക്ക് ഇരച്ചുകയറി. തണുത്ത മഴ... ബൾബിന്റെ മഞ്ഞ വെളിച്ചം... ഭയന്നുവിറച്ചിരുന്ന മാതാപിതാക്കൾ... പിന്നെ അവളുടെ അവസാനത്തെ നിലവിളി.

ലിഡിയ.

'അച്ചൻ വരുന്നുണ്ടല്ലോ, അല്ലേ?' ഫാദർ ജോണിന്റെ ശബ്ദം എന്നെ ഓർമ്മകളിൽ നിന്ന് തിരികെ വിളിച്ചു.

എന്റെ തൊണ്ട വരണ്ടു. 'ഞാൻ... ഞാനിപ്പോൾ തന്നെ ഇറങ്ങാം.'

ഫോൺ വെച്ചതും എന്റെ കൈകൾ വിറച്ചു. ഞാൻ കസേരയിലേക്ക് തളർന്നിരുന്നു. മുറിയിലെ പുസ്തകങ്ങളുടെ ഗന്ധം നിറഞ്ഞ നിശ്ശബ്ദത ഇപ്പോൾ എന്നെ ശ്വാസം മുട്ടിക്കുകയായിരുന്നു. ലിഡിയ. ആ പേര് എന്റെ ആത്മാവിൽ ഒരു മുറിപ്പാടുപോലെ നീറുന്നുണ്ടായിരുന്നു. അതൊരു തുറന്ന മുറിവാണ്.

ഇരുപത് വർഷം മുൻപ്, എന്റെ ശുശ്രൂഷാ ജീവിതത്തിലെ ആദ്യത്തെയും അവസാനത്തെയും പരാജയം.

അതിനുശേഷം സ്വയം തീർത്ത ഈ പുസ്തകങ്ങളുടെ കവചത്തിനുള്ളിലായിരുന്നു എന്റെ ജീവിതം. ആ കവചമാണ് ഇപ്പോൾ തകർന്നു തുടങ്ങുന്നത്. വിറയലോടെ ഞാൻ എഴുന്നേറ്റു. എന്റെ കണ്ണുകൾ മുറിക്ക് ചുറ്റും പാഞ്ഞു. കാലങ്ങളായി ഈ ആശ്രമം മാത്രമായിരുന്നു എന്റെ ലോകം. എന്റെ അഭയകേന്ദ്രം എന്നു പറയുന്നതാകും കൂടുതൽ ശരി.

പുലർച്ചെ നാലുമണിക്കുള്ള ആശ്രമത്തിലെ മണിനാദത്തോടെയാണ് എന്റെ ദിവസം തുടങ്ങുന്നത്. അത് കേട്ട് ഞാൻ എഴുന്നേൽക്കും. തണുത്ത വെള്ളത്തിൽ മുഖം കഴുകി സന്ധികളിലെ വേദനയെ അവഗണിച്ച് പ്രാർത്ഥനയ്ക്കായി ഒരുങ്ങും. അഞ്ചുമണിക്കുള്ള പ്രഭാത പ്രാർത്ഥനകൾ, അരമണിക്കൂർ നീളുന്ന വിശുദ്ധ കുർബാന, പിന്നെ കഞ്ഞിയും അച്ചാറും അടങ്ങുന്ന ലഘുവായ പ്രഭാതഭക്ഷണം. ഓരോന്നും ഒരു ചിട്ടയുടെ ഭാഗമായിരുന്നു. ആവർത്തനങ്ങളിലൂടെ ഞാൻ എന്റെ ചിന്തകളെ നിയന്ത്രിച്ചു. ഓർമ്മകളെ ഹൃദയത്തിൽ നിന്നും അകറ്റിനിർത്തി.

ഭക്ഷണത്തിന് ശേഷം ഞാൻ ഈ മുറിയുടെ നാല് ചുമരുകൾക്കുള്ളിൽ ഒതുങ്ങും. ഭിത്തിയോടുചേർന്നുള്ള വലിയ അലമാരകളിലെ പുസ്തകങ്ങൾ എനിക്ക് കൂട്ടായി. തോമസ് അക്വിനാസിന്റെ 'സുമ്മ തിയോളജിക്ക'യുടെ കട്ടിയുള്ള താളുകളിൽ ഞാൻ യുക്തിയുടെയും വിശ്വാസത്തിന്റെയും സമന്വയം തിരഞ്ഞു. ആവിലായിലെ അമ്മ ത്രേസ്യയുടെ ആത്മകഥയിൽ ദൈവവുമായുള്ള ആഴമേറിയ ബന്ധത്തിന്റെ രഹസ്യങ്ങൾ ഞാൻ വായിച്ചു.

വിശുദ്ധ അഗസ്റ്റിന്റെ 'കൺഫെഷൻസി'ൽ പാപിയായ ഒരു മനുഷ്യൻ വിശുദ്ധനായി മാറുന്നതിന്റെ അത്ഭുതം ഞാൻ ധ്യാനിച്ചു.

ഈ പുസ്തകങ്ങൾ എനിക്കൊരു സംരക്ഷണമായിരുന്നു. എന്റെ ശുശ്രൂഷയുടെ ആദ്യത്തെ മുപ്പത് വർഷങ്ങളിൽ ഞാൻ നേരിട്ട ആത്മീയ പോരാട്ടങ്ങളുടെ ഓർമ്മകളിൽ നിന്ന് അവയെന്നെ സംരക്ഷിച്ചു.

ഭൂതോച്ചാടനം എനിക്കെന്നും ഒരു യുദ്ധമായിരുന്നു. ഓരോ തവണയും തിന്മയുമായി മുഖാമുഖം നിന്നപ്പോൾ എന്റെ വിശ്വാസമാണ് മൂർച്ചയേറിയ ഒരു വാളായി ഞാൻ ഉപയോഗിച്ചത്. എന്റെ പ്രാർത്ഥനകൾ ഉരുക്ക് പോലുള്ള പരിചയും. തുടരെത്തുടരെ ഞാൻ വിജയിച്ചുകൊണ്ടിരുന്നു. ഓരോ വിജയവും എന്റെ ആത്മവിശ്വാസം വർദ്ധിപ്പിച്ചു. ഒപ്പം, ഉള്ളിലെവിടെയോ അല്പം അഹങ്കാരവും. ദൈവത്തിന്റെ ഒരു പ്രത്യേക സൈനികനാണ് ഞാനെന്നുപോലും വിശ്വസിച്ചു. തിന്മയുടെ തന്ത്രങ്ങളെല്ലാം എനിക്ക് മനഃപാഠമാണെന്ന് ഞാൻ അഹങ്കരിച്ചു.

ലിഡിയയുടെ കാര്യത്തിൽ ആ അഹങ്കാരമാണ് എനിക്ക് വിനയായത്. അവളിൽ വിഷാദരോഗമാണെന്നാണ് ഞാൻ ആദ്യം സംശയിച്ചത്. പക്ഷെ, പിന്നീട് കാര്യങ്ങൾ മാറി. അവളുടെ കണ്ണുകളിലെ വെളിച്ചം മാഞ്ഞു. അവളുടെ ശബ്ദം മാറി. അതൊരു പൈശാചികബാധയുടെ ലക്ഷണങ്ങൾ തന്നെയായിരുന്നു. എന്നാൽ അതൊരു സാധാരണ പിശാചായിരുന്നില്ല. അത് ബുദ്ധിയുള്ളതും തന്ത്രശാലിയുമായിരുന്നു. അത് കരുവാക്കിയത് എന്റെ അഹങ്കാരത്തെയായിരുന്നു.

ശുശ്രൂഷയുടെ ഒരു ഘട്ടത്തിൽ അത് ദുർബലമായതുപോലെ അഭിനയിച്ചു. വിജയത്തിന്റെ തൊട്ടരികിലാണ് ഞാൻ എന്ന് കരുതി. എന്റെ പ്രാർത്ഥനകൾക്ക് ശക്തികൂട്ടി അവസാനത്തെ പ്രഹരത്തിനായി ഞാൻ തയ്യാറെടുത്തു. ആ നിമിഷം എന്റെ ശ്രദ്ധ മുഴുവൻ എന്റെ കഴിവിലായിരുന്നു. പ്രാർത്ഥനകൾ ഉച്ചരിക്കുന്നതിന്റെ സ്ഫുടതയിലും താളത്തിലും ഞാൻ ശ്രദ്ധിച്ചു. ദൈവത്തിന്റെ ശക്തിയെ അറിയാതെ വിസ്മരിച്ചു.

ആ ഒരൊറ്റ നിമിഷത്തെ അശ്രദ്ധ അതിന് കരുത്ത് പകർന്നു. അത് തിരിച്ചടിച്ചു. എന്റെ വിശ്വാസത്തിന്റെ പരിചയെ അത് തകർത്തെറിഞ്ഞു. എന്റെ പ്രാർത്ഥനയുടെ വാൾ അതിന്റെ മുന്നിൽ വിറങ്ങലിച്ചു. എന്റെ കണ്മുന്നിൽ അവൾ മരണത്തിലേക്ക് വലിച്ചെടുക്കപ്പെടുന്നത് ഞാൻ നിസ്സഹായനായി നോക്കിനിന്നു.

അതിനുശേഷമാണ് ഞാൻ ആശ്രമത്തിലെ ഈ മുറിയിലേക്ക് ഒതുങ്ങിയത്. ഞാൻ പുസ്തകങ്ങളിലേക്ക് മടങ്ങി. അവിടെ നിന്നും ഞാൻ ഉത്തരങ്ങൾ കണ്ടെത്താൻ ശ്രമിച്ചു. ലിഡിയയുടെ പരാജയത്തിന് കാരണം എന്റെ അഹങ്കാരം മാത്രമായിരുന്നില്ല.

അവൾ ഒളിച്ചുവെച്ച ഒരു രഹസ്യം, ബ്ലാക്ക് മെയിൽ എന്ന അന്യായമായ സാമ്പത്തിക നേട്ടം കണ്ടെത്താൻ എനിക്ക് കഴിയാതെ പോയതാണ് യഥാർത്ഥ കാരണം. ഈ ഇരുപത് വർഷവും ഞാൻ നടത്തിയത് ആ പാപത്തെക്കുറിച്ചുള്ള ഗവേഷണമായിരുന്നു. പ്രാർത്ഥനകളുടെ ശക്തിയെ തടഞ്ഞുനിർത്താൻ കഴിയുന്ന മനുഷ്യന്റെ നിഗൂഢമായ പാപങ്ങളെ തിരിച്ചറിയാൻ ഞാൻ പഠിക്കുകയായിരുന്നു.

എന്റെ ജീവിതം ഉച്ചഭക്ഷണത്തിലും ചെറിയ മയക്കത്തിലും സന്ധ്യാപ്രാർത്ഥനയിലുമായി ഒതുങ്ങി. ആവർത്തനങ്ങളുടെ, പ്രാർത്ഥനയുടെ, വായനയുടെ ഒരു ശാന്തമായ ക്രമം. ഞാൻ സ്വയം തിരഞ്ഞെടുത്ത ഒരു തടവറ.

ആ തടവറയുടെ മതിലുകളാണ് ഇപ്പോൾ വിറയ്ക്കുന്നത്. ഫോൺ താഴെ വെച്ചതിന് ശേഷവും എന്റെ കൈകൾ വിറയ്ക്കുന്നുണ്ടായിരുന്നു. ഞാൻ എഴുന്നേറ്റ് മുറിയിലൂടെ അസ്വസ്ഥമായി നടന്നു. പുസ്തകങ്ങളുടെ നീണ്ട നിരയിലേക്ക് ഞാൻ നോക്കി. എന്റെ വിശ്വസ്തരായ സുഹൃത്തുക്കൾ. പക്ഷെ ഇന്ന് അവരുടെ തുകൽച്ചട്ടകൾക്ക് എന്നെ ആശ്വസിപ്പിക്കാൻ കഴിഞ്ഞില്ല. പുറത്തുനിന്ന് ഒരു വിളി വന്നിരിക്കുന്നു. ഭൂതകാലത്തിലേക്ക് മടങ്ങിപ്പോകാനുള്ള വിളി.

ഞാൻ എന്റെ അലമാരയുടെ അടുത്തേക്ക് നടന്നു. അതിന്റെ ഏറ്റവും താഴത്തെ തട്ടിൽ മറ്റു പുസ്തകങ്ങളിൽ നിന്നെല്ലാം മാറി തുണിയിൽ പൊതിഞ്ഞുവെച്ച ഒരു പഴയ പുസ്തകമുണ്ടായിരുന്നു. ഞാൻ പ്രാർത്ഥനയോടെ അതെടുത്തു. Rituale Romanum: റോമൻ കത്തോലിക്കാ സഭയുടെ തിരുക്കർമ്മ ഗ്രന്ഥം. എന്റെ തലമുറയിലെ ഭൂതോച്ചാടകർക്ക് ഏറ്റവും പരിചിതമായ ലത്തീൻ റീത്തിലെ ആ പഴയ പുസ്തകം. സിറോ-മലബാർ സഭയുടെ തനതായ പല ശൈലികളും പിന്നീട് പുനഃസ്ഥാപിക്കപ്പെട്ടെങ്കിലും തിന്മയ്ക്കെതിരെയുള്ള ഈ യുദ്ധത്തിൽ ഞാൻ പഠിച്ചതും ആശ്രയിച്ചതും ഈ ഗ്രന്ഥത്തിലെ വാക്കുകളെയായിരുന്നു.

അതിന്റെ ഓരോ താളിലും പരാജയപ്പെട്ട ഒരു യുദ്ധത്തിന്റെ ഓർമ്മകളുണ്ടായിരുന്നു. ലിഡിയയുടെ നിലവിളിയുണ്ടായിരുന്നു. ഇരുപത് വർഷമായി ഞാൻ അത് തുറന്നിട്ടില്ലായിരുന്നു.

ഞാൻ എന്റെ പഴയ കറുത്ത ളോഹ എടുത്തണിഞ്ഞു. കണ്ണാടിയിൽ നോക്കിയപ്പോൾ ക്ഷീണിതനായ വൃദ്ധനെ ഞാൻ കണ്ടു. ചുളിവുകൾ വീണ മുഖം, നരച്ച മുടി. പക്ഷെ ആ കണ്ണുകളിൽ വർഷങ്ങളായി ഉറങ്ങിക്കിടന്ന ആ പഴയ ഭയം വീണ്ടും ഉണരുന്നത് ഞാൻ തിരിച്ചറിഞ്ഞു.

ഇല്ല, എനിക്കിതിന് കഴിയില്ല. ബിഷപ്പിനെ തിരിച്ചുവിളിച്ച് എന്റെ നിസ്സഹായത അറിയിക്കണം. എന്റെ ആരോഗ്യം അനുവ

ദിക്കുന്നില്ല എന്ന് പറയണം.

പക്ഷെ, എന്റെ കാതുകളിൽ ഫാദർ ജോണിന്റെ വാക്കുകൾ മുഴങ്ങി: 'അവിടെയൊരു പെൺകുട്ടി... സാധാരണ പ്രാർത്ഥനകൾക്കൊന്നും ഫലമുണ്ടാകുന്നില്ല.'

ഒരു കുടുംബം. ഒരുപക്ഷേ, മറ്റൊരു ലിഡിയ. എന്റെ ഭയം കാരണം മറ്റൊരു ആത്മാവ് കൂടി നഷ്ടപ്പെടാൻ ഞാൻ അനുവദിക്കണമോ? എന്റെ പരാജയത്തിന്റെ ഓർമ്മയിൽ ജീവിച്ച്, എന്റെ കടമയിൽ നിന്ന് ഒഴിഞ്ഞുമാറുന്നത് പുരോഹിതന് ചേർന്നതാണോ? എന്റെ മനസ്സിൽ ഒരു സംഘർഷം ഉടലെടുത്തു. ഭയവും കടമയും തമ്മിലുള്ള യുദ്ധം.

ഒടുവിൽ, ഞാൻ ഒരു നെടുവീർപ്പോടെ എന്റെ ചെറിയ ബാഗെടുത്തു. ഇരുപത് വർഷമായി ഉപയോഗിക്കാതെയിരുന്ന ആ പഴയ തുകൽ സഞ്ചി. അതിലേക്ക് ഞാൻ എന്റെ ജപമാലയും ചെറിയ കുരിശുരൂപവും വെച്ചു. പിന്നെ, കുറച്ച് നേരത്തെ മൗനത്തിന് ശേഷം എന്റെ കൈയ്യിലെ തിരുക്കർമ്മ പുസ്തകവും.

എന്റെ ജീവിതത്തിലെ ഏറ്റവും വലിയ യുദ്ധത്തിലേക്ക് ഞാൻ വീണ്ടും ഇറങ്ങിച്ചെല്ലുകയായിരുന്നു. എന്റെ പരാജയത്തിന്റെ ഓർമ്മകൾ ഭാരമായി എന്റെ തോളിൽ തൂങ്ങിക്കിടന്നു. എങ്കിലും അന്നത്തേതിൽ നിന്ന് വ്യത്യസ്തമായി, ഇത്തവണ വായനയിലൂടെ ഞാൻ അടിത്തറയിട്ട യുക്തിഭദ്രമായ വിശ്വാസമായിരുന്നു എന്റെ ആയുധം.

3

2024, ഓഗസ്റ്റ് 31, ശനി (വൈകുന്നേരം)

ബിഷപ്പ് ഹൗസ്, കോട്ടയം

ആശ്രമത്തിന്റെ വലിയ ഗേറ്റ് കടന്ന് പുറത്തിറങ്ങിയപ്പോൾ ഇരുപത് വർഷമായി എനിക്ക് അപരിചിതമായ ലോകം എന്നെ പൊതിഞ്ഞു. ഓട്ടോറിക്ഷയുടെ ശബ്ദം, ദൂരെ റോഡിലൂടെ പോകുന്ന ബസിന്റെ ഇരമ്പൽ, ആളുകളുടെ സംസാരം... ഓരോ ശബ്ദവും എന്റെ ശാന്തമായ ലോകത്തിനുമേലുള്ള കടന്നുകയറ്റമായി തോന്നി. ഞാൻ ആദ്യം കണ്ട ഓട്ടോറിക്ഷയ്ക്ക് കൈ കാണിച്ചു.

'ബിഷപ്പ് ഹൗസ്.'

യാത്രയിലുടനീളം ഞാൻ കണ്ണുകളടച്ചിരുന്നു. പക്ഷെ, പുറത്തെ കാഴ്ചകൾ കാണുന്നതിനേക്കാൾ ഭയാനകമായിരുന്നു അടഞ്ഞ കൺപോളകൾക്ക് പിന്നിലെ ലോകം. ഓട്ടോറിക്ഷയുടെ എൻജിന്റെ ഇരമ്പൽ എന്റെ ഓർമ്മയിലെ പേമാരിയുടെ ശബ്ദമായി മാറി. എന്റെ ഓർമ്മകളിൽ ആ പഴയ മുറിയിലെ ബൾബ് ഭയപ്പാടോടെ മിന്നിത്തെളിഞ്ഞു. അന്നത്തെ ചീഞ്ഞളിഞ്ഞ ഗന്ധം എന്റെ നാസികയിൽ വന്ന് തട്ടുന്നതുപോലെ തോന്നി. 'വൈദ്യനേ...' എന്ന പരിഹാസം നിറഞ്ഞ ആ ശബ്ദം കാതുകളിൽ മുഴങ്ങുന്നതുപോലെ. ഞാൻ ജപമാല മുറുകെ പിടിച്ചു, പക്ഷെ എന്റെ വിരലുകൾക്ക് ബലമുണ്ടായിരുന്നില്ല. പ്രാർത്ഥനയുടെ വാക്കുകൾ നാവിൽ കുരുങ്ങിക്കിടന്നു; അവ ഓർത്തെടുക്കാൻ എന്റെ മനസ്സ് വിസമ്മതിച്ചു.

ഓട്ടോറിക്ഷ ഒരു വലിയ കുഴിയിൽ വീണപ്പോൾ ഞാൻ ഞെട്ടിയുണർന്നു. ഭയം കൊണ്ട് എന്റെ നെറ്റിയിൽ വിയർപ്പ് പൊടിഞ്ഞിരുന്നു. ഞാൻ പുറത്തേക്ക് നോക്കി. മഴ തോർന്നിരുന്നെങ്കിലും വഴിയോരത്തെ മരങ്ങളിൽ നിന്ന് വെള്ളത്തുള്ളികൾ ഇറ്റുവീഴുന്നുണ്ടായിരുന്നു. ആ ഈർപ്പമുള്ള വഴിയിലൂടെ ഓട്ടോ മുന്നോട്ട് നീങ്ങി. ഓരോ മരവും ഒരു സാക്ഷിയെപ്പോലെ നിശ്ശബ്ദമായി എന്നെ തുറിച്ചുനോക്കുന്നതുപോലെ തോന്നി. പരാജയപ്പെട്ട ഒരിടത്തേക്ക് വീണ്ടും മടങ്ങിച്ചെല്ലുന്ന ഒരു സൈനികനെപ്പോലെ ഞാൻ എന്തിനാണ് ഈ യാത്ര പോകുന്നത്! ബിഷപ്പിനോട് എനിക്ക് കഴിയില്ല എന്ന് തീർത്തുപറയണം. എന്റെ എൺപത്തിരണ്ട് വയസ്സിന്റെ അവശതകളെക്കുറിച്ച് പറയണം. ഭയത്തെക്കുറിച്ച് പറയാതിരിക്കാൻ ഞാൻ ശ്രദ്ധിക്കണം. ഒരു പുരോഹിതൻ ഭയക്കാൻ പാടില്ല. പക്ഷെ ഞാൻ ഭയന്നിരുന്നു. ദയനീയമായി.

ബിഷപ്പ് ഹൗസിന്റെ മുന്നിലെത്തിയപ്പോൾ ഞാൻ പണം കൊടുത്ത് പുറത്തിറങ്ങി. മാർബിളിൽ പണിത ആ വലിയ കെട്ടി

ടം അധികാരത്തിന്റെയും പ്രതാപത്തിന്റെയും അടയാളമായിരുന്നു. അതിന്റെ ശാന്തമായ അന്തരീക്ഷം എന്റെ അസ്വസ്ഥമായ മനസ്സിന് നേരിയ ആശ്വാസം നൽകി.

ചെറുപ്പക്കാരനായ സെക്രട്ടറി, ഫാദർ ജോൺ, എന്നെ സ്വീകരിച്ചു. അയാളുടെ മുഖത്ത് ബഹുമാനമുണ്ടായിരുന്നു, പക്ഷെ കണ്ണുകളിൽ ആകാംക്ഷയും. പരാജയപ്പെട്ട ഒരു ഭൂതോച്ചാടകൻ എങ്ങനെയിരിക്കുമെന്ന് ഒരുപക്ഷേ അയാൾ ചിന്തിക്കുന്നുണ്ടാവാം.

'തിരുമേനി അച്ചനെ കാത്തിരിക്കുകയാണ്,' അവൻ എന്നെ ബിഷപ്പിന്റെ പഠനമുറിയിലേക്ക് നയിച്ചു.

മുറി വിശാലമായിരുന്നു. ഭിത്തികൾ മുഴുവൻ പുസ്തകങ്ങൾ. മേശപ്പുറത്ത് ചിട്ടയായി അടുക്കിവെച്ച ഫയലുകൾ. മുടി മുഴുവൻ നരച്ച, ക്ഷീണിതനെങ്കിലും കണ്ണുകളിൽ അധികാരത്തിന്റെ തിളക്കമുള്ള ആ വലിയ മനുഷ്യൻ എന്നെ കണ്ടപ്പോൾ എഴുന്നേറ്റു.

'ഇരിക്കൂ സഖറിയാ,' മേശക്കപ്പുറത്തുള്ള കസേര ചൂണ്ടിക്കാട്ടി അദ്ദേഹം പറഞ്ഞു.

ഞാൻ അനുസരണയോടെ ഇരുന്നു. അദ്ദേഹം മേശപ്പുറത്തിരുന്ന കട്ടിയുള്ള ഫയൽ എന്റെ നേർക്ക് നീക്കിവെച്ചു. 'ക്ഷമിക്കണം സഖറിയാ. നിന്റെ വിശ്രമജീവിതത്തിൽ ഞാൻ ഇടപെടരുതാ

യിരുന്നു. പക്ഷെ, സാഹചര്യം അത്രയ്ക്ക് ഗൗരവമുള്ളതാണ്.'

അദ്ദേഹം ജനലിനരികിലേക്ക് നടന്നു. 'പാലയ്ക്കൽ തറവാടിനെക്കുറിച്ച് നിനക്കറിയാമല്ലോ. നമ്മുടെ രൂപതയിലെ ഏറ്റവും പഴയ കുടുംബങ്ങളിലൊന്ന്. അവരുടെ വേരുകൾ മലബാറിലാണ്. വടക്കുനിന്നുള്ള പടയോട്ടക്കാലത്ത് ഇവിടേക്ക് കുടിയേറിപ്പാർത്തവരാണ് അവരുടെ പൂർവ്വികർ. കാലങ്ങളായി സഭയ്ക്ക് താങ്ങും തണലുമായി നിന്നവരാണ്. തോമസ് ഇന്ന് നമ്മുടെ രൂപതയിലെ ഏറ്റവും സ്വാധീനമുള്ള അൽമായ നേതാക്കളിൽ ഒരാളും. അങ്ങനെയുള്ള ഒരു കുടുംബത്തിനാണ് ഇന്ന് ഈ ദുർഗതി.'

അദ്ദേഹം നെടുവീർപ്പിട്ടു, എന്നിട്ട് എന്റെ നേരെ തിരിഞ്ഞു. 'അതിലുപരി, എനിക്ക് വേദന ആ കുട്ടിയെ ഓർത്താണ്. ജെസിക്ക... വളരെ നല്ല കുട്ടിയായിരുന്നു. മിടുക്കിയായിരുന്നു. കഴിഞ്ഞ വർഷത്തെ പന്ത്രണ്ടാം ക്ലാസ്സ് വേദപാഠ പരീക്ഷയിൽ രൂപതയിൽ ഒന്നാം റാങ്ക് അവൾക്കായിരുന്നു. സഭയുടെ കാര്യങ്ങളിലും പള്ളിയിലെ പ്രവർത്തനങ്ങളിലും എപ്പോഴും മുൻപന്തിയിലുണ്ടായിരുന്ന കുട്ടി. ആ വെളിച്ചമാണ് ഇപ്പോൾ അണഞ്ഞുപോകാൻ തുടങ്ങുന്നത്.'

ബിഷപ്പിന്റെ വാക്കുകൾ എന്റെ ഹൃദയത്തിൽ തറച്ചു. തിന്മ എപ്പോഴും ലക്ഷ്യം വെക്കുന്നത് ഏറ്റവും പ്രകാശമുള്ള തിരിനാളങ്ങളെയാണ്.

'തിരുമേനീ, എനിക്കിനി...' ഞാൻ പറഞ്ഞുതുടങ്ങി.

'നിൽക്കൂ,' അദ്ദേഹം കൈയുയർത്തി. 'സഖറിയ എന്തെങ്കിലും പറയുന്നതിന് മുൻപ്, ഈ ഫയലിലുള്ളത് വായിക്കണം. ഒരു ഭൂതോച്ചാടകന്റെ മുഴുവൻ യുക്തിയും നിരീക്ഷണപാടവവും ഉപയോഗിച്ച് ഈ ഫയൽ പരിശോധിക്കണം.'

അദ്ദേഹത്തിന്റെ ശബ്ദത്തിലെ ഗൗരവം എന്നെ നിശ്ശബ്ദനാക്കി. ഞാൻ ഫയൽ തുറന്നു. ആദ്യത്തെ റിപ്പോർട്ട് പ്രശസ്ത മനോരോഗ വിദഗ്ദ്ധൻ ഡോക്ടർ ചെറിയാന്റേതായിരുന്നു. എന്റെ കണ്ണുകൾ ആ ക്ലിനിക്കൽ റിപ്പോർട്ടിലെ വാക്കുകളിലൂടെ പതുക്കെ സഞ്ചരിച്ചു. ജെസിക്ക എന്ന പതിനേഴുകാരിയെക്കുറിച്ചുള്ള വിശദമായ പഠനം. അവളുടെ ബുദ്ധി, പെരുമാറ്റം, സംസാരം... എല്ലാം സാധാരണമായിരുന്നു. സ്കീസോഫ്രീനിയ, സൈക്കോസിസ് പോലുള്ള ഗുരുതരമായ മാനസിക രോഗങ്ങളുടെ യാതൊരു ലക്ഷണവും അവൾ കാണിച്ചിരുന്നില്ല. റിപ്പോർട്ട് അവസാനിച്ചത് തികച്ചും ഔദ്യോഗികമായ, എന്നാൽ ഉള്ളുലയ്ക്കുന്ന ഒരു നിരീക്ഷണത്തോടെയായിരുന്നു:

'രോഗിയും കുടുംബവും വിവരിക്കുന്ന കടുത്ത മാനസിക സംഘർഷങ്ങളെ ഞാൻ ഗൗരവമായി കാണുന്നു, എന്നാൽ ഈ അനുഭവങ്ങൾക്ക് കാരണമായേക്കാവുന്ന ശാരീരികമോ മാനസി

കമോ ആയ യാതൊരുവിധ രോഗാവസ്ഥകളും ക്ലിനിക്കൽ പരിശോധനയിൽ കണ്ടെത്താനായിട്ടില്ല.'

ഒരുപക്ഷേ ബിഷപ്പിന്റെ സ്വന്തം നിരീക്ഷണങ്ങളാകുമെന്ന് കരുതിയാണ് ഞാൻ അടുത്ത പേജ് മറിച്ചത്. അത് ബാംഗ്ലൂരിലെ, രാജ്യത്തെ ഏറ്റവും ഉന്നതമായ ന്യൂറോ-സൈക്യാട്രിക് സ്ഥാപനത്തിൽ നിന്നുള്ള റിപ്പോർട്ടായിരുന്നു. ഡോക്ടർ ചെറിയാൻ കൈയൊഴിഞ്ഞപ്പോൾ അവസാനത്തെ ആശ്രയമെന്ന നിലയിൽ തോമസ് മകളെ അവിടെ കൊണ്ടുപോയിരുന്നു. ആ റിപ്പോർട്ടിന്റെ വലുപ്പം കണ്ടപ്പോഴേ അവർ ഒരു പഴുതും ബാക്കിവെച്ചിട്ടുണ്ടാകില്ല എന്ന് ഞാൻ ഊഹിച്ചു. EEG, fMRI, ആഴ്ചകൾ നീണ്ട സൈക്കോളജിക്കൽ ഇവാലുവേഷൻ... തുടങ്ങി സാധ്യമായ എല്ലാ പരിശോധനകളും അവർ നടത്തിയിരിക്കുന്നു.

എല്ലാ ഫലങ്ങളും ഒന്നുതന്നെയായിരുന്നു: നോർമൽ. ന്യൂറോളജി സംബന്ധമായ പ്രശ്നങ്ങളില്ല, അപസ്മാരത്തിന്റെ നേരിയ ലക്ഷണം പോലുമില്ല, തലച്ചോറിൽ ട്യൂമറുകളില്ല. അവർ നൽകിയ രോഗനിർണ്ണയം ഇതായിരുന്നു:

'Other Specified Dissociative Disorder, with features of possession trance.'

ആ വാക്കുകൾക്ക് താഴെ ഒരു വിശദീകരണവുമുണ്ടായിരുന്നു:

'ഗുരുതരമായ മാനസികാഘാതങ്ങൾക്ക് വിധേയരാവുന്നവരിൽ കാണുന്ന ഒരുതരം ഡിസോസിയേറ്റീവ് അവസ്ഥയാണിത്. അന്യഭാഷ സംസാരിക്കുന്നു എന്ന തോന്നൽ, മറ്റൊരാൾ ശരീരത്തെ നിയന്ത്രിക്കുന്നതായുള്ള അനുഭവം പോലുള്ള ലക്ഷണങ്ങൾ രോഗിയുടെ സാംസ്കാരികവും വിശ്വാസപരവുമായ ചുറ്റുപാടുകളുമായി ബന്ധപ്പെട്ടിരിക്കുന്നവയാണ്. നിലവിൽ ഈ അവസ്ഥയ്ക്ക് കാരണമായേക്കാവുന്ന യാതൊരുവിധ ന്യൂറോ-ബയോളജിക്കൽ കാരണങ്ങളും കണ്ടെത്താൻ സാധിച്ചിട്ടില്ല.'

എന്റെ സിരകളിലൂടെ ഒരു തണുപ്പ് അരിച്ചു കയറുന്നത് ഞാനറിഞ്ഞു. വൈദ്യശാസ്ത്രം... അത് അതിന്റെ കഴിവിന്റെ പരിമിതിയിൽ എത്തിയിരിക്കുന്നു. ഡോക്ടർമാരും യന്ത്രങ്ങളും അവയുടെ ഉത്തരംമുട്ടിയ ചോദ്യങ്ങൾക്ക് മുന്നിൽ നിശ്ശബ്ദരായിരിക്കുന്നു. അതിനപ്പുറത്തേക്ക് കടക്കാൻ അവർക്ക് കഴിയില്ല. കാരണം, അവർ കണ്ടത് രോഗലക്ഷണങ്ങളെ മാത്രമാണ്, രോഗത്തെയല്ല. അവർ കണ്ടത് വെറും പുകയാണ്... ആത്മാവിൽ എരിയുന്ന ആ തീയല്ല.

OSDD... possession trance... ആ വാക്കുകൾക്ക് ഡോക്ടർമാർ നൽകുന്ന നിർവചനം സാങ്കേതികമായിരിക്കാം, പക്ഷെ ഒരു ഭൂതോച്ചാടകന്റെ കാതുകളിൽ അവയ്ക്ക് മറ്റൊരു അർത്ഥമാണു

ണ്ടായിരുന്നത്.

പൈശാചികബാധ സംശയിക്കുന്ന എല്ലാ കേസുകളിലും എന്റെ ആദ്യത്തെ കടമ മറ്റെല്ലാ സ്വാഭാവിക കാരണങ്ങളും ഇല്ല എന്ന് ഉറപ്പുവരുത്തലാണ്. ഇവിടെ ശാസ്ത്രം തന്നെ ആ കടമ എനിക്കുവേണ്ടി പൂർത്തിയാക്കിയിരിക്കുന്നു. ഡോക്ടർ ചെറിയാൻ മാത്രമല്ല, രാജ്യത്തെ ഏറ്റവും ഉന്നതമായ സ്ഥാപനം പോലും എല്ലാ ഭൗതിക കാരണങ്ങളെയും തള്ളിക്കളഞ്ഞിരിക്കുന്നു. അവർ അറിയാതെ ആ രാക്ഷസന് ചുറ്റും ഒരു വൃത്തം വരച്ചിരിക്കുന്നു. അതിനുള്ളിൽ ഒരു രോഗവുമില്ലെന്ന് അവർ തന്നെ സാക്ഷ്യപ്പെടുത്തിയിരിക്കുന്നു.

ആ തിരിച്ചറിവിൽ എന്റെ കൈകളിൽ വിയർപ്പ് പൊടിഞ്ഞു. ശാസ്ത്രം നിർത്തിയിടത്ത് ഇനി എന്താണെന്ന് അറിയാൻ ഞാൻ അടുത്ത റിപ്പോർട്ടിലേക്ക് കടന്നു. അത് രൂപതയിലെ യുവവൈദികനായ ഫാദർ മാത്യുവിന്റേതായിരുന്നു. അതൊരു ഔദ്യോഗിക രേഖയേ ആയിരുന്നില്ല. ആ വൃത്തത്തിനുള്ളിലെ കാഴ്ച കണ്ട് ഭയന്നുപോയ ഒരു മനുഷ്യന്റെ കുമ്പസാരമായിരുന്നു അത്.

'പ്രാർത്ഥനയുടെ ഒരു ഘട്ടത്തിൽ, അതുവരെ ഇംഗ്ലീഷും മലയാളവും മാത്രം സംസാരിച്ചിരുന്ന ജെസിക്ക, പുരാതനമായ അരാമിക് ഭാഷയിൽ എന്നോട് സംസാരിക്കാൻ തുടങ്ങി. അവളുടെ ശബ്ദം ഒരു പുരുഷന്റേതുപോലെ ആഴമുള്ളതായി മാറി. എന്റെ ബാല്യത്തിൽ ഞാൻ രഹസ്യമായി ചെയ്ത ഒരു പാപം അവൾ കൃത്യമായി വിവരിച്ചു. അതെനിക്ക് മാത്രം അറിയാവുന്ന ഒന്നായിരുന്നു. അവളുടെ കണ്ണുകളിൽ ഞാനപ്പോൾ കണ്ടത് ഒരു പതിനേഴുകാരിയുടെ നിഷ്കളങ്കതയല്ലായിരുന്നു, കാലാതീതമായ കൊടും വെറുപ്പായിരുന്നു.'

എന്റെ നെഞ്ചിൽ വല്ലാത്തൊരു ഭാരം വന്നുനിറഞ്ഞു. അതെ, ഞാൻ ഭയന്നതുതന്നെ. അന്യഭാഷകളിൽ സംസാരിക്കുക, മറഞ്ഞിരിക്കുന്ന കാര്യങ്ങൾ വെളിപ്പെടുത്തുക... ഇതൊക്കെ പൈശാചികബാധയുടെ വ്യക്തമായ, ക്ലാസിക് ലക്ഷണങ്ങളായിരുന്നു. ഞാൻ മൂന്നാമത്തെ റിപ്പോർട്ടിലേക്ക് വിരലോടിച്ചു. അത് അവിടുത്തെ ഇടവക വികാരിയായ ഫാദർ കുര്യന്റേതായിരുന്നു. അദ്ദേഹത്തിന്റെ അനുഭവം കൂടുതൽ ഭീകരമായിരുന്നു.

'വെഞ്ചരിച്ച വെള്ളം തളിച്ചപ്പോൾ ജെസിക്കയുടെ ശരീരം കട്ടിലിൽ നിന്ന് ഒരടി വായുവിൽ ഉയർന്നു. അതേ നിമിഷം മുറിയുടെ മൂലയിലുണ്ടായിരുന്ന ഇരുനൂറ് കിലോയോളം ഭാരമുള്ള ഈട്ടിയുടെ അലമാര ഒരു കളിപ്പാട്ടം പോലെ എന്റെ നേർക്ക് പാഞ്ഞുവന്നു. ദൈവകൃപ ഒന്നുകൊണ്ട് മാത്രമാണ് ഞാനന്ന് രക്ഷപ്പെട്ടത്.'

പ്രകൃത്യാതീതമായ ശക്തി. ഫയലിലെ വിവരങ്ങൾ സംശയത്തിന് ഇടനൽകാത്തവിധം വ്യക്തമായിരുന്നു. ഇതൊരു പൈശാ

ചികബാധ തന്നെയാണ്. പക്ഷെ എന്റെ ചോദ്യം അതായിരുന്നില്ല, എന്നെയെന്തിന് ഇതിലേക്ക് വലിച്ചിഴയ്ക്കുന്നു എന്നായിരുന്നു.

'ഇത് ഗൗരവമുള്ള കേസ് തന്നെ, തിരുമേനീ,' ഞാൻ ഫയൽ അടച്ചുവെച്ചുകൊണ്ട് പറഞ്ഞു. 'പക്ഷെ, രൂപതയിൽ ഭൂതോച്ചാടനത്തിൽ പരിശീലനം ലഭിച്ച മറ്റ് വൈദികരുണ്ടല്ലോ. എന്നെക്കാൾ ചെറുപ്പവും ആരോഗ്യവുമുള്ളവർ.'

'ഉണ്ട്, സഖറിയാ,' ബിഷപ്പ് എന്റെ കണ്ണുകളിലേക്ക് നോക്കി. 'അവർ ധൈര്യശാലികളാണ്. പക്ഷെ അവർ ഈ ശത്രുവിനെ മുൻപ് കണ്ടിട്ടില്ല. നീ കണ്ടിട്ടുണ്ട്.'

അദ്ദേഹം ഒന്ന് നിർത്തി. 'ഫാദർ കുര്യന്റെ റിപ്പോർട്ടിലെ അവസാന ഭാഗം നീ ശ്രദ്ധിച്ചില്ല.'

ഞാൻ റിപ്പോർട്ടിലേക്ക് വീണ്ടും നോക്കി. ആ താളിലെ വാക്കുകൾ എന്റെ കണ്ണുകൾക്ക് മുന്നിൽ വിറയ്ക്കുന്നതുപോലെ തോന്നി. അവസാനത്തെ വാചകങ്ങൾ ഇങ്ങനെയായിരുന്നു: 'അലമാര എന്റെ ദേഹത്ത് തട്ടുന്നതിന് മുൻപ് ആ ശക്തി പിൻവാങ്ങി.

ജെസിക്കയുടെ ചുണ്ടുകളിൽ ഒരു പുച്ഛച്ചിരിയുണ്ടായിരുന്നു. അവൾ എന്റെ ചെവിയിൽ ഇങ്ങനെ മന്ത്രിച്ചു: 'നീ വെറുമൊരു തുടക്കക്കാരൻ. ഞാൻ കാത്തിരിക്കുന്ന വൈദ്യൻ നീയല്ല'.'

എന്റെ രക്തം തണുത്തുറഞ്ഞുപോയി. എന്റെ ശ്വാസം ഒരു നിമിഷം നിലച്ചു. 'വൈദ്യൻ'. ആ ഒരൊറ്റ വാക്ക്. ഇരുപത് വർഷങ്ങൾ മാഞ്ഞുപോയതുപോലെ. ലിഡിയയുടെ അവസാന നിമിഷങ്ങളിൽ ഞാൻ കേട്ട ആ പരിഹാസം. അതേ ശബ്ദം. അതേ പുച്ഛം. അസ്രാ-ഏൽ. അവൻ മടങ്ങിവന്നിരിക്കുന്നു.

'കണ്ടോ സഖറിയാ?' ബിഷപ്പ് പറഞ്ഞു. 'ഇതൊരു സാധാരണ കേസല്ല. ഇത് യാദൃശ്ചികവുമല്ല. ഇരുപത് വർഷങ്ങൾക്കിപ്പുറം, അതേ തിന്മ വീണ്ടും വന്നിരിക്കുന്നു. അത് നിന്നെ പേരെടുത്ത് വിളിക്കുകയാണ്. അതൊരു വെല്ലുവിളിയാണ്. അതൊരു കെണിയാണ്. എനിക്കറിയാം. പക്ഷെ, ആ പെൺകുട്ടിയുടെ ആത്മാവ് അപകടത്തിലാണ്.'

ഞാൻ തളർന്ന് കസേരയിലേക്ക് ചാരി. എന്റെ തല കറങ്ങുന്നുണ്ടായിരുന്നു. ഇത് പ്രതികാരമാണ്. എന്നോടുള്ള പ്രതികാരം. ഞാൻ ഓടിയൊളിച്ച ഭൂതകാലം എന്നെ വേട്ടയാടാൻ വീണ്ടും വന്നിരിക്കുന്നു.

'എനിക്ക് കഴിയില്ല, തിരുമേനീ,' എന്റെ ശബ്ദം ഇടറി. 'അന്ന് ഞാൻ പരാജയപ്പെട്ടതാണ്. എന്റെ അഹങ്കാരം കൊണ്ട് ഞാനൊരു ആത്മാവിനെ നഷ്ടപ്പെടുത്തി. ഇത്തവണയും...'

'ഇത്തവണ നീ ഒറ്റയ്ക്കല്ല,' ബിഷപ്പിന്റെ ശബ്ദം ദൃഢമായി. 'നിന്റെ കൂടെ എന്റെ പ്രാർത്ഥനകളുണ്ട്. രൂപത മുഴുവൻ പ്രാർത്ഥിക്കും. പക്ഷെ, ആ യുദ്ധമുഖത്ത് നിൽക്കാൻ എനിക്ക് നിന്നെയാണ് ആവശ്യം. കാരണം, നിനക്ക് ആ ശത്രുവിന്റെ തന്ത്രങ്ങൾ അറിയാം. അവന്റെ ശക്തിയല്ല, അവന്റെ കുടിലതയാണ് ഏറ്റവും വലിയ ആയുധമെന്ന് നിനക്കറിയാം. നിന്റെ പരാജയമാണ് ഇപ്പോൾ നിന്റെ ഏറ്റവും വലിയ ശക്തി, സഖറിയാ. നിന്റെ വിനയമാണ് നിന്റെ പുതിയ പരിച.'

അദ്ദേഹത്തിന്റെ വാക്കുകൾ എന്റെ ഹൃദയത്തിലേക്ക് തുളച്ചുകയറി. വിനയം... ഇരുപത് വർഷമായി ഞാൻ അഭ്യസിക്കാൻ ശ്രമിക്കുന്ന പുണ്യം. എന്റെ പരാജയത്തിന്റെ ചാരത്തിൽ നിന്ന് ഞാൻ നേടിയെടുത്ത ഒരേയൊരു നിധി.

ഞാൻ ഒന്നും മിണ്ടിയില്ല. എന്റെ നിശ്ശബ്ദത ഒരു സമ്മതമായി അദ്ദേഹം കണക്കാക്കി. അദ്ദേഹം ആ ഫയൽ എന്റെ നേരെ നീക്കി. ഞാൻ വിറയ്ക്കുന്ന കൈകളോടെ അതെടുത്തു. അതൊരു വിധിയുടെ പുസ്തകംപോലെ എനിക്ക് തോന്നി. ഇരുപത് വർഷം മുൻപ് അടച്ചുവെച്ച അധ്യായം, ദൈവം തന്നെ വീണ്ടും തുറന്നിരിക്കുന്നു.

4

2024, സെപ്റ്റംബർ 2, തിങ്കൾ (പ്രഭാതം)

പാലയ്ക്കൽ തറവാട്

ബിഷപ്പ് ഹൗസിൽ നിന്ന് മടങ്ങിയ ഞാൻ നേരെ പോയത് പാലയ്ക്കൽ കുടുംബത്തിന്റെ ഇടവക പള്ളിയിലെ ഗസ്റ്റ് ഹൗസിലേക്കായിരുന്നു. ആ കുടുംബത്തോടൊപ്പം താമസിക്കുന്നത് എന്റെ നിഷ്പക്ഷമായ നിരീക്ഷണങ്ങളെ ബാധിച്ചേക്കാം എന്നതിലുപരി അസ്രാ-ഏലുമായി മുഖാമുഖം നിൽക്കുന്നതിന് മുൻപ് ആത്മീയ ഒരുക്കം എനിക്ക് ആവശ്യമായിരുന്നു. അവിടെ ഇന്നലെ മുഴുവനും ഞാൻ പ്രാർത്ഥനയ്ക്കും ഉപവാസത്തിനുമായി ചെലവഴിച്ചു.

ഒരു ഭൂതോച്ചാടകൻ യുദ്ധത്തിന് തയ്യാറെടുക്കുന്ന സൈനികനെപ്പോലെയാണ്. എന്റെ ആയുധങ്ങൾ പ്രാർത്ഥനയും തിരുവചനങ്ങളുമാണ്. ഇരുപത് വർഷമായി ഉറങ്ങിക്കിടന്ന എന്റെ ആത്മീയ കവചങ്ങൾ ഞാൻ വീണ്ടും അണിയുകയായിരുന്നു. ലിഡിയയുടെ കാര്യത്തിൽ സംഭവിച്ചതുപോലെ എന്റെ അഹങ്കാരം എനിക്ക് വിനയാകരുത്. ദൈവത്തിന്റെ ശക്തി മാത്രമായിരിക്കണം എന്റെ ആശ്രയം എന്ന് ഞാൻ വീണ്ടും വീണ്ടും ഉറപ്പിച്ചു. എന്നാൽ ഈ ഒരുക്കം ഒരു ദിവസത്തിനപ്പുറം നീട്ടിക്കൊണ്ടുപോകാനും എനിക്ക് കഴിയില്ലായിരുന്നു. കാരണം ജെസിക്കയുടെ ആത്മാവ് അപകടത്തിലാണ്. ഓരോ നിമിഷവും വിലപ്പെട്ടതാണ്.

അങ്ങനെയാണ് ഇന്ന് പാലയ്ക്കലേക്കുള്ള യാത്രയിൽ ഞാൻ ആ ഫയൽ വീണ്ടും തുറന്നത്. ഇത്തവണ ഒരു രോഗിയുടെ കേസ് സ്റ്റഡി പഠിക്കുന്ന ഡോക്ടറുടെ സൂക്ഷ്മതയോടെയായിരുന്നു ഞാൻ ഓരോ വരിയും വായിച്ചത്. ഇരുപത് വർഷം മുൻപ് എനിക്ക് ഇല്ലാതിരുന്നതും എന്നാൽ ഇപ്പോൾ ഞാൻ നേടിയെടുത്തതുമായ ഒന്നായിരുന്നു ആ സൂക്ഷ്മത. ഡോക്ടർ ചെറിയാന്റെ റിപ്പോർട്ടിലെ വാക്കുകൾ, ഫാദർ മാത്യുവിന്റെയും ഫാദർ കുര്യന്റെയും ഭയാനകമായ അനുഭവങ്ങൾ... ഇവയെല്ലാം ശത്രുവിന്റെ പ്രവർത്തനരീതിയുടെ വ്യക്തമായ ചിത്രം എനിക്ക് നൽകി.

അത് ഓരോരുത്തരെയും ആക്രമിച്ചത് അവരുടെ ഏറ്റവും വലിയ ബലഹീനതകൾ ഉപയോഗിച്ചായിരുന്നു. യുവവൈദികരുടെ വിശ്വാസത്തെയും അനുഭവപരിചയമില്ലായ്മയെയും അത് പരിഹസിച്ചു. ഡോക്ടറുടെ യുക്തിയെ അത് നിശ്ശബ്ദമാക്കി. ഇരുപത് വർഷം മുൻപ് ഞാൻ നേരിട്ട കുടില ബുദ്ധിശാലിയായ അതേ പിശാച്. ഈ ശത്രുവിനെ എനിക്കറിയാം. അതിന്റെ പ്രവർത്തനരീതികൾ എനിക്ക് പരിചിതമാണ്. പക്ഷെ, ഇരുപത് വർഷങ്ങൾ ഒരുപാട് കാലമാണ്. ഈ കാലയളവിൽ ഞാൻ മാറിയിരിക്കുന്നു...

പക്ഷെ അതുപോലെ അവനും മാറിയിട്ടുണ്ടാകുമോ?

അതോ, എന്റെ പഴയ മുറിവുകളിൽത്തന്നെ പ്രഹരിക്കാനായിരിക്കുമോ അവൻ കാത്തിരിക്കുന്നത്? കണ്ണുകൾക്ക് കാണാൻ കഴിയാത്തതിനെ മനസ്സ് ഭയക്കുമ്പോഴാണ് മനുഷ്യൻ ദൈവത്തെ വിളിക്കുന്നത്. ഞാൻ കണ്ണുകളടച്ച് പ്രാർത്ഥിച്ചു. 'കർത്താവേ, എന്റെ കഴിവിലല്ല, അങ്ങയുടെ ശക്തിയിൽ ഞാൻ ആശ്രയിക്കുന്നു. എന്റെ ബുദ്ധിയിലല്ല, അങ്ങയുടെ ജ്ഞാനത്തിൽ ഞാൻ ശരണം തേടുന്നു.'

പാലാ പട്ടണം പിന്നിട്ട് പ്രധാന പാതയിൽ നിന്ന് ഇടുങ്ങിയ ടാർ റോഡിലേക്ക് ഓട്ടോറിക്ഷ തിരിഞ്ഞപ്പോൾ മുതൽ ഭൂപ്രകൃതി മാറുന്നത് ഞാനറിഞ്ഞു. റബ്ബർ മരങ്ങൾ ഇടതൂർന്നു വളർന്നുനിന്ന ആ വഴിക്ക് ഒരുതരം മയക്കമുണ്ടായിരുന്നു. അതുവരെ കേട്ടിരുന്ന വാഹനങ്ങളുടെ ഇരമ്പൽ നിലച്ചു. ഇലകൾക്കിടയിലൂടെ അരിച്ചെത്തിയ വെളിച്ചം റോഡിൽ നിഴലുകളുടെ ചിത്രപ്പണി തീർത്തു. ജനവാസം കുറഞ്ഞ പ്രദേശം. ഇടയ്ക്കിടെ കണ്ട വീടുകൾക്കെല്ലാം വലിയ മതിലുകളുണ്ടായിരുന്നു. അവ പുറംലോകത്തുനിന്ന് എന്തോ ഒന്ന് മറച്ചുപിടിക്കാൻ ശ്രമിക്കുന്നതുപോലെ. അന്തരീക്ഷത്തിൽ പക്ഷികളുടെ ശബ്ദം നേർത്തുനേർത്ത് ഇല്ലാതായി. പതിയെ പതിയെ ജീവന്റെ തുടിപ്പില്ലാത്ത നിശ്ശബ്ദത ആ പ്രദേശത്തെയാകെ പൊതിഞ്ഞു. വായുവിന് കനം വെച്ചതുപോലെ എനിക്ക് തോന്നി.

ഏകദേശം ഒരു കിലോമീറ്റർ കഴിഞ്ഞപ്പോൾ വഴിയുടെ വലതുവശത്തായി പുരാതനമായ ഒരു പടിപ്പുര ഞാൻ കണ്ടു. അതിന് പക്ഷേ ഗേറ്റുണ്ടായിരുന്നില്ല. രണ്ട് വലിയ കരിങ്കൽ തൂണുകൾ കാലത്തിന്റെ മുറിപ്പാടുകളേറ്റുവാങ്ങി ആകാശത്തേക്ക് നോക്കിനിന്നു. അതിലൊന്നിൽ പായൽ പിടിച്ച അക്ഷരങ്ങളിൽ ഇങ്ങനെ കൊത്തിവെച്ചിരുന്നു: 'പാലയ്ക്കൽ'.

ഓട്ടോറിക്ഷയുടെ ശബ്ദം കേട്ടിട്ടാവണം നാൽപ്പത് വയസ്സിനടുത്ത് പ്രായമുള്ള ഒരു മനുഷ്യൻ പടിപ്പുര കടന്ന് പുറത്തേക്ക് വന്നു. ഓട്ടോറിക്ഷ നിർത്തിയതും അയാൾ എന്നെ സഹായിക്കാനായി അരികിലേക്കെത്തി.

'വട്ടക്കുന്നേലച്ചനാണോ?' അയാൾ ബഹുമാനത്തോടെ ചോദിച്ചു.

'അതെ.'

'ഞാൻ തോമസ്,' അയാൾ സ്വയം പരിചയപ്പെടുത്തി. എന്റെ ചെറിയ ബാഗ് അയാൾ വാങ്ങി. അയാളുടെ മുഖത്ത് ആദരവും സ്നേഹവും ഒരുപോലെ നിഴലിച്ചിരുന്നു. പക്ഷെ ആ കണ്ണുകളുടെ ആഴങ്ങളിൽ ദിവസങ്ങളായി ഉറങ്ങിയിട്ടില്ലാത്ത ഒരാളുടെ ക്ഷീണവും അടക്കിപ്പിടിച്ച ഭയവുമുണ്ടായിരുന്നു. അയാൾ യുദ്ധക്കള

ത്തിൽ ഒറ്റപ്പെട്ടുപോയ സൈനികനെപ്പോലെയായിരുന്നു.

ഞാൻ ഓട്ടോറിക്ഷക്കാരനെ പറഞ്ഞുവിട്ടു. ആ പഴയ വാഹനം തിരികെ പോയതോടെ നിശ്ശബ്ദത വീണ്ടും കനത്ത പുതപ്പുപോലെ ഞങ്ങളെ പൊതിഞ്ഞു. സാധാരണ ഗ്രാമങ്ങളിൽ കേൾക്കാറുള്ള പക്ഷികളുടെ ശബ്ദമോ കുട്ടികളുടെ ബഹളമോ ഒന്നും അവിടെയുണ്ടായിരുന്നില്ല എന്നത് എന്നെ ഏറെ അതിശയിപ്പിച്ചു.

ഞങ്ങൾ നടന്നുനീങ്ങുമ്പോൾ തോമസിന്റെ ഫോൺ ശബ്ദിച്ചു. അവൻ അസ്വസ്ഥതയോടെ അത് നോക്കി. 'സോറി അച്ചാ, അത്യാവശ്യ കോളാണ്,' അവൻ പറഞ്ഞു. അവൻ മാറിനിന്ന് സം

സാരിക്കുമ്പോൾ ഞാൻ അവനെ ശ്രദ്ധിച്ചു. അവന്റെ ശബ്ദം താഴ്ന്നതായിരുന്നു, എങ്കിലും 'പണം', 'കരാർ' എന്നീ വാക്കുകൾ എനിക്ക് കേൾക്കാമായിരുന്നു. ആ സംഭാഷണം അവനെ കൂടുതൽ അസ്വസ്ഥനാക്കുന്നത് ഞാൻ കണ്ടു. വെറുമൊരു ബിസിനസ്സ് കോളിനപ്പുറം എന്തോ ഒന്ന് അതിലുണ്ടായിരുന്നു.

പടിപ്പുര കടന്ന് അകത്തേക്കുള്ള വഴിയിൽ ചരൽ വിരിച്ചിരുന്നു. ഇരുവശത്തും ഇപ്പോൾ ആരും ശ്രദ്ധിക്കാനില്ലാത്ത പൂന്തോട്ടം കാടുപിടിച്ചു തുടങ്ങിയിരുന്നു. അവയ്ക്ക് നടുവിലായി ആ ചരൽവഴിയുടെ അങ്ങേത്തലയ്ക്കൽ ആ വലിയ വീട് തലയുയർത്തി നിൽക്കുന്നുണ്ടായിരുന്നു. അതൊരു വീട് എന്നതിലുപരി കാലഘട്ടത്തിന്റെ അടയാളമായിരുന്നു. രണ്ട് നിലകളുള്ള ഓട് പാകിയ തടിപ്പണികൾ ധാരാളമുള്ള പുരാതന നിർമ്മിതി. കാലാനുസൃതമായ പുതുക്കിപ്പണിയലുകൾ അതിന്റെ നൂറ്റാണ്ടുകളുടെ പഴക്കത്തെ മറച്ചുപിടിച്ചിരുന്നു. അതുകൊണ്ടായിരിക്കണം കാലപ്പഴക്കത്തിന് അതിന്റെ പ്രൗഢിക്ക് ചെറിയൊരു മങ്ങൽ പോലും ഏൽപ്പിക്കാനാകാതിരുന്നത്. എങ്കിലും ആ വീടിന് ഒരുതരം ഏകാന്തതയുണ്ടായിരുന്നു. ഒരുപാട് രഹസ്യങ്ങൾ സൂക്ഷിക്കുന്ന സ്ഥലത്തിന്റെ നിശബ്ദത. അത് എന്നെ രഹസ്യമായി നിരീക്ഷിക്കുന്നതുപോലെ എനിക്ക് തോന്നി.

ഞങ്ങൾ വരുന്നത് കണ്ടിട്ടാകണം ഒരു സ്ത്രീ വരാന്തയിലേക്ക് ഇറങ്ങിവന്നു. അത് തോമസിന്റെ ഭാര്യ അനിതയാണെന്ന് ഞാൻ ഊഹിച്ചു. അവരുടെ മുഖത്ത് പരിഭ്രമമുണ്ടായിരുന്നു. എന്റെ സാന്നിധ്യം അവർക്ക് ആശ്വാസമാകേണ്ടതിന് പകരം തങ്ങളുടെ കുടുംബത്തിലെന്തോ കുഴപ്പമുണ്ടെന്ന് പുറംലോകം അറിഞ്ഞതിലുള്ള ജാള്യതയായിരുന്നു ആ മുഖത്ത്. അവർ കൈകൂപ്പി ചെറുതായി പുഞ്ചിരിക്കാൻ ശ്രമിച്ചു. ആ പുഞ്ചിരി അവരുടെ കണ്ണുകളിൽ എത്തിയില്ല. അവരുടെ ചലനങ്ങൾ യാന്ത്രികമായിരുന്നു.

'ഈശോമിശിഹായ്ക്ക് സ്തുതിയായിരിക്കട്ടെ, അകത്തേക്ക് വന്നാലും.' അവർ ക്ഷണിച്ചു.

വീടിനകത്തേക്ക് കാലെടുത്തുവെച്ചപ്പോൾ പുറത്തെ ചൂടിൽ നിന്ന് പെട്ടെന്നൊരു ആശ്വാസം തോന്നി. പക്ഷേ ആ ആശ്വാസം ഏതാനും നിമിഷങ്ങൾ മാത്രമേ നീണ്ടുനിന്നുള്ളൂ. അകത്ത് പ്രതീക്ഷിച്ചതിനേക്കാൾ അധികം തണുപ്പായിരുന്നു. ഉയർന്ന മരത്തട്ടുകളും കാർപ്പറ്റ് പാകിയ നിലവും ആ തണുപ്പിന് കാരണമായിരിക്കാം. പക്ഷെ, ഇത് കേവലം വെയിലില്ലാത്തതിന്റെ തണുപ്പല്ല. അതൊരു മരവിപ്പായിരുന്നു. ആത്മാവില്ലാത്ത ഒരിടത്തിന്റെ മരവിപ്പ്.

വലിയൊരു സ്വീകരണമുറി. പഴമയുടെ ഗന്ധമുള്ള ഫർണിച്ച

റുകൾ. ഭിത്തിയിൽ പൂർവ്വികരുടെ ബ്ലാക്ക് ആൻഡ് വൈറ്റ് ചിത്രങ്ങൾ നിരയായി തൂക്കിയിട്ടിരുന്നു. അവയ്ക്കൊപ്പം കാലം കൊണ്ട് മഞ്ഞിച്ച കടലാസിൽ കരികൊണ്ട് വരച്ചതുപോലുള്ള ചില രേഖാചിത്രങ്ങളും ഉണ്ടായിരുന്നു. അക്കൂട്ടത്തിൽ രണ്ടു പുരുഷന്മാർ ഒന്നിച്ചുനിൽക്കുന്ന ഒരു ചിത്രം എന്തുകൊണ്ടോ എന്റെ ശ്രദ്ധ ആകർഷിച്ചു. ഇരുവരുടെയും മുഖത്ത് തറവാടിന്റെ പ്രൗഢിയും അധികാരവുമുണ്ടായിരുന്നു. എന്നാൽ അവരുടെ കണ്ണുകളിൽ ദുഃഖം നിഴലിക്കുന്നതായി എനിക്ക് തോന്നി. സത്യത്തിൽ, ആ ഭിത്തിയിലെ എല്ലാ ചിത്രങ്ങൾക്കും ഒരേ ഭാവമാണെന്ന് ഞാൻ അപ്പോഴാണ് ശ്രദ്ധിച്ചത്. പുറമെ പ്രൗഢിയും ഉള്ളിൽ അടക്കിവെച്ച ദുഃഖവും.

അനിത അകത്തേക്ക് പോയി ഒരു ഗ്ലാസ്സ് നാരങ്ങാവെള്ളവുമായി തിരിച്ചുവന്നു. ഞാൻ അത് വാങ്ങി കസേരയിലിരുന്നു. തോമസ് എന്റെ എതിർവശത്തായി ഇരുന്നു. അനിത തോമസിന്റെ അടുത്ത് നിന്ന് മാറി കുറച്ചകലെയായി ഭിത്തിയോട് ചേർന്ന് നിന്നു. ആ കുടുംബത്തിനുള്ളിലെ അകലം ആ ഇരിപ്പിൽ വ്യക്തമായിരുന്നു.

'ബിഷപ്പ് കാര്യങ്ങളെല്ലാം പറഞ്ഞിരിക്കുമല്ലോ,' തോമസ് സംഭാഷണം തുടങ്ങി. അയാളുടെ ശബ്ദത്തിൽ കൃത്രിമമായ ധൈര്യമുണ്ടായിരുന്നു. 'അവൾക്ക് മാനസികമായ അസുഖം എന്തെങ്കിലും ആയിരിക്കും എന്നാണ് ഞങ്ങൾ ആദ്യം കരുതിയത്. ഡോക്ടർ ചെറിയാനെ കാണിച്ചു. പക്ഷെ...'

'റിപ്പോർട്ട് കണ്ടിരുന്നു,' ഞാൻ പറഞ്ഞു. 'ഇത് എന്ന് മുതലാണ് തുടങ്ങിയത്?'

'ഏകദേശം ആറുമാസം മുൻപ്,' അനിതയാണ് പതിഞ്ഞ ശബ്ദത്തിൽ മറുപടി പറഞ്ഞത്. 'ആദ്യം ചെറിയ മാറ്റങ്ങളായിരുന്നു കണ്ടത്. അവൾ ആരോടും സംസാരിക്കാതെയായി. മുറിയിൽ അടച്ചിരിക്കാൻ തുടങ്ങി. പിന്നെ... പിന്നെയാണ് വിചിത്രമായ കാര്യങ്ങൾ സംഭവിച്ചു തുടങ്ങിയത്.'

'ഞങ്ങൾക്ക് ഈ വീട് വിട്ട് എവിടെയെങ്കിലും മാറിത്താമസിക്കണമെന്ന് മെത്രാൻ തിരുമേനിയോട് ഞാൻ പറഞ്ഞിരുന്നു.' തോമസ് പറഞ്ഞു. 'സത്യത്തിൽ ഞങ്ങൾ ആ ശ്രമം നടത്തിയതാണ് അച്ചോ! കഴിഞ്ഞ മാസം ഇവിടെ നിന്ന് അധികം ദൂരെയല്ലാതെ ഒരു വാടകവീടെടുത്ത് ഞങ്ങൾ അങ്ങോട്ടേക്ക് മാറി നോക്കിയിരുന്നു. മാറ്റമുണ്ടാകുമെന്നാണ് ഞങ്ങൾ കരുതിയത്.' അവന്റെ ശബ്ദം ഇടറി.

'പക്ഷെ ഒരു വ്യത്യാസവുമുണ്ടായില്ല. ജെസിക്കയുടെ അസ്വസ്ഥതകൾ അവിടെയും തുടർന്നു. ചിലപ്പോൾ ഇവിടെയുണ്ടായിരുന്നതിനേക്കാൾ ഭീകരമായിരുന്നു അവിടുത്തെ രാത്രികൾ. രക്ഷ

പ്പെടാൻ ഒരിടമില്ലെന്ന് മനസ്സിലായപ്പോൾ ഞങ്ങൾ ഇങ്ങോട്ടേക്ക് തന്നെ മടങ്ങിവന്നു.'

'അതിനർത്ഥം... ഇത് വെറുമൊരു സ്ഥല ത്തെ ബാധിച്ചിരിക്കുന്ന തിന്മയല്ല. ഈ ശക്തി നിങ്ങളോടൊപ്പം സഞ്ചരിക്കുകയാണ്.'

അനിത ഞെട്ടലോടെ ചോദിച്ചു: 'സഞ്ചരി ക്കുകയോ?'

'അതെ,' ഞാൻ ദൃഢമായി പറ ഞ്ഞു. 'കേവലം ഒരു വസ്തുവിനെ ബാ ധിക്കുന്നതിനേക്കാൾ വലിയൊരു ശ ക്തിയെയാണ് നിങ്ങൾ നേരിടുന്നത്. ഇത് കുടുംബത്തെയും വ്യക്തികളെ യും ലക്ഷ്യം വെച്ചുള്ള പീഡനമാണ്. അതുകൊണ്ടാണ് നിഴലുപോലെ അ ത് നിങ്ങളെ വിടാതെ പിൻതുടരുന്ന ത്.'

എന്റെ വാക്കുകൾ വിധിപ്രഖ്യാപ നം പോലെ ആ മുറിയിൽ തങ്ങിനിന്നു. അതായിരുന്നു അവരുടെ യഥാർത്ഥ തടവറ. അവർ എവിടെപ്പോയാലും പി ന്തുടരുന്ന അതിരുകളില്ലാത്ത ആത്മീ യ ബന്ധനം. തോമസിന്റെ മുഖത്തെ പ്രതീക്ഷയുടെ അവസാനത്തെ വെ ളിച്ചവും അണഞ്ഞുപോയി.

'മോളെവിടെ?' ഞാൻ ചോദിച്ചു.

'മുറിയിലുണ്ട്. ഞാൻ വിളിക്കാം,' അനിത പറഞ്ഞു. അവർ അകത്തേ ക്ക് നടന്നു. ആ നിമിഷം ആ വീടിന്റെ സ്വഭാവത്തിന് പുതിയൊരു അർത്ഥം കൈവരുന്നതായി എനിക്ക് തോന്നി. അത് ശാന്തമായിരുന്നെങ്കിലും ഭയ ത്തിന്റെ അടരുകൾ അവിടെ തിങ്ങി നിറഞ്ഞിരുന്നു.

അപ്പോഴേക്കും അവൾ കടന്നുവന്നു. അകത്തെ ഇടനാഴിയിൽ നിന്ന് സ്വീകരണമു റിയുടെ വെളിച്ചത്തിലേക്ക് നടന്നു വന്ന ആ പെൺകുട്ടിയെ ഞാൻ ഒറ്റനോട്ടത്തിലേ ശ്രദ്ധിച്ചു. ലളിതമായ വെള്ള ചുരിദാറായിരു ന്നു വേഷം. പിന്നിയിട്ട നീണ്ട കറുത്ത മുടി

യുടെ ഒരു ഭാഗം മുൻപിലേക്ക് വീണുകിടന്നിരുന്നു. കഴുത്തിലെ ചെറിയ വെള്ളി കുരിശ് മാലയിൽ കിടന്നു തിളങ്ങി.

അവൾ മുഖമുയർത്തി എന്നെ ഉറ്റുനോക്കി. ആ നിമിഷം ഞാൻ അറിയാതെ ശ്വാസമടക്കിപ്പിടിച്ചുപോയി. ഭയം പ്രതീക്ഷിച്ച ആ കണ്ണുകളിൽ ഞാൻ കണ്ടത് അഗാധമായ ശാന്തതയായിരുന്നു. ലോകത്തിലെ ഒരു മാലിന്യത്തിന്റെയും സ്പർശനമേൽക്കാത്ത നീരുറവപോലെ തെളിഞ്ഞ കണ്ണുകൾ. പ്രായത്തിൽ കവിഞ്ഞ പക്വത ആ നോട്ടത്തിലുണ്ടായിരുന്നു. ബിഷപ്പ് പറഞ്ഞ വാക്കുകൾ എത്ര ശരിയായിരുന്നുവെന്ന് ഞാൻ ഓർത്തു. ഇവളൊരു സാധാരണ പെൺകുട്ടിയല്ല. ഇവളുടെയുള്ളിൽ ദൈവകൃപയുടെ വലിയ വെളിച്ചമുണ്ട്. പക്ഷെ, കുഴൽക്കിണറിലെ ജലപ്രതലത്തിന് താഴെ ആഴങ്ങളിൽ കുമിഞ്ഞു കൂടുന്ന ഇരുട്ടുപോലെ അവളുടെ പ്രസന്നതയ്ക്കു പിന്നിൽ മറ്റെന്തോ ഒളിഞ്ഞിരിക്കുന്നത് ഞാനറിഞ്ഞു.

'ജെസിക്ക,' തോമസ് അവളെ പരിചയപ്പെടുത്തി.

അവൾ എന്നെ നോക്കി ചെറുതായി പുഞ്ചിരിച്ചു. ആ പുഞ്ചിരിയിൽ അനിതയിൽ കണ്ട കൃത്രിമത്വം ഉണ്ടായിരുന്നില്ല. അതൊരു പ്രാർത്ഥന പോലെ നിർമ്മലമായിരുന്നു. ആ നിമിഷം, ബിഷപ്പ് ഹൗസിൽ വെച്ച് ഞാൻ ഓർത്ത കാര്യം ശരിയാണെന്ന് എനിക്ക് ബോധ്യമായി. അതെ, തിന്മ എപ്പോഴും ആദ്യം ലക്ഷ്യം വെക്കുന്നത് നന്മയുടെ പക്ഷത്തുള്ളവരെയാണ്.

അവൾ എന്റെ അടുത്തേക്ക് വന്ന് എന്റെ കൈയ്യിലെ ഒഴിഞ്ഞ ഗ്ലാസ് വാങ്ങാനായി കൈ നീട്ടി. അവളുടെ വിരലുകൾ എന്റെ വിരലിൽ സ്പർശിച്ച ആ ഒരൊറ്റ നിമിഷം, ഒരു സൂചിമുന കൊള്ളുന്നതുപോലെ തണുപ്പ് എന്റെ സിരകളിലൂടെ പാഞ്ഞുപോയി. അവളുടെ ശാന്തമായ മുഖവുമായി ആ സ്പർശനത്തിന് ഒരു ബന്ധവുമില്ലായിരുന്നു. അവളിലുള്ള അദൃശ്യമായ പൈശാചിക സാന്നിധ്യത്തിന്റെ മുദ്രയായിരുന്നു അത്.

അതേ നിമിഷം എന്റെ ബോധത്തിലേക്ക് എന്റേതല്ലാത്ത ശബ്ദത്തിൽ, ഒരു തണുത്ത ചിരിയോടെ ആ വാക്കുകൾ തുളച്ചുകയറി:

'വൃദ്ധൻ...'

'നീ വരുമെന്ന് എനിക്കറിയാമായിരുന്നു.'

അതൊരു അടക്കംപറച്ചിലായിരുന്നു. പുച്ഛം നിറഞ്ഞ ഒന്ന്. ഞാൻ ഞെട്ടി അവളെ നോക്കി. അവളുടെ മുഖത്ത് അതേ നിർമ്മലമായ പുഞ്ചിരി. അവളൊന്നും അറിഞ്ഞിരുന്നില്ല. പക്ഷെ, എനിക്കൊരു കാര്യം ഉറപ്പായിരുന്നു. എന്റെ ശത്രു, അസ്രാ-ഏൽ, എന്നെ സ്വാഗതം ചെയ്തിരിക്കുന്നു.

H.Harish

5

2024, സെപ്റ്റംബർ 2, തിങ്കൾ (ഉച്ചയ്ക്ക്)

പാലയ്ക്കൽ തറവാട്

ജെസിക്ക ഗ്ലാസ്സുമായി തിരികെ അടുക്കളയിലേക്ക് നടന്നു പോയി. ഞാൻ അവളെത്തന്നെ ഉറ്റുനോക്കുകയായിരുന്നു. അവൾ ആ വീടിന്റെ ഹൃദയമായിരുന്നു, ആ കുടുംബത്തിന്റെ ആത്മീയമായ അച്ചുതണ്ടായിരുന്നു. എനിക്ക് പെട്ടെന്ന് ഒന്നുറപ്പായി, ഇവിടെ നടക്കുന്ന പോരാട്ടം ഈ പെൺകുട്ടിയുടെ ആത്മാവിന് വേണ്ടിയുള്ളതാണ്. ശാന്തമെന്ന് തോന്നിയ ആ അന്തരീക്ഷത്തിൽ യുദ്ധം തുടങ്ങിക്കഴിഞ്ഞിരുന്നു.

അവൾ നടന്നു മറഞ്ഞപ്പോൾ ഞാൻ ദീർഘനിശ്വാസമെടുത്തു. എന്റെ കൈകൾ അപ്പോഴും ചെറുതായി വിറയ്ക്കുന്നുണ്ടായിരുന്നു. മനസ്സിൽ ആ ഭീകരശബ്ദം വീണ്ടും മുഴങ്ങി. 'വൃദ്ധൻ'.

ബിഷപ്പ് ഹൗസിൽ വെച്ച് ഞാൻ ഭയന്നതുപോലെ തന്നെ സംഭവിച്ചിരിക്കുന്നു. അവൻ എന്നെ തിരിച്ചറിഞ്ഞിരിക്കുന്നു. ആ ഒരൊറ്റ വാക്കിലൂടെ അവൻ എന്നെ വെല്ലുവിളിച്ചിരിക്കുകയാണ്. പക്ഷെ, ആ വെളിപ്പെടുത്തലിന് ശേഷം അവൻ വീണ്ടും ആ പെൺകുട്ടിയുടെ നിഷ്കളങ്കതയ്ക്ക് പിന്നിൽ ഒളിച്ചിരിക്കുന്നു എന്നത് എന്നെ കൂടുതൽ അസ്വസ്ഥനാക്കി.

'അച്ചോ...?'

തോമസിന്റെ ശബ്ദമാണ് എന്നെ ചിന്തകളിൽ നിന്നുണർത്തിയത്. എന്റെ മുഖത്തെ ഭാവമാറ്റം അവൻ ശ്രദ്ധിച്ചിരിക്കുന്നു.

'ഒന്നുമില്ല,' ഞാൻ പെട്ടെന്ന് സ്വയം നിയന്ത്രിച്ചു. 'യാത്രാക്ഷീണം കൊണ്ടാകാം.' ശത്രുവിനെ ഞാൻ തിരിച്ചറിഞ്ഞുവെന്നത് എന്റെ മുഖഭാവത്തിൽ വരാതിരിക്കാൻ ഞാൻ പാടുപെട്ടു.

'അച്ചൻ ഭക്ഷണമൊന്നും കഴിച്ചില്ലല്ലോ. വരൂ, കഴിക്കാം,' തോമസ് ക്ഷണിച്ചു. എന്റെ പ്രതികരണത്തെക്കുറിച്ചുള്ള ഭയം അവന്റെ ശബ്ദത്തിൽ നിഴലിച്ചിരുന്നു.

ഊണുമേശയ്ക്ക് ചുറ്റും അവർ തയ്യാറായി നിന്നു. എല്ലാവരും കണ്ണുകളടച്ചു. ഞാൻ ഭക്ഷണത്തിനുള്ള ആശീർവാദ പ്രാർത്ഥന ചൊല്ലിത്തുടങ്ങി. 'പിതാവിനും പുത്രനും... അങ്ങയുടെ ദാനമായ ഈ ആഹാരം...'

ശിരസ്സ് കുനിച്ച് പ്രാർത്ഥിക്കുമ്പോഴും എന്റെ ആത്മീയനേത്രങ്ങൾ അവരെ നിരീക്ഷിക്കുകയായിരുന്നു. തോമസിന് പ്രാർത്ഥനയിൽ ശ്രദ്ധയുണ്ടായിരുന്നില്ല; അവന്റെ മനസ്സ് മറ്റെവിടെയോ ആയിരുന്നു. അനിതയുടെ വിരലുകൾ പരസ്പരം കോർത്തുപിടിച്ച് വിറയ്ക്കുന്നുണ്ടായിരുന്നു.

ഞാൻ കൂടുതൽ ശ്രദ്ധിച്ചത് ജെസിക്കയെയായിരുന്നു. അവൾ കണ്ണുകളടച്ചിരുന്നു. പ്രാർത്ഥനകൾ ഉരുവിടുമ്പോഴും അവളുടെ മുഖത്ത് എന്തെന്നില്ലാത്ത പിരിമുറുക്കമുണ്ടായിരുന്നു. നെറ്റി ചെറുതായി ചുളിഞ്ഞിരുന്നു. ഇടയ്ക്ക് വേദന കടിച്ചമർത്തുന്നതുപോലെ അവൾ ചുണ്ട് കടിച്ചുപിടിക്കുന്നത് ഞാൻ കണ്ടു. വിശുദ്ധ നാമങ്ങൾ ഉച്ചരിക്കപ്പെടുമ്പോൾ അവളുടെ ശരീരം ചെറുതായി ഒന്നു വിറച്ചു. അതൊരു തണുപ്പിന്റെ വിറയലല്ല; അവളുടെയുള്ളിൽ സംഘർഷം നടക്കുകയാണെന്ന് എനിക്ക് വ്യക്തമായി.

പ്രാർത്ഥന കഴിഞ്ഞ് ഞങ്ങൾ കസേരകളിലേക്കിരുന്നു. അനിത പലതരം വിഭവങ്ങൾ വിളമ്പിയെങ്കിലും ആർക്കും വിശപ്പുണ്ടായിരുന്നില്ല. കരിങ്കല്ലിന്റെ ഭാരമുള്ള നിശ്ശബ്ദത ഞങ്ങൾക്കിടയിൽ തങ്ങിനിന്നു.

'മോൾടെ പഠനമൊക്കെ എങ്ങനെ പോകുന്നു?' നിശ്ശബ്ദത ഭേദിക്കാൻ ഞാൻ ചോദിച്ചു. സാധാരണ വർത്തമാനങ്ങളിലൂടെ ആ കുട്ടിയുടെ മനസ്സ് അറിയാനായിരുന്നു എന്റെ ശ്രമം.

അവൾ മുഖമുയർത്തി. ക്ഷീണിച്ചതാണെങ്കിലും ആ കണ്ണുകളിൽ ഒരു തിളക്കമുണ്ടായിരുന്നു. 'കുഴപ്പമില്ല അച്ചോ... പരീക്ഷകൾ കഴിഞ്ഞു. റിസൾട്ട് വരാറായി.'

'അവൾക്ക് റാങ്കുണ്ടാകുമെന്ന് ടീച്ചർമാർ പറയുന്നു,' തോമസ് ഇടയ്ക്ക് കയറി പറഞ്ഞു. ആ ശബ്ദത്തിൽ ഒരച്ഛന്റെ അഭിമാനം നിറഞ്ഞുനിന്നിരുന്നു. 'ഇത്രയൊക്കെ ബുദ്ധിമുട്ടുകൾക്കിടയിലും അവൾ പഠിക്കാൻ മടികാണിച്ചിട്ടില്ല.'

ജെസിക്ക തോമസിനെ നോക്കി ഒന്ന് ചിരിച്ചു. ആ ചിരിയിൽ നിറഞ്ഞുനിന്നത് സ്നേഹമായിരുന്നു. തന്റെ അപ്പന്റെ സങ്കടം മാറ്റാൻ ശ്രമിക്കുന്ന മകളുടെ കരുതലായിരുന്നു അത്.

ആ കാഴ്ച എന്റെ നെഞ്ചിലൊരു വിങ്ങലായി. ഇത്രയും നിഷ്കളങ്കയായ ഇവളിൽ എങ്ങനെയാണ് ആ പിശാചിന് കുടിയേറാൻ കഴിഞ്ഞത്? സ്നേഹിക്കാൻ ആഗ്രഹിക്കുന്ന, സ്വപ്നങ്ങളുള്ള ഒരു സാധാരണ പെൺകുട്ടി. ഇവളെയാണ് അവൻ വേട്ടയാടുന്നത്.

ഭക്ഷണം കഴിഞ്ഞ് എല്ലാവരും എഴുന്നേറ്റു. ജെസിക്ക പോകാനൊരുങ്ങിയപ്പോൾ ഞാൻ അവളെ തടഞ്ഞു.

'മോളേ, എനിക്ക് കുറച്ചുനേരം സംസാരിക്കാനുണ്ടായിരുന്നു.' ഞാൻ സൗമ്യമായി പറഞ്ഞു.

അവൾ എന്നെ അമ്പരപ്പോടെ നോക്കി. അവളുടെ കണ്ണുകളിൽ ഭയം മിന്നിമറഞ്ഞു.

'നമുക്ക് വരാന്തയിലിരിക്കാം,' ഞാൻ പറഞ്ഞു.

ഉച്ചവെയിലിന്റെ ആലസ്യം വരാന്തയിൽ തങ്ങിനിന്നിരുന്നു. ദൂരെ റബ്ബർ മരങ്ങൾക്കിടയിലൂടെ പകൽ വെളിച്ചം അരിച്ചിറങ്ങി.

H. Harish

ഞങ്ങൾ അവിടെയുണ്ടായിരുന്ന ചൂരൽ കസേരകളിൽ ഇരുന്നു.

'പ്രാർത്ഥനയൊക്കെ നടക്കുന്നുണ്ടോ?' ഞാൻ വളരെ ലളിതമായി തുടങ്ങി.

അവൾ 'ഉവ്വ്' എന്ന് തലയാട്ടി.

'പ്രാർത്ഥിക്കുമ്പോൾ പഴയതുപോലെ ശ്രദ്ധ കിട്ടുന്നുണ്ടോ?'

ആ ചോദ്യം കേട്ടതും അവളുടെ മുഖഭാവം മാറി. അവൾ പെട്ടെന്ന് എന്റെ കണ്ണുകളിൽ നിന്ന് നോട്ടം മാറ്റി മുറ്റത്തെ വെളിച്ചത്തിലേക്ക് നോക്കി.

അവളുടെ വിരലുകൾ ചുരിദാറിന്റെ അറ്റത്ത് പിടിച്ചുവലിക്കുന്നത് ഞാൻ കണ്ടു.

'എന്താ മോളേ? അച്ചനോട് പറയാം. പേടിക്കേണ്ട.'

അവളുടെ കണ്ണുകൾ നിറഞ്ഞു. സ്വരം ഒരു മർമ്മരം പോലെ നേർത്തുപോയിരുന്നു. 'അച്ചോ, എനിക്ക്... എനിക്ക് പ്രാർത്ഥിക്കാൻ പറ്റുന്നില്ല.'

അവളുടെ വാക്കുകൾ മുറിഞ്ഞു. ഞാൻ ക്ഷമയോടെ കാത്തിരുന്നു.

'ഞാൻ ശ്രമിക്കുന്നുണ്ട്,' അവൾ തുടർന്നു. 'പക്ഷെ ഞാൻ കണ്ണടച്ച് കർത്താവിനെ ഓർക്കുമ്പോൾ... പരിശുദ്ധ അമ്മയെ ഓർക്കുമ്പോൾ... വളരെ മോശമായ ചിന്തകൾ എന്റെ മനസ്സിലേക്ക് വരും. ആരെങ്കിലും എന്റെ ചെവിയിൽ വൃത്തികെട്ട വാക്കുകൾ പറയുന്നതുപോലെ...'

അവൾ മുഖം പൊത്തി തേങ്ങിക്കരഞ്ഞുതുടങ്ങി.

'അത് സാരമില്ല,' ഞാൻ അവളെ ആശ്വസിച്ചു. 'അത് മോളുടെ ചിന്തകളല്ലെന്ന് മനസ്സിലാക്കിയാൽ മതി.'

അവൾ മുഖമുയർത്തി. 'അതെങ്ങനെ, അച്ചോ? അത് എന്റെ മനസ്സിലല്ലേ വരുന്നത്? ഞാനെത്ര വലിയ പാപിയാണ്. എന്റെ പ്രാർത്ഥന ദൈവം കേൾക്കുമോ?'

ഇതായിരുന്നു ശത്രുവിന് വേണ്ടിയിരുന്നത്. കുറ്റബോധം. ആത്മനിന്ദ. പ്രാർത്ഥനയിൽ നിന്നുള്ള അകൽച്ച. ഇത് സാധാരണ പ്രലോഭനമല്ല. ഇത് പൈശാചിക പീഡനത്തിന്റെ വ്യക്തമായ ലക്ഷണമായിരുന്നു. സാധാരണഗതിയിൽ പ്രലോഭനങ്ങൾ നമ്മുടെ ബലഹീനതകളെയാണ് ലക്ഷ്യം വെക്കുന്നത്. എന്നാൽ ഇതങ്ങനെയല്ല. ഇതൊരുതരം ആസൂത്രിതമായ ആക്രമണമാണ്. മനസ്സിനെ പുറത്തുനിന്ന് വിഷലിപ്തമാക്കാനുള്ള ശ്രമം. അവളുടെ ഏറ്റവും വലിയ ശക്തിയായ വിശുദ്ധിയെത്തന്നെയാണ് അത് ലക്ഷ്യം വെച്ചിരിക്കുന്നത്. അവളുടെ വിശുദ്ധിയുടെ കോട്ടയെ അകത്തുനിന്ന് തകർക്കാനുള്ള കുടിലമായ തന്ത്രം.

'മോളെ,' ഞാൻ ശാന്തമായി പറഞ്ഞു. 'ചിലപ്പോൾ യുദ്ധക്കളങ്ങളിൽ ശത്രുക്കൾ നമ്മുടെ പതാക മോഷ്ടിച്ച് വീശാറുണ്ട്. അത്

കാണുമ്പോൾ നമ്മുടെ സൈനികർ ആശയക്കുഴപ്പത്തിലാകും. അതുപോലെയാണ് ഇതും. ശത്രു മോളുടെ ചിന്തകളുടെ രൂപത്തിൽ വന്ന് സംസാരിക്കുകയാണ്. അത് മോളുടെ ശബ്ദമല്ല. അത് തിരിച്ചറിയുകയാണ് വേണ്ടത്. ആ ചിന്തകൾ വരുമ്പോൾ പരിഭ്രമിക്കരുത്. അതിനോട് തർക്കിക്കാൻ പോകുകയുമരുത്. പകരം, 'എന്റെ ഈശോയേ, ഞാൻ നിന്നെ സ്നേഹിക്കുന്നു, നിന്നിൽ വിശ്വസിക്കുന്നു' എന്ന് മാത്രം മനസ്സിൽ പറഞ്ഞാൽ മതി. ആ ചിന്തകളെ അവഗണിച്ച് കളയുക.'

അവൾ എന്റെ വാക്കുകൾ ശ്രദ്ധയോടെ കേട്ടു. അവളുടെ കരച്ചിൽ അല്പം ശമിച്ചിരുന്നു.

'ഇനി അങ്ങനെ ചിന്തകൾ വരുമ്പോൾ, അത് തനിക്ക് കിട്ടിയ ഒരു സന്ദേശമാണെന്ന് ഓർത്താൽ മതി. ശത്രു തന്നെ ഭയപ്പെടുന്നു എന്നതിന്റെ സന്ദേശം. അതുകൊണ്ടാണ് അവൻ പ്രാർത്ഥനയിൽ നിന്ന് മോളെ അകറ്റാൻ ശ്രമിക്കുന്നത്.'

ആ വാക്കുകൾ അവൾക്ക് ഒരു പുതിയ ഉൾക്കാഴ്ച നൽകിയെന്ന് അവളുടെ മുഖഭാവത്തിൽ നിന്ന് ഞാൻ വായിച്ചെടുത്തു. അവൾ കണ്ണുകൾ തുടച്ച് എന്നെ നോക്കി തലയാട്ടി.

അവൾ മുറിയിലേക്ക് പോയതിനുശേഷവും കുറേനേരം കൂടി ഞാൻ ആ വരാന്തയിൽ ഇരുന്നു. ഇപ്പോൾ കാര്യങ്ങൾ കൂടുതൽ വ്യക്തമായിരുന്നു. ഇവിടെയുള്ള പൈശാചിക സാന്നിധ്യം വെറും ഉപദ്രവകാരിയല്ല. അന്ന് ഞാൻ നേരിട്ടതുപോലെ തന്നെ ബുദ്ധിയുള്ളതും തന്ത്രശാലിയുമാണ്. അത് ജെസിക്കയുടെ നന്മയെ ഭയക്കുന്നു. അവളുടെ പ്രാർത്ഥനയുടെ ശക്തിയെ അത് ഭയക്കുന്നു. അതുകൊണ്ടാണ് ശബ്ദകോലാഹലങ്ങൾ ഉണ്ടാക്കുന്നതിനും സാധനങ്ങൾ വലിച്ചെറിയുന്നതിനും ഉപരിയായി, അത് ഏറ്റവും സൂക്ഷ്മമായ ആയുധം കൂടി പ്രയോഗിക്കുന്നത്. അവളുടെ മനസ്സിനെ ആശയക്കുഴപ്പത്തിലാക്കി കീഴ്പ്പെടുത്തുക.

അതെ, ശത്രു തന്റെ ആദ്യത്തെ നീക്കം നടത്തിക്കഴിഞ്ഞിരിക്കുന്നു. ഏറ്റവും സൂക്ഷ്മമായ, ഏറ്റവും ക്രൂരമായ ഒന്ന്.

6

2024, സെപ്റ്റംബർ 2, തിങ്കൾ (ഉച്ചതിരിഞ്ഞ്)

പാലസ്സൽ തറവാട്

ജെസിക്കയുമായുള്ള സംഭാഷണത്തിന് ശേഷം അല്പം വിശ്രമിക്കാനായി ഞാൻ മുകളിലെ ഒരു ഒഴിഞ്ഞ മുറിയിലേക്ക് മടങ്ങി. ഞാൻ വാതിലടച്ച് കട്ടിലിൽ കിടന്നു, പക്ഷെ ഉറക്കം വന്നില്ല. പകൽ സമയമായിരുന്നിട്ടും ആ പഴയ വീട് ഉണരുകയായിരുന്നു. അതിന്റെ ഓരോ ഭാഗത്തുനിന്നും ഓരോ ശബ്ദം. തട്ടിൻപുറത്ത് മരപ്പലകകൾ ചൂടുകൊണ്ട് വികസിക്കുന്നതിന്റെ ഞരക്കം. ഇടനാഴിയിൽ കാറ്റ് വന്ന് തട്ടി ജനൽപ്പാളികൾ വിറയ്ക്കുന്നതിന്റെ ഒച്ച. ഓരോ ശബ്ദവും ആ വീടിന്റെ ശ്വാസോച്ഛ്വാസം പോലെ എനി

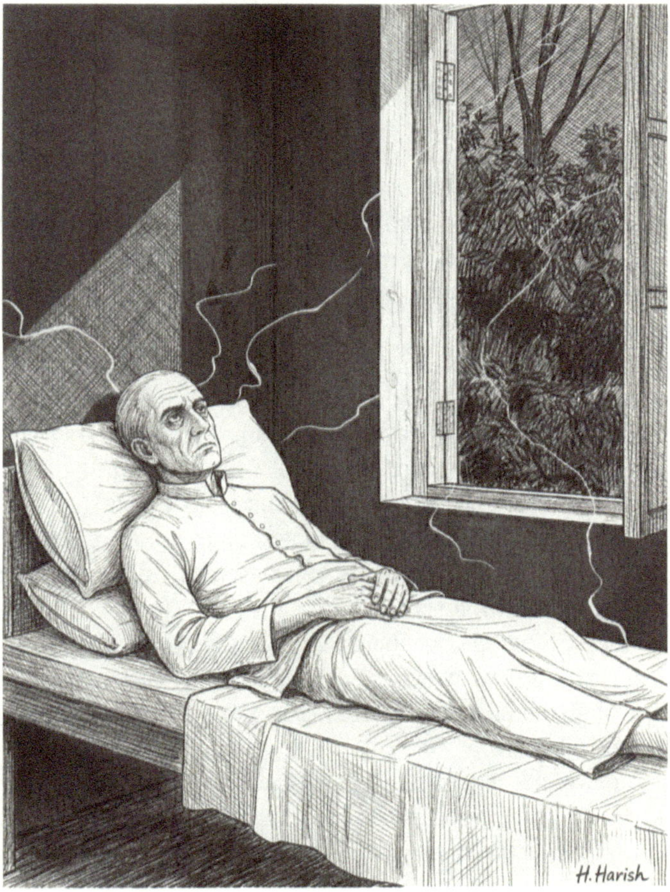

ക്ക് തോന്നി. വലിയൊരു മൃഗത്തിന്റെ ഉദരത്തിനുള്ളിലാണ് ഞാനെന്ന് ചിന്തിച്ചു, അതിന്റെ ഹൃദയമിടിപ്പും ദഹനപ്രക്രിയയുടെ ശബ്ദങ്ങളും ഞാൻ കേൾക്കുകയായിരുന്നു.

എന്റെ ചിന്തകൾ മുഴുവൻ ജെസിക്കയെക്കുറിച്ചായിരുന്നു. അവളുടെ പ്രാർത്ഥനയെ വിഷലിപ്തമാക്കാൻ ശ്രമിക്കുന്ന ശത്രുവിന്റെ തന്ത്രം എത്ര കുടിലമാണ്. വിശ്വാസിയുടെ ആത്മാവിനെ തകർക്കാൻ ഏറ്റവും എളുപ്പമുള്ള വഴി ദൈവവുമായുള്ള അവരുടെ സംഭാഷണത്തെ തടസ്സപ്പെടുത്തുക എന്നതാണ്. പ്രാർത്ഥന എന്നത് ആത്മാവിന്റെ ശ്വാസമാണ്. ആ ശ്വാസത്തെ മുട്ടിക്കുമ്പോൾ ആത്മാവ് പതുക്കെ മരിക്കും. ഇവിടെയുള്ള ശത്രുവിന് അതിന്റെ പ്രവർത്തനരീതിയെക്കുറിച്ച് നല്ല ബോധ്യമുണ്ട്.

ലിഡിയയുടെ മുഖം ഓർമ്മയുടെ ഇരുട്ടിൽ നിന്ന് വീണ്ടും തെളിഞ്ഞുവന്നു. അവൾക്കും ഇതുപോലെയായിരുന്നു തുടക്കം. ആദ്യം പ്രാർത്ഥനയിൽ അസ്വസ്ഥത, പിന്നെ ദൈവനിന്ദ നിറഞ്ഞ ചിന്തകൾ. അന്ന് ഞാനതൊരു സാധാരണ പ്രലോഭനമായി മാത്രം കണ്ടു. അതിന്റെ പിന്നിലെ ബുദ്ധിയെയും ആസൂത്രണത്തെയും തിരിച്ചറിയാൻ ഞാൻ വൈകിപ്പോയി. ആ തെറ്റ് ഇത്തവണ ആവർത്തിച്ചുകൂടാ.

ഏകദേശം ഒരു മണിക്കൂറിനു ശേഷം, മനസ്സ് അല്പം ശാന്തമായപ്പോൾ ഞാൻ മുറിയിൽ നിന്ന് പുറത്തിറങ്ങി താഴേക്ക് ചെന്നു. അവിടെ അടുക്കളയിൽ നിന്ന് പാത്രങ്ങളുടെ ശബ്ദം കേൾക്കാമായിരുന്നു. അനിത വൈകുന്നേരത്തെ ചായയ്ക്കുള്ള ഒരുക്കത്തിലായിരുന്നു. എന്നെ കണ്ടപ്പോൾ അവർ പതിവുപോലെ ബലം പിടിച്ച് ഒന്ന് പുഞ്ചിരിച്ചു.

സ്വീകരണമുറിയിൽ തോമസ് എന്തോ ഫയലുകൾ നോക്കി ഇരിക്കുന്നുണ്ടായിരുന്നു. ലോകകാര്യങ്ങളിൽ മുഴുകി സ്വന്തം വീട്ടിലെ അസ്വസ്ഥതകളെ മറക്കാൻ ശ്രമിക്കുകയായിരുന്നു അയാൾ. എന്നെ കണ്ടപ്പോൾ തോമസ് ഫയലുകൾ മാറ്റിവെച്ചു.

ഞാൻ അവന് എതിരെയുള്ള കസേരയിൽ ഇരുന്നു.

'ബിസിനസ്സ്... ഈയിടെയായി കുഴപ്പമില്ല,' തോമസ് നിശ്ശബ്ദത ഭേദിക്കാൻ ശ്രമിച്ചു. 'പുതിയ പ്രോജക്റ്റുകൾ... ചില തടസ്സങ്ങൾ ഉണ്ടായിരുന്നു, എന്നാലും...'

'തോമസ്,' ഞാൻ ശാന്തമായി ചോദിച്ചു. 'ജെസിക്കയുടെ അസുഖം തുടങ്ങിയ സമയം... ആറുമാസം മുൻപ്... ആ സമയത്ത് ഈ വീട്ടിലോ ബിസിനസ്സിലോ അസാധാരണമായി എന്തെങ്കിലും സംഭവിച്ചിരുന്നോ?'

അവൻ ഒന്ന് ആലോചിച്ചു. 'ഇല്ല അച്ചോ... ബിസിനസ്സിൽ ഉയർച്ച താഴ്ചകൾ സാധാരണയല്ലേ. അല്ലാതെ എടുത്തു പറയത്തക്ക വലിയ പ്രശ്നങ്ങളൊന്നും ഉണ്ടായിട്ടില്ല.'

'സാമ്പത്തികമായ എന്തെങ്കിലും പ്രതിസന്ധികളോ, അല്ലെങ്കിൽ വലിയ ലാഭമോ?' ഞാൻ വിട്ടില്ല.

തോമസിന്റെ മുഖത്ത് ചെറിയൊരു അസ്വസ്ഥത മിന്നിമറഞ്ഞു. അവൻ മേശപ്പുറത്തിരുന്ന ഫയലുകൾ നേരെയാക്കി വെച്ചു. 'ചില വലിയ വർക്കുകൾ കിട്ടിയിട്ടുണ്ട്. പക്ഷെ അതൊക്കെ സാധാരണ ബിസിനസ്സ് കാര്യങ്ങളല്ലേ. അതിന് മോളുടെ അസുഖവുമായി എന്താ ബന്ധം?'

'ചിലപ്പോൾ ബന്ധമുണ്ടാകാം,' ഞാൻ പറഞ്ഞു. 'മനസ്സിനെ അലട്ടുന്ന പണമിടപാടുകൾ കുടുംബത്തിന്റെ സമാധാനത്തെ ബാധിക്കാറുണ്ട്.'

തോമസ് ചിരിച്ചു. പക്ഷെ ആ ചിരിക്ക് ആഴമുണ്ടായിരുന്നില്ല. 'അച്ചൻ പേടിക്കണ്ട. ഞാൻ ആരെയും പറ്റിച്ചിട്ടില്ല. എന്റെ കണക്കുകളെല്ലാം കൃത്യമാണ്.'

അവൻ അത് പറഞ്ഞപ്പോൾ അവന്റെ കണ്ണുകൾ എന്നിൽ നിന്ന് മാറി സ്വീകരണമുറിയിലെ ഫോണിലേക്ക് പാളി വീണു. അവൻ എന്തോ ഒന്ന് മറയ്ക്കുന്നുണ്ടെന്ന് എനിക്ക് തോന്നി. പക്ഷെ അത് പാപമാണോ അതോ ബിസിനസ്സ് രഹസ്യമാണോ എന്ന് എനിക്ക് ഉറപ്പില്ലായിരുന്നു.

'ശരി,' ഞാൻ പറഞ്ഞു. 'നമുക്ക് നോക്കാം.'

അപ്പോഴാണ് ജെസിക്ക അങ്ങോട്ട് വന്നത്.

അവളുടെ മുഖം വിളറിയിരുന്നു. ഉറക്കമിളച്ചതിന്റെ ക്ഷീണം പോലെ കണ്ണുകൾക്ക് താഴെ കറുപ്പ് പടർന്നിരുന്നു. പക്ഷെ എന്നെ അത്ഭുതപ്പെടുത്തിയത് അതായിരുന്നില്ല. അവൾ ധരിച്ചിരുന്ന വെള്ള ചുരിദാറിന്റെ കഴുത്തിന് ചുറ്റും എണ്ണിയാലൊടുങ്ങാത്ത ചുവന്ന പാടുകൾ മാലപോലെ പടർന്നു കിടന്നിരുന്നു. സൂക്ഷിച്ചുനോക്കിയപ്പോൾ അത് വിരലുകൾ കൊണ്ട് അമർത്തി ഞെരിച്ചതിന്റെ പാടുകളാണെന്ന് എനിക്ക് മനസ്സിലായി.

'മോളേ, ഇതെന്താ കഴുത്തിൽ?' തോമസ് പരിഭ്രമത്തോടെ ചോദിച്ചു. അവന്റെ ശബ്ദം ഇടറി.

ജെസിക്ക ഒന്നും മിണ്ടിയില്ല. അവൾ എന്റെ അടുത്തേക്ക് വന്ന് തന്റെ കൂട്ടിപ്പിടിച്ച കൈപ്പത്തി എന്റെ നേരെ തുറന്നു.

ആ കൈവെള്ളയിൽ ചിതറിക്കിടന്ന വെളുത്ത മുത്തുകൾ കണ്ട് എന്റെ ഹൃദയം ഒന്ന് നിന്നുപോയി. അവളുടെ ജപമാലയായിരുന്നു അത്. ഓരോ മുത്തും വേർപെട്ട് അതിന്റെ നൂല് പൊട്ടി കഷ്ണങ്ങളായി മാറിയിരുന്നു.

'ഇതെങ്ങനെ സംഭവിച്ചു?' അനിത അടുക്കളയിൽ നിന്ന് ഓടി വന്നുകൊണ്ട് ചോദിച്ചു.

ജെസിക്കയുടെ കണ്ണുകൾ നിറഞ്ഞിരുന്നു, പക്ഷെ അവൾ കരഞ്ഞില്ല. 'ഞാൻ... ഞാൻ ഉച്ചയ്ക്ക് അച്ചനോട് സംസാരിച്ച

ശേഷം മുറിയിൽ പോയി പ്രാർത്ഥിക്കാൻ ശ്രമിക്കുകയായിരുന്നു. ജപമാല കൈയ്യിൽ പിടിച്ച് ഞാൻ ഉറങ്ങിപ്പോയി. ഇപ്പോൾ എഴുന്നേറ്റ് നോക്കിയപ്പോൾ... അത് ഇങ്ങനെ പൊട്ടിക്കിടക്കുന്നു.'

ഞാൻ അവളുടെ കൈകളിൽ നിന്ന് ആ ചിതറിയ മുത്തുകൾ വാങ്ങി സൂക്ഷിച്ചുനോക്കി.

'ഇതിന്റെ നൂല് പഴയതായിരിക്കും അച്ചോ. അതുകൊണ്ട് പൊട്ടിയതാകും,' എന്റെ കൈയ്യിലെ ജപമാലയിലേക്ക് നോക്കി തോമസ് വെപ്രാളത്തോടെ പറഞ്ഞു. അയാളുടെ ശബ്ദത്തിൽ ഒരുതരം നിഷേധമുണ്ടായിരുന്നു.

'അല്ല,' ഞാൻ ശാന്തമായി പറഞ്ഞു. 'ജപമാലയുടെ നൂല് അത്ര പെട്ടെന്നൊന്നും പൊട്ടില്ല. അതാരെങ്കിലും മനഃപൂർവ്വം ചെയ്തതായിരിക്കണം.'

എല്ലാവരും നിശ്ശബ്ദരായി.

'പുറത്തുനിന്ന് ആരും കയറിയിട്ടില്ലായിരിക്കാം,' ഞാൻ പറഞ്ഞു. എന്റെ നോട്ടം ജെസിക്കയുടെ കഴുത്തിലെ പാടുകളിലായിരുന്നു. 'മോളേ, ഈ പാടുകൾ എങ്ങനെ വന്നു?'

അവൾ തലകുനിച്ചു. 'എനിക്കറിയില്ല, അച്ചോ. ഉറക്കത്തിൽ... എനിക്ക് ശ്വാസം മുട്ടുന്നതുപോലെ തോന്നി... എഴുന്നേറ്റ് കണ്ണാടി നോക്കിയപ്പോഴാണ് ഞാനും കണ്ടത്.'

ആ വീടിന്റെ ഓരോ കോണിലും ഒരു അദൃശ്യസാന്നിധ്യം പതു

ങ്ങിയിരിക്കുന്നത് ആ നിമിഷം ഞാനറിഞ്ഞു. മാനസികമായ ആക്രമണം ശാരീരികമായി മാറിയിരിക്കുന്നു എന്നതിന്റെ തെളിവാണിത്.

'ഇത് വെറുതെ ജപമാല പൊട്ടിയതല്ല, തോമസ്,' ഞാൻ ഗൗരവത്തോടെ പറഞ്ഞു. 'സഭ ആശീർവദിച്ച ഓരോ ഭക്തവസ്തുവും ആത്മീയ ആയുധമാണ്. ആ ഉടമ്പടിയെയാണ് അത് ആക്രമിക്കാൻ ശ്രമിക്കുന്നത്. ഇതൊരു പ്രഖ്യാപനമാണ്.'

ആ സംഭാഷണത്തിന്റെ പിരിമുറുക്കം താങ്ങാനാവാതെ അനിത കരഞ്ഞുകൊണ്ട് തോമസിനെ നോക്കി. തോമസ് എന്തു പറയണമെന്നറിയാതെ നിന്നു.

ആ വീട്ടിലെ അന്തരീക്ഷം മുറുകി. ഞാൻ ജെസിക്കയെ മുറിയിലേക്ക് അയച്ച് തോമസിനോടും അനിതയോടും സംസാരിക്കാനായി സ്വീകരണമുറിയിലിരുന്നു.

'അച്ചോ, എന്താണിവിടെ സംഭവിക്കുന്നത്?' അനിതയുടെ ശബ്ദം ഇടറിയിരുന്നു.

'നമ്മൾ ഭയപ്പെടാതിരിക്കുകയാണ് ആദ്യം വേണ്ടത്,' ഞാൻ അവരെ ആശ്വസിപ്പിക്കാൻ ശ്രമിച്ചു. 'ഭയമാണ് ശത്രുവിന്റെ ഏറ്റവും വലിയ ആയുധം. ഭയത്തിലൂടെയാണ് അത് നമ്മുടെ വിശ്വാസത്തെ തകർക്കുന്നത്.'

ഞാൻ സംസാരിച്ചുകൊണ്ടിരിക്കുമ്പോഴാണ് അടുക്കള ഭാഗത്തുനിന്ന് ഒരു വലിയ ശബ്ദം കേട്ടത്. എന്തോ ഒന്ന് താഴെ വീണ് ചിതറിയ ശബ്ദം. ഞങ്ങൾ മൂന്നുപേരും ഞെട്ടി എഴുന്നേറ്റു. തോമസ് വേഗത്തിൽ അങ്ങോട്ട് ഓടി.

അടുക്കളയിൽ ആരുമുണ്ടായിരുന്നില്ല. പക്ഷെ, അടുക്കളയോട് ചേർന്നുള്ള ഊണുമുറിയുടെ ഭിത്തിയിൽ തൂക്കിയിരുന്ന വലിയ മരക്കുരിശ് താഴെ വീണ് കിടന്നിരുന്നു. അത് വീണതിന്റെ ആഘാതത്തിൽ നിലത്തെ ടൈലുകൾ പൊട്ടിയിരുന്നു.

'ഇതെങ്ങനെ...?' തോമസ് പിറുപിറുത്തു.

അനിത ഭയത്തോടെ വാ പൊത്തിപ്പിടിച്ചു. പക്ഷെ എന്നെ ഞെട്ടിച്ചത് അതായിരുന്നില്ല. ഞാൻ സാവധാനം ആ കുരിശിന്റെ അടുത്തേക്ക് നടന്നു. അത് ഉറപ്പിച്ചിരുന്ന ഭിത്തിയിലേക്ക് ഞാൻ നോക്കി. ആണി ഇപ്പോഴും അവിടെത്തന്നെയുണ്ടായിരുന്നു. ആണിയിൽ നിന്ന് പതുക്കെ ഊരിയെടുത്തതുപോലെയായിരുന്നില്ല അത്, ആരോ ഭിത്തിയിൽ നിന്ന് വലിച്ചുപറിച്ചെടുക്കുകയായിരുന്നു. കുരിശിന്റെ പുറകിലെ മരപ്പലകകൾ കീറിയിരിക്കുന്നു.

തോമസിന്റെ മുഖത്ത് ക്രോധവും ഭയവും നിഴലിച്ചു.

'ഇത്... ഇത് വെറും കാറ്റടിച്ചതുകൊണ്ടല്ല,' അയാൾ ഭയന്ന ശബ്ദത്തിൽ പറഞ്ഞു.

'അല്ല,' ഞാൻ പറഞ്ഞു. 'ഇതും ഒരടയാളമാണ്. കുടുംബത്തി

ന്റെ സംരക്ഷണത്തിന്റെ കേന്ദ്രമായ കുരിശിനെ അത് തകർക്കുന്നു. കുടുംബപ്രാർത്ഥനയെ അത് പരിഹസിക്കുന്നു. ഇതൊരു സാധാരണ അദൃശ്യശക്തിയുടെ ഉപദ്രവമല്ല. ഇത് ബുദ്ധിയുള്ള, ആസൂത്രണത്തോടെ നീങ്ങുന്ന ഒരു തിന്മയാണ്. അത് നിങ്ങളുടെ കുടുംബത്തിന്റെ വിശ്വാസത്തിന്റെ ഓരോ തൂണുകളെയും തിരഞ്ഞുപിടിച്ച് ആക്രമിക്കുകയാണ്.'

അതിലും ഭീകരമായ മറ്റൊരു കാഴ്ച എന്റെ കൺമുന്നിലുണ്ടായിരുന്നു. ഊണുമേശയുടെ ഒത്തനടുവിൽ, കുടുംബത്തിലെല്ലാവരും എന്നും കാണുന്ന ഒരിടത്ത്, അവരുടെ ചെറിയ പ്രാർത്ഥനാപുസ്തകം തുറന്നുവെച്ചിരുന്നു. അതിലെ 'കുടുംബത്തെ ദൈവത്തിന് സമർപ്പിക്കുന്ന പ്രാർത്ഥന' എന്ന ഭാഗം ചോരനിറമുള്ള മഷികൊണ്ട് വെട്ടിയിരിക്കുന്നു. അക്ഷരങ്ങളെ കൊല്ലുന്നതുപോലെ ഓരോ വരിയും ഒരുതരം ക്രോധത്തോടെ വെട്ടി നശിപ്പിച്ചിരുന്നു.

അനിത പ്രതീക്ഷയോടെ എന്നെ നോക്കി. 'അച്ചൻ ഇന്ന് രാത്രി ഇവിടെ തങ്ങുമല്ലോ, അല്ലേ?'

ഞാൻ എന്റെ ബാഗ് കയ്യിലെടുത്തു. 'ഇല്ല. എന്റെ താമസം ഗസ്റ്റ് ഹൗസിലാണ്.'

'അച്ചോ!' തോമസ് ഞെട്ടലോടെ വിളിച്ചു. 'ഈ അവസ്ഥയിൽ ഞങ്ങളെ തനിച്ചാക്കി പോകുകയാണോ?'

ഞാൻ വാതിൽക്കലേക്ക് നടന്നു. 'ഇന്ന് ഉച്ചയ്ക്ക് ഞാൻ നിങ്ങളോട് ചില സാമ്പത്തിക കാര്യങ്ങളെക്കുറിച്ച് ചോദിച്ചിരുന്നു. നിങ്ങൾ ഒഴിഞ്ഞുമാറി. ലിഡിയയുടെ കേസിൽ ഞാൻ പരാജയപ്പെട്ടത് അവൾ ഒളിച്ചുവെച്ച തിന്മ കണ്ടെത്താൻ കഴിയാത്തതുകൊണ്ടാണ്.'

ഞാൻ തോമസിന്റെ കണ്ണുകളിലേക്ക് നോക്കി. 'അസ്രാ-ഏൽ വന്നിരിക്കുന്നത് അന്യായമായ സമ്പത്തിന്റെ മുകളിലാണ്. ഈ വീട്ടിൽ ഒരു പാപമുണ്ട്. അത് കണ്ടെത്താതെ എനിക്ക് മുന്നോട്ട് പോകാൻ കഴിയില്ല.'

'ഞാൻ ഗസ്റ്റ് ഹൗസിലേക്ക് മടങ്ങുകയാണ്. നിങ്ങൾ നിങ്ങളുടെ മനസ്സാക്ഷിയോട് ഉത്തരം തേടുക. രാത്രി വാതിലടച്ച് പ്രാർത്ഥനയോടെ ഇരിക്കുക.'

പോകാനൊരുങ്ങിയപ്പോൾ വീണുകിടക്കുന്ന കുരിശ് എന്റെ ശ്രദ്ധയിൽ വീണ്ടും പതിഞ്ഞു. ഇവർ എന്തെങ്കിലും പാപം മനഃപൂർവ്വം മറയ്ക്കുന്നതാണെന്ന് എനിക്ക് തോന്നിയില്ല. പക്ഷെ ഒരു കാര്യം എനിക്കുറപ്പുണ്ടായിരുന്നു. ഈ കുടുംബത്തെ ബാധിച്ചിരിക്കുന്ന ബാധ ഈ വീടിന്റെ ഭിത്തികൾക്കിടയിൽ ആഴത്തിൽ വേരുകളിറക്കിയിട്ടുണ്ട്. ആ ആഴം എനിക്കളക്കണം.

7

2024 സെപ്റ്റംബർ 3, ചൊവ്വ (പ്രഭാതം)

പാലയ്ക്കൽ തറവാട്

പിറ്റേന്ന് രാവിലെ കുർബാന കഴിഞ്ഞ് ഞാൻ നേരെ പാലയ്ക്ക ലേക്ക് തിരിച്ചു. കഴിഞ്ഞ രാത്രിയിൽ ഉറക്കം എന്നെ തേടിവന്നില്ല. എന്റെ ചിന്തകൾ മുഴുവൻ ഏതാനും കിലോമീറ്ററുകൾക്കപ്പുറം ആ വലിയ തറവാട്ടിൽ എന്തുചെയ്യണമെന്നറിയാതെ പേടിച്ചര ണ്ടിരിക്കുന്ന ആ കുടുംബത്തെക്കുറിച്ചായിരുന്നു. അസ്രാ-ഏൽ ഇന്നലെ രാത്രി നിശ്ശബ്ദനായിരുന്നിരിക്കില്ലെന്ന് എന്റെ മനസ്സ് പറ യുന്നുണ്ടായിരുന്നു.

ഞാൻ അവിടെ എത്തുമ്പോൾ കണ്ട കാഴ്ച എന്റെ ഹൃദയം തകർക്കുന്നതായിരുന്നു.

സ്വീകരണമുറിയിലെ സോഫയിൽ തോമസും അനിതയും പര സ്പരം കെട്ടിപ്പിടിച്ചിരുന്ന് മയങ്ങുന്നു. ജെസിക്ക അവരുടെ മടി യിൽ തളർന്ന് കിടക്കുന്നുണ്ടായിരുന്നു. ഇന്നലെ ഞാൻ കണ്ടതി നേക്കാൾ ഭയാനകമായിരുന്നു ആ വീടിന്റെ അവസ്ഥ. അടുക്കള യിൽ ചിതറിക്കിടക്കുന്ന പാത്രങ്ങൾ. ഊണുമേശയിൽ തലകീഴാ യി മറിഞ്ഞ കസേരകൾ. അടുക്കളയോട് ചേർന്നുള്ള പഴയ പത്തായപ്പുരയുടെ അടഞ്ഞ വാതിലിൽ എന്റെ ശ്രദ്ധ പതിഞ്ഞു. ആ കട്ടിയുള്ള തേക്ക് വാതിലിൽ അഞ്ച് നീണ്ട പാടുകൾ ആഴ ത്തിൽ പതിഞ്ഞിരുന്നു. ആരോ നഖങ്ങൾ കൊണ്ട് മാന്തിപ്പറിച്ച തുപോലെ.

എന്റെ കാൽപ്പെരുമാറ്റം കേട്ട് തോമസ് ഞെട്ടിയുണർന്നു. അവന്റെ കണ്ണുകളിൽ ഉറക്കമില്ലായ്മയുടെ ക്ഷീണവും, ഭയത്തി ന്റെ നിഴലുമുണ്ടായിരുന്നു. ഉറങ്ങിയിട്ടേയില്ലെന്ന് വ്യക്തം.

'അച്ചോ!' അവൻ എന്റെ അടുത്തേക്ക് ഓടിവന്നു. അവന്റെ ശബ്ദം ഇടറിയിരുന്നു. 'അച്ചൻ പോയതിന് ശേഷം... ഇന്നലെ രാ ത്രി... ഇവിടൊരു നരകമായിരുന്നു! അടുക്കളയിൽ... പടികളിൽ... അത് ജെസിക്കയുടെ മുറിയിൽ നിന്ന് പുറത്തുവന്നു! അച്ചൻ എന്തെങ്കിലും ചെയ്യണം!'

അവൻ രാത്രി നടന്ന സംഭവങ്ങൾ ഒറ്റശ്വാസത്തിൽ എന്നോട് പറഞ്ഞു.

'പാതിരാത്രിയിൽ തട്ടിൻപുറത്ത് ആരോ ഭാരമുള്ള ചങ്ങല കൾ വലിച്ചിഴയ്ക്കുന്നത് പോലെയുള്ള ശബ്ദങ്ങൾ... അടുക്കള യിൽ പാത്രങ്ങൾ തനിയെ വായുവിൽ പറന്നുനടന്ന് തറയിൽ വീ ണ് ഉടയുന്നത്... പിന്നെ ജെസിക്കയുടെ മുറിയിൽ നിന്ന് കേട്ട മനുഷ്യന്റേതല്ലാത്ത അട്ടഹാസങ്ങൾ...'

അവൻ വിവരിച്ച ഓരോ കാര്യവും, ആ വീട് ഇപ്പോൾ സാത്താന്റെ പൂർണ്ണനിയന്ത്രണത്തിലാണെന്ന എന്റെ സംശയത്തെ ബലപ്പെടുത്തി. ഞാൻ എല്ലാം ക്ഷമയോടെ കേട്ടു. ഞാൻ ഭയന്നതുതന്നെ സംഭവിച്ചിരിക്കുന്നു. ഇന്നലെ ഞാൻ സംശയിച്ചതിനെ ഉറപ്പിക്കുന്ന തെളിവുകൾ.

'തോമസ്, അനിതാ,' എന്റെ ശബ്ദം ഞാൻ കഴിയുന്നത്ര ശാന്തമാക്കി. 'നമ്മൾ ഒരു യുദ്ധത്തിലാണ്. ഇപ്പോൾ ശത്രുവിന്റെ മുഴുവൻ ശക്തിയും എനിക്ക് മനസ്സിലായി.'

ഞാൻ പത്തായപ്പുരയുടെ വാതിലിലെ ആ പാടുകളിലേക്ക് ചൂണ്ടി. 'ഇന്നലെ രാത്രി നിങ്ങൾ കണ്ടത് ഈ വീടിന്റെ ചുമരുകളിൽ തിന്മ പറ്റിപ്പിടിച്ചിരിക്കുന്നു എന്നതിന്റെ ലക്ഷണങ്ങളാണ്. അതോടൊപ്പം, ഇന്നലെ പകൽ ജെസിക്കയുടെ ശരീരത്തിലും മനസ്സിലും അതുണ്ടാക്കിയ മുറിവുകളും നമ്മൾ കണ്ടു.'

'അപ്പോൾ... അപ്പോൾ എന്റെ മോൾക്ക്...?' അനിതയുടെ ശബ്ദം ഒരു തേങ്ങലായിരുന്നു.

'ഇവിടെയുള്ള ശത്രു ഒരേസമയം ഈ വീടിനെയും, ജെസിക്കയുടെ ശരീരത്തെയും, അവളുടെ മനസ്സിനെയും, അവളുടെ ആത്മാവിനെയും ആക്രമിക്കുകയാണ്.'

'നമ്മളെന്താണ് ചെയ്യേണ്ടത്, അച്ചോ?' തോമസ് പ്രതീക്ഷയോടെ ചോദിച്ചു.

'എന്റെ സംശയം ശരിയായിരുന്നു,' ഞാൻ പറഞ്ഞു. 'ഇതൊരു സാധാരണ പിശാചല്ല. ലക്ഷണങ്ങളെല്ലാം വിരൽ ചൂണ്ടുന്നത് എന്റെ പഴയ ശത്രുവിലേക്കാണ്. ഇത് അസ്രാ-ഏൽ ആണ്.

പക്ഷേ, ലിഡിയയുടെ കേസിൽ നിന്ന് ഇതിന് ഒരു പ്രധാന വ്യത്യാസമുണ്ട്. അന്ന് ആ വീട് ശുദ്ധമായിരുന്നു; ബാധ ആ പെൺകുട്ടിക്ക് മാത്രമായിരുന്നു. എന്നാൽ ഇവിടെ, ഈ വീട് മുഴുവൻ ആക്രമണത്തിലാണ്. അതിനർത്ഥം, ഈ വീടിന്റെ അടിത്തറയിൽ തന്നെ അവന് പുരാതനമായ ഒരു അവകാശമുണ്ടാകണം.'

ഞാൻ എഴുന്നേറ്റു. 'അതുകൊണ്ട്, നമ്മുടെ ആദ്യത്തെ പടി ഈ ഭവനത്തെ തിരിച്ചുപിടിക്കുക എന്നതാണ്. ഇവിടെയുള്ള ശത്രുവിന്റെ സ്വാധീനം നമ്മൾ കുറയ്ക്കണം. അവന്റെ ശക്തി ക്ഷയിപ്പിക്കണം. അതിനായി ഇന്ന് വൈകുന്നേരം ഞാൻ ഈ വീട് മുഴുവൻ ആശീർവദിക്കാൻ പോകുന്നു. അതൊരു സാധാരണ വെഞ്ചരിപ്പായിരിക്കില്ല. ഈ ഭവനത്തെ വിട്ടു പോകാനുള്ള കൽപ്പനയായിരിക്കും.'

'ശുശ്രൂഷയ്ക്കായി നിങ്ങൾ തയ്യാറെടുക്കണം. ആത്മീയമായി ഒരുങ്ങുന്നത് നല്ലതാണ്. മനസ്സിൽ പ്രാർത്ഥിക്കുക. ശുശ്രൂഷയുടെ സമയത്ത് എന്ത് സംഭവിച്ചാലും ഭയപ്പെടരുത്. ഭീതിപ്പെടുത്തുന്ന ശബ്ദങ്ങൾ കേൾക്കാം, അസാധാരണമായ കാര്യങ്ങൾ കാണാം.

അതെല്ലാം നിങ്ങളെ ഭയപ്പെടുത്താനുള്ള അവന്റെ തന്ത്രങ്ങളാണ്. നമ്മൾ ഒറ്റയ്ക്കല്ലെന്നും ദൈവം നമ്മുടെ കൂടെയുണ്ടെന്നും എപ്പോഴും ഓർക്കുക. നിങ്ങളുടെ വിശ്വാസമാണ് എന്റെ ഏറ്റവും വലിയ ശക്തി.'

അവർ രണ്ടുപേരും തലയാട്ടി. അവരുടെ മുഖത്ത് ഭയമുണ്ടായിരുന്നെങ്കിലും ഇപ്പോൾ അതിനൊപ്പം ഒരു ചെറിയ നിശ്ചയദാർഢ്യവും ഞാൻ കണ്ടു.

ഞാൻ മുകളിലെ മുറിയിലേക്ക് മടങ്ങി. വൈകുന്നേരത്തെ ശുശ്രൂഷയ്ക്കായി ഞാനും ഒരുങ്ങേണ്ടതുണ്ടായിരുന്നു. എന്റെ ചെറിയ ബാഗിൽ നിന്ന് വെള്ളി കസവ് തുന്നിയ വെള്ള ഊറാറ പുറത്തെടുത്തു. വെഞ്ചരിച്ച വെള്ളവും പിന്നെ ഒരു ചെറിയ പാത്രത്തിൽ ഉപ്പും. എന്റെ കുരിശുരൂപം തുടച്ചുമിനുക്കി. ഞാൻ വീണ്ടും ആ പഴയ തിരുക്കർമ്മ പുസ്തകം കയ്യിലെടുത്തു. അതിലെ ഭവന ആശീർവാദത്തിനുള്ള പ്രാർത്ഥനകളുടെ താളുകൾ ഞാൻ മറിച്ചു.

പുറത്ത് ഇരുട്ട് വീണുതുടങ്ങിയിരുന്നു. ആ വലിയ വീടിന്റെ നിഴലുകൾക്ക് നീളം വെച്ചു. തറവാടിന് ചുറ്റുമുള്ള റബ്ബർ മരങ്ങൾ കാറ്റിൽ അനങ്ങാതെ, ശ്വാസമടക്കിപ്പിടിച്ച് നിൽക്കുകയായിരുന്നു. യുദ്ധത്തിന് തയ്യാറെടുക്കുന്നതുപോലെ പ്രകൃതി നിശ്ശബ്ദമായി. ഞാൻ പുസ്തകത്തിലെ പ്രാർത്ഥനകളിലൂടെ വിരലോടിച്ചു. ഓരോ വാക്കും സഭ തിന്മയ്ക്കെതിരെ ഉപയോഗിച്ചുവരുന്ന ആയുധങ്ങളായിരുന്നു. പക്ഷെ ഇവിടെ ആയുധം മാത്രം പോരാ, അത് ഉപയോഗിക്കുന്ന എന്റെ കൈകൾക്ക് വിറയലുണ്ടാകരുത്.

ഞാൻ എന്റെ കൈപ്പത്തികൾ നിവർത്തി. അവ വിറയ്ക്കുന്നില്ലെന്ന് ഉറപ്പുവരുത്താനെന്നോണം ഞാൻ ശ്വാസമടക്കിപ്പിടിച്ചു. ഇല്ല, അവ നിശ്ചലമായിരുന്നു. അഹങ്കാരത്തിന്റെ പഴയ തീ എന്നിൽ അണഞ്ഞിരുന്നു. എന്നെ മുന്നോട്ട് നയിച്ചുകൊണ്ടിരുന്നത് ഈ വലിയ ദൗത്യത്തിന്റെ ഉത്തരവാദിത്വവും ദൈവത്തിലുള്ള ആശ്രയവുമായിരുന്നു.

ഇന്ന് വൈകുന്നേരം ഈ വീടിന്റെ ആത്മാവിനായി ഞങ്ങൾ പോരാട്ടം തുടങ്ങും. അതൊരു ചെറിയ തുടക്കമായിരിക്കും, പക്ഷെ ഓരോ വലിയ യുദ്ധവും തുടങ്ങുന്നത് ചെറിയ ചുവടുവെപ്പിൽ നിന്നാണല്ലോ.

2024 സെപ്റ്റംബർ 3, ചൊവ്വ (വൈകുന്നേരം)

പാലയ്ക്കൽ തറവാട്

ഭവന ആശിർവാദത്തിനുള്ള മുഴുവൻ തയ്യാറെടുപ്പുകളോടും കൂടെ ഞാൻ താഴേക്ക് ചെന്നു. അവിടെ തോമസും അനിതയും ജെസിക്കയും സ്വീകരണമുറിയിൽ എന്നെ കാത്തിരിപ്പുണ്ടായിരുന്നു. അവരുടെ മൂന്നുപേരുടെയും മുഖത്ത് പ്രതീക്ഷയും ഭയവും ഒരുപോലെ നിഴലിച്ചു. ഞാൻ രണ്ടു മെഴുകുതിരികൾ കത്തിച്ചുവച്ചു. ആ രണ്ട് മെഴുകുതിരികളും വെളിച്ചത്തേക്കാളേറെ നിഴലുകളാണ് ആ മുറിയിൽ നിറച്ചത്.

'നമ്മൾ തുടങ്ങാൻ പോവുകയാണ്,' ഞാൻ ഗൗരവത്തോടെ പറഞ്ഞു. 'ഞാൻ നേരത്തെ നൽകിയ നിർദ്ദേശങ്ങൾ ഓർമ്മിക്കുക. നമ്മൾ ഒറ്റയ്ക്കല്ല. സർവ്വശക്തനായ ദൈവം നമ്മോടു കൂടെയുണ്ട്.'

അവർ തലയാട്ടി. ഞാൻ പുസ്തകം തുറന്ന് ലത്തീനിലുള്ള പ്രാരംഭ പ്രാർത്ഥന ചൊല്ലിത്തുടങ്ങി. ആ വരികൾ മുറിയിലെ നിശ്ശബ്ദതയെ കീറിമുറിച്ചു. വെഞ്ചരിച്ച വെള്ളം നിറച്ചുവെച്ച പാത്രം കൈയ്യിലെടുത്ത് ഞാൻ മുറിയുടെ നാല് കോണുകളിലും തളിച്ചു.

'അസ്പേർജസ് മേ, ദോമിനേ, ഇസ്സോപ്പോ, എത് മുന്താബോർ,' ഞാൻ പ്രാർത്ഥിച്ചു. ('കർത്താവേ, ഈസോപ്പ് കൊണ്ട് എന്നെ തളിക്കണമേ, അപ്പോൾ ഞാൻ നിർമ്മലനാകും').

വെള്ളത്തുള്ളികൾ ഭിത്തിയിൽ പതിച്ചിടം ചുട്ടുപഴുത്ത ഇരുമ്പിൽ വെള്ളം വീഴുന്നതുപോലെ സീൽക്കാരശബ്ദം പുറപ്പെടുവിച്ചു. മെഴുകുതിരി നാളങ്ങൾ ശക്തിയായി ആടിയുലഞ്ഞ് അതിലൊന്ന് കെട്ടുപോയി.

ഞങ്ങൾ സ്വീകരണമുറിയിൽ നിന്ന് ഊണുമുറിയിലേക്ക് കടന്നു. കുരിശ് വീണുകിടന്ന ഭിത്തിയുടെ മുന്നിൽ നിന്ന് ഞാൻ പ്രാർത്ഥനയുടെ ശക്തി കൂട്ടി. ഓരോ മുറിയും ആശീർവദിച്ച് ഞങ്ങൾ മുന്നോട്ട് നീങ്ങി. അടുക്കള, പത്തായപ്പുര, വരാന്ത... ഓരോ മുറി പിന്നിടുമ്പോഴും വീടിനുള്ളിലെ തണുപ്പ് അസ്ഥികളിലേക്ക് തുളച്ചുകയറുന്നതായി ഞാൻ അറിഞ്ഞു. തട്ടിൻപുറത്ത് ആരോ ഭാരമുള്ള ചങ്ങലകൾ വലിച്ചിഴയ്ക്കുന്ന ശബ്ദം വീണ്ടും മുഴങ്ങി. അദൃശ്യമായ ഒരു മർദ്ദം ഞങ്ങളെ വരിഞ്ഞുമുറുക്കാൻ തുടങ്ങി. ആ പ്രതിരോധത്തെ ഭേദിച്ച് മുന്നോട്ട് പോകാൻ ഞങ്ങൾ നന്നേ പാടുപെട്ടു.

ഒടുവിൽ ഞങ്ങൾ രണ്ടാം നിലയിലേക്കുള്ള കോണിപ്പടിയുടെ

അടുത്തെത്തി. ജെസിക്കയുടെ മുറി മുകളിലായിരുന്നു.

കോണിപ്പടി കയറാൻ തുടങ്ങിയതും ജെസിക്ക ചെറുതായി ഒന്നു വിറച്ചു. 'എനിക്ക്... എനിക്ക് വയ്യ അച്ചോ,' അവൾ തളർന്ന ശബ്ദത്തിൽ പറഞ്ഞു. 'മുകളിലേക്ക് വരാൻ തോന്നുന്നില്ല.'

'അവളെ നിർബന്ധിക്കേണ്ട,' ഞാൻ പറഞ്ഞു. 'അവൾ താഴെ നിന്നാൽ മതി.' തിന്മയുടെ കേന്ദ്രം മുകളിലാണെന്ന് എനിക്ക് ഉറപ്പായിരുന്നു.

തോമസും അനിതയും എന്റെ കൂടെ മുകളിലേക്ക് വന്നു. മുകളിലെ ഇടനാഴിക്ക് താഴത്തെക്കാൾ തണുപ്പും ഇരുട്ടുമായിരുന്നു. ഇടനാഴിയുടെ അറ്റത്തായിരുന്നു ജെസിക്കയുടെ മുറി. അടഞ്ഞു കിടന്ന ആ വാതിലിലേക്ക് നോക്കിയപ്പോൾ എന്റെ ഉള്ളിൽ വിവ

രിക്കാനാവാത്ത ഭയം വന്നുനിറഞ്ഞു.

ഞാൻ ആ വാതിലിന്റെ കൈപ്പിടിയിൽ പിടിച്ചു. അത് മഞ്ഞുകട്ട പോലെ തണുത്തിരുന്നു. ഞാൻ കരുതലോടെ വാതിൽ തുറന്നു.

മുറി മുഴുവനും അന്ധകാരമായിരുന്നു. ജനലുകളെല്ലാം അടച്ചിരുന്നു. മുറിക്കുള്ളിൽ ചീഞ്ഞളിഞ്ഞ പൂക്കളുടെ രൂക്ഷഗന്ധം തങ്ങിനിന്നിരുന്നു.

'ലൈറ്റ് ഇടൂ,' ഞാൻ തോമസിനോട് പറഞ്ഞു.

തോമസ് സ്വിച്ചിട്ടതും മുറിയിലെ എൽഇഡി ലൈറ്റ് സീൽക്കാരശബ്ദത്തോടെ പൊട്ടിത്തെറിച്ചു. മുറിയിൽ വീണ്ടും കൂരിരുട്ട് വ്യാപിച്ചു. അതേ നിമിഷം, താഴെ സ്വീകരണമുറിയിൽ നിന്ന് ജെസിക്കയുടെ കർണ്ണകഠോരമായ നിലവിളി ഞങ്ങൾ കേട്ടു.

'ജെസിക്ക!' അനിത ഭയത്തോടെ അലറി.

ഞങ്ങൾ മൂന്നുപേരും വെപ്രാളത്തിൽ താഴേക്ക് ഓടി. സ്വീകരണമുറിയിൽ ഞങ്ങൾ കണ്ട കാഴ്ച രക്തം മരവിപ്പിക്കുന്നതായിരുന്നു. മുറിയുടെ നടുവിൽ, കഷ്ടിച്ച് കത്തുന്ന ഒരൊറ്റ മെഴുകുതിരിയുടെ വെളിച്ചത്തിൽ, ജെസിക്ക നിലത്ത് മുട്ടുകുത്തിയിരുന്ന് വിറയ്ക്കുകയായിരുന്നു. അവളുടെ തല അസാധാരണമായ രീതിയിൽ പിന്നോട്ട് തൂങ്ങിക്കിടന്നിരുന്നു.

'മോളേ!' തോമസ് അവളുടെ അടുത്തേക്ക് ഓടാൻ ശ്രമിച്ചു.

'നിൽക്കൂ!' ഞാൻ ഉച്ചത്തിൽ വിളിച്ചു പറഞ്ഞു. 'അവളെ തൊടരുത്!'

ഞങ്ങൾ നോക്കിനിൽക്കെ ജെസിക്ക വില്ലുപോലെ പിന്നോട്ട് വളഞ്ഞു. അവൾ പതുക്കെ തലയുയർത്തി. അവളുടെ കണ്ണുകളിൽ നൂറ്റാണ്ടുകളുടെ പഴക്കമുള്ള, ക്രൂരമായ പരിഹാസം ജ്വലിച്ചുനിന്നു.

പിന്നെ, അവൾ സംസാരിച്ചു. കരിങ്കൽപ്പാളികൾ തമ്മിൽ ഉരസുന്നതുപോലെയുള്ള മുഴക്കം.

'നീ... വീണ്ടും വന്നുവല്ലേ... വൈദ്യനേ,' ആ ഭീകരസ്വരം എന്റെ നേരെ ചോദ്യമെറിഞ്ഞു.

ഞാൻ കാത്തിരുന്ന അതേ സംബോധന. ബിഷപ്പിന്റെ ഫയലിൽ ഞാൻ കണ്ട അതേ വാക്ക്. എന്റെ സംശയങ്ങൾ ശരിയായിരുന്നു.

അതൊരു നിമിഷം നിർത്തി, ക്രൂരമായ ഒരു ചിരിയോടെ തുടർന്നു: 'ഞാൻ നിന്നെ കാത്തിരിക്കുകയായിരുന്നു. പഴയതുപോലെ കരഞ്ഞുകൊണ്ട് ഓടിപ്പോകാനാണോ ഇത്തവണയും വന്നത്?'

ആ പരിഹാസം കേട്ട് എന്റെ രക്തം തിളച്ചു. ഞാൻ ഭയന്നില്ല; പകരം ഞാൻ ഒരടി മുന്നോട്ട് വെച്ചു. എന്റെ കൈയ്യിലെ കുരിശു

രൂപം അവളുടെ മുഖത്തിന് നേരെ ഉയർത്തിപ്പിടിച്ചു.

'അല്ല! ഇത്തവണ ഞാൻ വന്നിരിക്കുന്നത് കരയാനല്ല, നിന്നെ കരയിപ്പിക്കാനാണ്! നിന്റെ അഹങ്കാരം ഈ വീടിന്റെ പടിയിറങ്ങുന്നത് വരെ ഞാൻ പോവില്ല. ഇത് സഖറിയാ പറയുന്ന വാക്കല്ല, എന്റെ കർത്താവ് പറയുന്നതാണ്!'

എന്റെ വാക്കുകൾ കേട്ട് അത് പുച്ഛത്തോടെ ചിരിച്ചു. 'നിനക്ക്... നിനക്ക് നിന്റെ മുമ്പത്തെ രോഗിയെ രക്ഷിക്കാൻ കഴിഞ്ഞില്ലല്ലോ! ഇപ്പോൾ ഇവളുടെ ജീവൻ രക്ഷിക്കാമെന്ന് വ്യാമോഹിക്കുന്നുണ്ടോ?'

ആ ചിരി എന്റെ ആത്മാവിലാണ് തറച്ചത്. പക്ഷെ ഞാൻ പതറിയില്ല. എന്റെ മുന്നിൽ നിൽക്കുന്നത് ആരാണെന്ന് എനിക്ക് നല്ല ബോധ്യമുണ്ടായിരുന്നു. എങ്കിലും, ആത്മീയ യുദ്ധത്തിന് അതിന്റേതായ നിയമങ്ങളുണ്ട്. പിശാചിനെക്കൊണ്ട് സ്വന്തം പേര് പറയിപ്പിക്കുക എന്നത് അവന്റെ അഹങ്കാരത്തിന്മേലുള്ള ആദ്യത്തെ പ്രഹരമാണ്. ക്രിസ്തുവിന്റെ അധികാരത്തിന് മുന്നിൽ അവൻ അത് ഏറ്റുപറഞ്ഞേ മതിയാകൂ.

'ദൈവനാമത്തിൽ, ഞാൻ നിന്നോട് കല്പിക്കുന്നു... നിന്റെ പേര് പറയുക!' എന്റെ എല്ലാ ആത്മധൈര്യവും സംഭരിച്ച് ഞാൻ

അതിനോട് ആജ്ഞാപിച്ചു.

ജെസിക്കയുടെ മുഖത്തെ പുച്ഛം വർധിച്ചു. അവൾ സാവധാനം ഓരോ വാക്കും ആസ്വദിച്ച് എന്റെ ആത്മാവിനെ മുറിവേൽപ്പിക്കുന്ന ആ പേര് ഉച്ചരിച്ചു.

'അ... സ്രാ... ഏൽ...'

ആ പേര് കേട്ട നിമിഷം എന്റെ ഉള്ളൊന്ന് കാളി. ഞാൻ ഭയന്നതുപോലെ തന്നെ. പഴയൊരു മുറിവ് വീണ്ടും തുറക്കപ്പെട്ടതുപോലെ. എങ്കിലും ഞാൻ തളർന്നില്ല. എന്റെ സംശയങ്ങൾ മാറി യാഥാർത്ഥ്യം എന്റെ മുന്നിൽ തെളിഞ്ഞിരിക്കുന്നു.

അസ്രാ-ഏൽ എന്റെ കണ്ണുകളിൽ ഭയം തിരഞ്ഞു. പക്ഷെ അവന് തെറ്റി. ആ പേര് എന്നെ തളർത്തുകയായിരുന്നില്ല. എന്റെ സംശയങ്ങളെല്ലാം മാറ്റി എന്നെ യുദ്ധത്തിന് സജ്ജമാക്കുകയായിരുന്നു. ഞാൻ ഒരിഞ്ച് പോലും പിന്നോട്ട് മാറിയില്ല. എന്റെ കണ്ണുകൾ അവന്റെ കണ്ണുകളിലേക്ക് തറച്ചുനിന്നു.

'എനിക്കറിയാമായിരുന്നു,' ഞാൻ ശാന്തമായി, എന്നാൽ ഉറച്ച ശബ്ദത്തിൽ പറഞ്ഞു. 'ബിഷപ്പ് ഹൗസിൽ വെച്ച് 'വൈദ്യൻ' എന്ന നിന്റെ വിളി കേട്ടപ്പോൾ തന്നെ ഞാൻ നിന്നെ തിരിച്ചറിഞ്ഞു. നീ വിചാരിക്കുന്നത് പഴയ, പേടിച്ചരണ്ട വൈദികൻ നിന്റെ മുന്നിൽ വിറച്ചുനിൽക്കുമെന്നാണോ?'

ഞാൻ എന്റെ കുരിശുരൂപം അവന്റെ മുഖത്തിന് നേരെ വീണ്ടും ഉയർത്തിപ്പിടിച്ചു.

'ഇത്തവണ ഞാൻ വന്നിരിക്കുന്നത് തയ്യാറെടുപ്പോടെയാണ്. പഴയ കണക്കുകൾ നമുക്ക് തീർക്കാം.'

എന്റെ ആത്മവിശ്വാസം കണ്ട് ആ കണ്ണുകളിൽ സംശയം നിഴലിച്ചു. എന്നെ ഭയപ്പെടുത്താൻ കഴിയില്ലെന്ന് മനസ്സിലായതുകൊണ്ടാകാം അവളുടെ ശരീരം ഒരു ചാക്കുകെട്ടുപോലെ നിലത്തേക്ക് തളർന്നുവീണു. അനിതയും തോമസും അവളുടെ അടുത്തേക്ക് ഓടി. പക്ഷെ എന്റെ നോട്ടം അപ്പോഴും ശൂന്യതയിലായിരുന്നു.

ഇതൊരു സാധാരണ പൈശാചികബാധയല്ല. ഇത് യാദൃശ്ചികവുമല്ല. ഇരുപത് വർഷങ്ങൾക്കിപ്പുറം, എന്റെ ഏറ്റവും വലിയ പരാജയത്തിന് കാരണമായ അതേ തിന്മ, എന്റെ ഏറ്റവും വലിയ ഭയത്തെ കൂട്ടുപിടിച്ച് വീണ്ടും വന്നിരിക്കുന്നു.

അവന്റെ അവസാനത്തെ നോട്ടത്തിൽ ഒരു താക്കീതുണ്ടായിരുന്നു: 'നീ എന്നെ ഇവിടെ നിന്ന് പുറത്താക്കാൻ ശ്രമിച്ചാൽ, ലിഡിയയ്ക്ക് സംഭവിച്ചത് തന്നെ ഇവൾക്കും സംഭവിക്കും.'

ഇത് പാലയ്ക്കൽ തറവാടിനോടുള്ള യുദ്ധം മാത്രമല്ല. ഇതെന്റെ യുദ്ധമാണ്. എന്നോടുള്ള പ്രതികാരമാണ്.

9

2025 ജൂലൈ 4, വെള്ളി (രാത്രി ഏഴ് മണി)

അലെക്സിന്റെ കോട്ടയത്തെ ഫ്ലാറ്റ്

'ഇതെന്റെ യുദ്ധമാണ്. എന്നോടുള്ള പ്രതികാരമാണ്.'

ഫാദർ സഖറിയായുടെ കൈയ്യെഴുത്തുപ്രതിയിലെ ആ വാചകം ടാബിന്റെ സ്ക്രീനിൽ ഒരു മുറിപ്പാടുപോലെ തങ്ങിനിന്നു. ആ പേര് കണ്ടതും, വല്ലാത്തൊരു അസ്വസ്ഥതയോടെ ഞാൻ ടാബ് ഓഫാക്കി മേശപ്പുറത്ത് വെച്ചു. മതി, ഇന്നത്തേക്ക് ഇത്രയും മതി. എന്റെ ഹൃദയം അപ്പോഴും വേഗത്തിൽ മിടിക്കുന്നുണ്ടായിരുന്നു.

'അസ്രാ-ഏൽ'.

ഞാനുടനെ ലാപ്ടോപ്പെടുത്ത് ആ പേര് ഗൂഗിളിൽ തിരഞ്ഞു. യഹൂദ-ഇസ്ലാമിക പാരമ്പര്യത്തിലെ മരണത്തിന്റെ മാലാഖ. ചില അകാനോനിക ഗ്രന്ഥങ്ങളിൽ വഴിപിഴച്ച മാലാഖയായും പറയുന്നു. കണ്ട വിവരങ്ങൾ എന്റെ ഭയം വർദ്ധിപ്പിക്കുകയല്ലാതെ മറ്റൊന്നും ചെയ്തില്ല.

ഇതൊരു സാധാരണ കഥയല്ല. ഓരോ വാക്കിലും അനുഭവത്തിന്റെ കനലുണ്ട്. ലിഡിയ... അസ്രാ-ഏൽ... വൈദ്യൻ... ഈ പേരുകൾ എന്റെ തലയ്ക്കുള്ളിൽ മുഴങ്ങാൻ തുടങ്ങി. ഞാനൊരു എഡിറ്ററാണ്; ദിവസവും കഥകളുടെ ശവപ്പറമ്പിലൂടെ നടക്കുന്നവൻ. പക്ഷെ ഇതിന് ജീവനുണ്ട്. അല്ലെങ്കിൽ, മരണത്തിന്റെ ഗന്ധമുള്ളൊരു ജീവൻ.

ഈ കൈയ്യെഴുത്തുപ്രതി സമർപ്പിച്ചിരിക്കുന്നത് അനുഭവക്കുറിപ്പ് എന്ന നിലയിലാണ്. പക്ഷെ ഇതിലെ സംഭവങ്ങൾ... അമാനുഷികമായ ശക്തി, സംസാരിക്കുന്ന പിശാച്... ഒരു യുക്തിവാദിയായ എനിക്കിത് വിശ്വസിക്കാൻ കഴിയുന്നില്ല. ഇത് സത്യമാണെങ്കിൽ... അല്ല, അങ്ങനെ ചിന്തിക്കാൻ പോലും വയ്യ. ഇത് കെട്ടിച്ചമച്ചതാകണം, അങ്ങനെയെങ്കിൽ ഈ എഴുത്തുകാരൻ ഒരു പ്രതിഭയാണ്. അതുകൊണ്ട് ഈ പുസ്തകം പ്രസിദ്ധീകരിക്കണമോ എന്ന് തീരുമാനിക്കുന്നതിനു മുൻപ് ഒരുകാര്യം എനിക്ക് ഉറപ്പിക്കേണ്ടിയിരുന്നു: ഫാദർ സഖറിയാ വട്ടക്കുന്നേൽ എന്നൊരാൾ യഥാർത്ഥത്തിൽ ജീവിച്ചിരിപ്പുണ്ടോ? ഞാൻ 'ഫാദർ സഖറിയാ വട്ടക്കുന്നേൽ' എന്ന് ഇന്റർനെറ്റിൽ തിരഞ്ഞു. ഒരു റിസൾട്ടും കിട്ടിയില്ല. അതൊരുപക്ഷേ സ്വാഭാവികമാണ്. ഭൂതോച്ചാടകരൊന്നും ഗൂഗിളിൽ പരസ്യം ചെയ്യില്ലല്ലോ. ഇവരെപ്പോലുള്ളവരൊക്കെ എപ്പോഴും രഹസ്യമായിരിക്കാനാണ് സാധ്യത. എന്തിനു പറയുന്നു ഒരു പള്ളിപ്പെരുന്നാൾ നോട്ടീസിൽ പോലും ആ പേര് വന്നതായി കണ്ടില്ല.

H. Harish

ഈ കൈയ്യെഴുത്തുപ്രതിയുടെ യാഥാർത്ഥ്യം ഉറപ്പിക്കാൻ എനിക്ക് കൂടുതൽ വിവരങ്ങൾ ആവശ്യമായിരുന്നു.

ഈ ചിന്തയോടെയാണ് ഞാൻ സാറയെ വിളിച്ചത്. അവൾ കോട്ടയംകാരിയാണ്. പാലാ രൂപതയിലെ പുരോഹിതന്മാരെക്കുറിച്ച് അവൾക്ക് കൂടുതൽ അറിയാൻ സാധ്യതയുണ്ട്. രണ്ടാമത്തെ റിംഗിൽ ഫോണെടുത്തു. മറുതലയ്ക്കൽ അവളുടെ ശബ്ദത്തിനൊപ്പം പശ്ചാത്തലത്തിൽ പതിഞ്ഞ ഒരു സംഗീതവും ഒഴുകിയെത്തി. അവൾ വാരാന്ത്യം ആസ്വദിച്ചു തുടങ്ങിയിരിക്കുന്നു.

'ഹലോ, അലക്സ്? ഈ നേരത്തോ?' അവളുടെ ശബ്ദത്തിൽ അത്ഭുതമുണ്ടായിരുന്നു.

'സോറി സാറാ, ശല്യപ്പെടുത്താൻ വിളിച്ചതാ... ഞാൻ ആ 'ഭൂതോച്ചാടകന്റെ' കൈയ്യെഴുത്തുപ്രതി വായിക്കുകയായിരുന്നു...'

അപ്പുറത്ത് ഒരു ചെറിയ ചിരി. 'ഓ, ശരിക്കും രസം പിടിച്ചിട്ടുണ്ടെന്ന് തോന്നുന്നല്ലോ? എന്നാലും എന്റെ അലക്സേ, ഈ വീക്കെൻഡിൽ നീ അതിപ്പോഴും തലയിൽ വെച്ചോണ്ടിരിക്കുവാണോ?'

'ഇതൊരു സാധാരണ പ്രേതകഥയല്ല, സാറാ,' ഞാൻ പറഞ്ഞു. 'അതാണ് പ്രശ്നവും. ഈ അനുഭവക്കുറിപ്പിലെ സംഭവങ്ങൾ വിശ്വസിക്കാൻ പ്രയാസമുണ്ട്. ഇതിലെ സംഭവങ്ങളുടെ ഫാക്ട് ചെക്കിംഗ് നടത്തുന്നതിനു മുൻപ് എനിക്കറിയേണ്ടത് ഈ ഫാദർ സഖറിയാ വട്ടക്കുന്നേൽ എന്നൊരാൾ ശരിക്കും ജീവിച്ചിരിപ്പുണ്ടോ എന്നാണ്? നീ പാലാ രൂപതയുടെ അടുത്തയാളല്ലേ, നിനക്കിതൊന്ന് എളുപ്പം കണ്ടുപിടിക്കാൻ പറ്റുമോ?'

'പിന്നെ എനിക്ക് രൂപതയിൽ അല്ലേ പണി... ഞാനിതുവരെ അങ്ങനെ ഒരാളെ കുറിച്ച് കേട്ടിട്ടില്ല. അല്ല, നിന്റെയൊക്കെ കുടുംബം പണ്ട് കോട്ടയം സൈഡല്ലായിരുന്നോ? എന്നിട്ട് നിനക്കറിയാമ്പാടില്ലേ?'

ആ ചോദ്യം അപ്രതീക്ഷിതമായിരുന്നു. 'അതൊക്കെ പണ്ടല്ലേ സാറാ. എന്റെ അപ്പന്റെ കാലത്ത് തൃശ്ശൂർക്ക് പോന്നതാ. പിന്നെ ഞങ്ങൾ മൊത്തം തൃശ്ശൂർക്കാരായി. എനിക്കവിടുത്തെ കാര്യങ്ങളൊന്നും ഇപ്പോൾ വലിയ പിടിയില്ല. അതോണ്ടാ നിന്നോട് തന്നെ ചോദിക്കണെ.'

'ആ ശരി ശരി, എനിക്ക് കാര്യം പിടികിട്ടി. നീയാകെ ആവേശത്തിലാ,' അവൾ പറഞ്ഞു. 'ഞാനൊന്ന് ചോദിച്ചറിയട്ടെ. ബാക്കി നമുക്ക് പിന്നെ തീരുമാനിക്കാം. ഇപ്പോൾ നീയൊന്ന് വിശ്രമിക്ക്. വെറുതെ ആ കഥാപാത്രങ്ങൾക്ക് തലയിൽ കയറി നിരങ്ങാൻ അവസരം കൊടുക്കണ്ട. Have a good weekend.'

അവൾ ഫോൺ വെച്ചു.

സാറയുടെ ശബ്ദം എന്നെ യാഥാർത്ഥ്യത്തിലേക്ക് തിരികെ

കൊണ്ടുവന്നു. പക്ഷെ ഫോൺ വെച്ചതോടെ ഫ്ലാറ്റിലെ നിശ്ശബ്ദത അസഹനീയമായി എന്നെ വരിഞ്ഞുമുറുക്കി. അപ്പോഴാണ് ഞാനത് ശ്രദ്ധിച്ചത്. മുറിയിലെ എയർ കണ്ടീഷണർ ഞാൻ ഓഫാക്കിയിരുന്നതാണ്. എന്നിട്ടും മുറി അസാധാരണമായി തണുക്കാൻ തുടങ്ങിയിരിക്കുന്നു. വെറും തണുപ്പല്ല, ഫാദർ സഖറിയാ ആ തറവാട്ടിൽ അനുഭവിച്ച അതേ അസ്ഥി തുളയ്ക്കുന്ന മരവിപ്പ്.

ഞാൻ ഭയത്തോടെ ടാബിലേക്ക് നോക്കി.

അതിനും അസാധാരണമായ ഒരു തണുപ്പ്. സാധാരണ ഇലക്ട്രോണിക് ഉപകരണങ്ങളുടെ നേരിയ ചൂടിന് പകരം നവംബർ മാസത്തിൽ ശവക്കല്ലറയിൽ തിരി കത്തിക്കാൻ പോകുമ്പോൾ തോന്നുന്ന മാർബിൾ പ്രതലത്തിലെ തണുപ്പ് പോലെ. എന്റെ വിരലുകൾ പെട്ടെന്ന് പിൻവലിഞ്ഞു.

അവൾ പറഞ്ഞതുപോലെ ഞാൻ വെറുതെ ആവേശഭരിതനാവുകയാണോ? ഒന്നിനെയും മുൻവിധിയോടെ സമീപിക്കരുതെന്നാണ് എന്റെ എഡിറ്റർ മനസ്സ് എന്നെ പഠിപ്പിച്ചിട്ടുള്ളത്.

ഞാൻ എഴുന്നേറ്റ് അടുക്കളയിലേക്ക് നടന്നു. ഒരു ഗ്ലാസ് വെള്ളം കുടിച്ച് ഈ ചിന്തകളെ തണുപ്പിക്കണം.

അപ്പോഴാണ് ഞാനാ ശബ്ദം കേട്ടത്.

അടച്ചിട്ട എന്റെ കിടപ്പുമുറിയിൽ നിന്ന്.

വളരെ നേർത്തതായിരുന്നു അത്. ഒരുപക്ഷേ എനിക്ക് തോന്നിയതാകാം. അല്ലെങ്കിൽ പുറത്തെ കാറ്റടിച്ചതാകാം. അതോ മുകളിലത്തെ ഫ്ലാറ്റിൽ നിന്നോ... പക്ഷെ, അതൊരു തേങ്ങൽ പോലെയായിരുന്നു. ഒരു സ്ത്രീയുടെ അടക്കിപ്പിടിച്ച തേങ്ങൽ.

എന്റെ കാലുകൾ നിലത്ത് തറച്ചുപോയി. ഞാൻ ചലനമറ്റ് നിന്ന് വീണ്ടും കാതോർത്തു.

ഇല്ല. ഒന്നും കേൾക്കുന്നില്ല. ഫാനിന്റെ മൂളൽ മാത്രം.

എനിക്ക് ചിരി വന്നുപോയി. ശ്ശെടാ! സാറ പറഞ്ഞ മാതിരി ഈ അച്ചനും ചെകുത്താനും കൂടി എന്റെ തലേല് ശരിക്കും കയറിയിട്ടുണ്ട്. ഞാൻ സ്വയം തല കുലുക്കി ചിരിച്ചു.

വെള്ളം കുടിച്ച് തിരികെ വന്നപ്പോഴും ടാബിന്റെ സ്ക്രീൻ പ്രകാശിക്കുന്നുണ്ടായിരുന്നു. വായന തുടരാനായി ഞാനത് കയ്യിലെടുത്തു.

ആ മരവിപ്പിക്കുന്ന തണുപ്പ് അപ്പോഴും മാറിയിരുന്നില്ല.

'ശ്ശെടാ, ഇതെന്താ ഫ്രിഡ്ജിൽ വെച്ച പോലെ തണുത്തിരിക്കണേ?' ഞാൻ മനസ്സിലോർത്തു.

പിന്നെ എനിക്ക് ചിരി അടക്കാനായില്ല. 'ഓഹോ, അപ്പൊ കഥയിലെ പിശാച് വായിക്കുന്ന ആളുടെ ടാബ്ലെറ്റിലേക്ക് കൂടുമാറുന്ന പരിപാടിയുണ്ടല്ലേ?' ഞാൻ എന്നോട് തന്നെ പറഞ്ഞു. എന്റെ ചിന്തകളുടെ നാടകീയത ഓർത്ത് ഞാൻ സ്വയം തലകുലുക്കി.

'അപ്പൊ പിന്നെ ഈ പുസ്തകം അച്ചടിച്ചാൽ, വായിക്കുന്നോരുടെയെല്ലാം പുസ്തകത്തിൽ ഓരോ പിശാച് ഫ്രീയായിട്ട് കേറിക്കൂടുമല്ലോ. നല്ല ബിസിനസ്സ് തന്നെ!'

ചിരി മുറിയിലെ നിശ്ശബ്ദതയിൽ ഒരു പ്രതിധ്വനിയായി മുഴങ്ങി. എന്റെ കൈയ്യിലെ ടാബിന് അപ്പോഴും അതേ മരവിപ്പിക്കുന്ന തണുപ്പായിരുന്നു. എന്റെ ചിരി പതിയെ മാഞ്ഞു. ഒരു അകാരണമായ അസ്വസ്ഥത എന്റെ ഉള്ളിൽ വീണ്ടും നിറഞ്ഞു.

ഈ രാത്രിയിലെ വായന ഇവിടെ നിർത്താമെന്ന് ഞാൻ ആദ്യം തീരുമാനിച്ചതാണ്. വാരാന്ത്യം ആസ്വദിക്കാൻ പുറംലോകത്തിന്റെ എത്രയോ പ്രലോഭനങ്ങൾ എന്നെ പുറത്തേക്ക് വിളിക്കുന്നുണ്ടായിരുന്നു. പക്ഷെ എനിക്കതിന് കഴിഞ്ഞില്ല. പാലയ്ക്കൽ തറവാടിന്റെ നിഗൂഢതയുടെ വാതിൽ എനിക്കുമുന്നിൽ തുറന്നു കഴിഞ്ഞിരുന്നു. ആ വാതിലിലൂടെ തിരികെ നടക്കാൻ എനിക്കു കഴിഞ്ഞില്ല.

2024 സെപ്റ്റംബർ 3, ചൊവ്വ (രാത്രി)
പാലയ്ക്കൽ തറവാട്

ജെസിക്ക തളർന്നുവീണപ്പോൾ സമയം നിലച്ചുപോയതുപോലെ തോന്നി. സ്വീകരണമുറിയിലെ ലൈറ്റിന്റെ വെളിച്ചം ക്ഷണനേരത്തേക്ക് നിശ്ചലമായി, പിന്നെ ഭയത്തോടെ മിന്നിവിറച്ചു. അനിതയുടെ ഹൃദയം തകർന്ന നിലവിളി ആ വീടിന്റെ ഭിത്തികളിൽ തട്ടി പ്രതിധ്വനിച്ചു. തോമസ് യാന്ത്രികമായി മകളുടെ അടുത്തേക്ക് ഓടിച്ചെന്ന് അവളുടെ വിളറിയ മുഖം തന്റെ മടിയിലേക്ക് കോരിയെടുത്തു. എന്റെ കാലുകൾ നിലത്ത് തറച്ചുപോയിരുന്നു. കാതുകളിൽ 'അസ്രാ-ഏൽ' എന്ന നാമം മന്ത്രം പോലെ മുഴങ്ങിക്കൊണ്ടിരുന്നു. അത് എന്റെ ഹൃദയത്തെ വാളുകൊണ്ടെന്നപോലെ തുളച്ചു.

'അച്ചോ!' തോമസിന്റെ ദയനീയമായ വിളി എന്നെ യാഥാർത്ഥ്യത്തിലേക്ക് തിരികെ കൊണ്ടുവന്നു.

ഞാൻ സ്വയം നിയന്ത്രിച്ചു. എന്റെ വ്യക്തിപരമായ വേദനകൾക്ക് ഇവിടെ സ്ഥാനമില്ല. ഈ കുടുംബത്തിന് എന്നെ ആവശ്യമുണ്ട്. ഞാൻ വേഗത്തിൽ അവരുടെ അടുത്തേക്ക് ചെന്നു. ജെസിക്കയുടെ നാഡിമിടിപ്പ് പരിശോധിച്ചു. നേർത്തുപോയിരുന്നെങ്കിലും അതുണ്ടായിരുന്നു. അവൾക്ക് ബോധം നഷ്ടപ്പെട്ടതായിരുന്നു.

'അവളെ കട്ടിലിൽ കൊണ്ടുപോയി കിടത്തൂ,' ഞാൻ പറഞ്ഞു. എന്റെ ശബ്ദത്തിന് ഞാൻ പ്രതീക്ഷിച്ചതിലും ഗൗരവമുണ്ടായിരുന്നു. 'അനിതാ, കുറച്ച് വെള്ളമെടുത്ത് അവളുടെ മുഖത്ത് തളിക്കൂ. പേടിക്കേണ്ട, അവൾക്ക് കുഴപ്പമൊന്നും വരില്ല.'

എന്റെ വാക്കുകളിലെ ആത്മവിശ്വാസം ഒരുപക്ഷേ അവർക്ക് ധൈര്യം നൽകിയിരിക്കാം. തോമസ് ജെസിക്കയെ കൈകളിൽ കോരിയെടുത്ത് അവളുടെ മുറിയിലേക്ക് നടന്നു. ഞാൻ സ്വീകരണമുറിയിൽ ഒറ്റയ്ക്ക് നിന്നു.

ഇത് യാദൃശ്ചികമല്ല. ഇതൊരു തന്ത്രമാണ്. എന്നെ വീണ്ടും പരാജയപ്പെടുത്താൻ, എന്റെ ആത്മാവിലെ പഴയ മുറിവ് കുത്തിപ്പൊളിച്ച് അതിൽ വിഷം നിറയ്ക്കാൻ അത് കാത്തിരിക്കുകയായിരുന്നു.

കുറച്ചുകഴിഞ്ഞപ്പോൾ ജെസിക്കയ്ക്ക് ബോധം വന്നു. അവൾക്കൊന്നും ഓർമ്മയുണ്ടായിരുന്നില്ല. വീട് ആശീർവദിക്കാൻ തുടങ്ങിയതുവരെ മാത്രമേ അവൾക്ക് ഓർമ്മയുണ്ടായിരുന്നുള്ളൂ. അതിനുശേഷം സംഭവിച്ച ഭീകരമായ നാടകത്തെക്കുറിച്ച് അവൾ പൂർണ്ണമായും അജ്ഞയായിരുന്നു. അത് നല്ലതായിരുന്നു.

സ്വന്തം ശരീരത്തിൽ നിന്ന് പുറത്തുവന്ന ആ ഭീകരശബ്ദം അവൾ കേൾക്കാതിരുന്നത് നന്നായി.

കുറച്ച് നേരത്തേക്ക് ആരും ഒന്നും മിണ്ടിയില്ല. തോമസും അനിതയും ജെസിക്കയുടെ മുറിയിൽ അവൾക്ക് കാവലിരുന്നു. ഞാൻ മുകളിലത്തെ ഒരു മുറിയിൽ ജനലിനരികിലിരുന്ന് പുറത്തേക്ക് നോക്കിയിരുന്നു. എന്റെ പ്രാർത്ഥനയുടെ വാക്കുകൾക്ക് ശക്തി കുറഞ്ഞതുപോലെ എനിക്ക് തോന്നി. അവ ആ വീടിന്റെ ഭിത്തികളിൽ തട്ടി തിരികെ വരുന്നതുപോലെ. ഇത് വെറുമൊരു പ്രാർത്ഥന കൊണ്ട് ജയിക്കാവുന്ന യുദ്ധമല്ലെന്ന് എന്റെ മനസ്സ് പറഞ്ഞുകൊണ്ടിരുന്നു. അസ്രാ-ഏലിനെ പോലൊരു പുരാതന തിന്മയ്ക്ക് ഈ വീട്ടിൽ തിന്മയ്ക്ക് ഇത്രയും സ്വാധീനം ലഭിക്കണമെങ്കിൽ അതിനൊരു അടിത്തറയുണ്ടാകണം. അതെന്താണെന്ന് കണ്ടെത്തണം. ശത്രുവിന്റെ ശക്തിയുടെ ഉറവിടം അറിയാതെ അവനെതിരെ പോരാടുന്നത് ആത്മഹത്യക്ക് തുല്യമാണ്.

അത്താഴം കഴിക്കുമ്പോൾ ആ മേശയ്ക്ക് ചുറ്റും കനത്ത മൗനം തളംകെട്ടിയിരുന്നു. തോമസിന്റെ മുഖത്ത് നിസ്സഹായതയായിരുന്നു.

'അച്ചോ, ഇനി... ഇനി എന്താണ് നമ്മൾ ചെയ്യേണ്ടത്?' തോമസ് പ്രതീക്ഷയറ്റ സ്വരത്തിൽ ചോദിച്ചു.

'ഇനി നമ്മൾ അന്വേഷണം തുടങ്ങണം,' ഞാൻ പറഞ്ഞു.

അവൻ എന്നെ സംശയത്തോടെ നോക്കി. 'അന്വേഷണമോ? എന്ത് അന്വേഷണം?'

'തോമസ്, ഇന്ന് നമ്മൾ കണ്ടത് യുദ്ധത്തിന്റെ തുടക്കം മാത്രമാണ്. അസ്രാ-ഏൽ അതിന്റെ ശക്തി പ്രകടിപ്പിച്ചു. പിശാചിന് വ്യക്തിയുടെയോ കുടുംബത്തിന്റെയോ മേൽ അധികാരം സ്ഥാപിക്കണമെങ്കിൽ അതിനൊരു കാരണം വേണം. ഒരു വാതിൽ തുറന്നുകിട്ടണം. ആ പിശാചിന് ഈ കുടുംബത്തിന്മേൽ 'നിയമപരമായ അവകാശം' ഉണ്ട്. ആ അവകാശത്തിന്റെ വേരുകൾ നമ്മൾ കണ്ടെത്തണം. ആ വേരറുക്കാതെ ഈ മരത്തെ നമുക്ക് പിഴുതെറിയാൻ കഴിയില്ല.'

ഞാൻ അവന്റെ കണ്ണുകളിലേക്ക് നോക്കി. 'ഈ തറവാടിന്റെ തുടക്കത്തെക്കുറിച്ച് എന്തെങ്കിലും കഥകളുണ്ടോ? അസാധാരണമായ എന്തെങ്കിലും?'

എന്റെ വാക്കുകളിലെ ദൈവശാസ്ത്രപരമായ യുക്തി അവന് പൂർണ്ണമായി മനസ്സിലായില്ലെങ്കിലും, ഒരു കർമ്മ പദ്ധതിയുണ്ടെന്ന അറിവ് അവന്റെ മനസ്സിന് ആശ്വാസം നൽകി. തോമസ് നെടുവീർപ്പോടെ കസേരയിലേക്ക് ചാരിയിരുന്നു. മെത്രാൻ പറഞ്ഞ ആ പഴയ കഥ അവൻ എന്നോട് ആവർത്തിച്ചു.

'തലമുറകളായി ഞങ്ങൾ കേൾക്കുന്ന കഥയനുസരിച്ച്, വട

ക്കുനിന്നുള്ള പടയോട്ടക്കാലത്ത് ഞങ്ങളുടെ പൂർവ്വികനായ മത്തായി ഡീക്കൻ മലബാറിലെവിടെയോ നിന്ന് ജീവനും കൊണ്ട് ഓടി രക്ഷപ്പെട്ട് ഇവിടെയെത്തിയതാണ്. അദ്ദേഹം വലിയ ദൈവഭക്തനും ധൈര്യശാലിയുമായിരുന്നു...'

'അദ്ദേഹം ഒറ്റയ്ക്കാണോ വന്നത്?' ഞാൻ ചോദിച്ചു.

'അതെ, അങ്ങനെയാണ് വിശ്വാസം.'

ഞാൻ നിശ്ശബ്ദനായി കേട്ടിരുന്നു. ആ കഥയിൽ എന്തോ പൊരുത്തക്കേടുണ്ടെന്ന് എന്റെ മനസ്സ് പറഞ്ഞു. അതൊരു നല്ല കഥയാണ്, പക്ഷെ അത് അമിതമായി നല്ലതായിരുന്നു. കൂട്ടക്കൊലയിൽ നിന്ന് ഓടിരക്ഷപ്പെട്ട ഒരാൾക്ക് അപരിചിതമായ ഒരിടത്ത് വന്ന് ഇത്രയും വലിയൊരു തറവാട് പടുത്തുയർത്താനുള്ള സാമ്പത്തിക ശേഷി എവിടെനിന്ന് ലഭിച്ചു? കഠിനാധ്വാനം മാത്രം മതിയോ അതിന്?

'തോമസ്,' ഞാൻ സൗമ്യമായി ചോദിച്ചു. 'ഈ കഥയിൽ

എന്തെങ്കിലും വിട്ടുപോയതായി എപ്പോഴെങ്കിലും തോന്നിയിട്ടുണ്ടോ? എന്തെങ്കിലും വിശദീകരിക്കാനാവാത്ത ഭാഗങ്ങൾ?'

അവൻ എന്നെ തുറിച്ചുനോക്കി. അവന്റെ കുടുംബത്തിന്റെ അഭിമാനത്തെ ഞാൻ ചോദ്യം ചെയ്യുകയാണെന്ന് അവൻ ഒരുപക്ഷേ കരുതിയിരിക്കാം. അവന്റെ കണ്ണുകളിൽ സംശയത്തിന്റെ നിഴൽ വീണു.

'എനിക്കറിയില്ലച്ചോ,' അവൻ പറഞ്ഞു. 'ഞങ്ങൾ കേട്ടുവളർന്നത് ഇതാണ്.'

'നമ്മൾ കൂടുതൽ ആഴത്തിൽ അന്വേഷിക്കണം,' ഞാൻ പറഞ്ഞു. 'ചിലപ്പോൾ ഔദ്യോഗിക രേഖകളിലൊന്നും പെടാത്ത, നാട്ടുകാർക്കിടയിൽ മാത്രം പ്രചാരത്തിലുള്ള ചില കഥകളുണ്ടാകും. അതാണ് എനിക്കറിയേണ്ടത്.' ഞാൻ എഴുന്നേറ്റു. 'നമ്മുടെ ഇടവക പള്ളി വിട്ട് ഈ നാട്ടിലെ മറ്റ് പുരാതന പള്ളികളിലേക്ക് ഒന്നു പോകണം. ഇവിടുത്തെ ചരിത്രമറിയാവുന്ന പഴയ ആരെങ്കിലുമുണ്ടെങ്കിൽ അവരോട് സംസാരിക്കണം.'

എന്റെ നിർദ്ദേശം കേട്ട് തോമസ് സമ്മതിച്ചു. പിറ്റേന്ന് പ്രഭാതത്തിൽ തന്നെ ഞങ്ങൾ അടുത്തുള്ള പുരാതനമായ കുറച്ച് പള്ളികൾ സന്ദർശിച്ചു. അവസാനം മീനച്ചിലാറിന്റെ കരയിൽ നൂറ്റാണ്ടുകളുടെ പഴക്കമുള്ള ആ പള്ളിയിലേക്കും ഞങ്ങൾ പ്രവേശിച്ചു. അവിടുത്തെ വികാരിയച്ചൻ ചെറുപ്പമായിരുന്നു. അദ്ദേഹം ഞങ്ങളെ പള്ളിയുടെ ചരിത്രരേഖകൾ സൂക്ഷിക്കുന്ന പ്രായമായ ചാണ്ടിയച്ചന്റെ അടുത്തേക്ക് പറഞ്ഞയച്ചു. ചാണ്ടിയച്ചൻ വിരമിച്ച് വിശ്രമജീവിതം നയിക്കുകയായിരുന്നു.

ചാണ്ടിയച്ചന്റെ മുറി ഒരു പുരാവസ്തു ഗവേഷകന്റെ പണിശാല പോലെയായിരുന്നു. എല്ലായിടത്തും പൊടിപിടിച്ച പുസ്തകങ്ങളും പഴയ റെക്കോർഡുകളും ചിതറിക്കിടന്നിരുന്നു. ഞങ്ങളെ കണ്ടപ്പോൾ അദ്ദേഹം കട്ടിലിൽ എഴുന്നേറ്റിരുന്നു. അദ്ദേഹത്തിന്റെ കണ്ണടയ്ക്ക് പിന്നിലെ കണ്ണുകൾക്ക് ഓർമ്മയുടെയും വിവേകത്തിന്റെയും തിളക്കമുണ്ടായിരുന്നു.

ഞാൻ വിഷയം വളരെ സൂക്ഷ്മതയോടെ അവതരിപ്പിച്ചു. 'പാലയ്ക്കൽ തറവാടിന്റെ ചരിത്രത്തെക്കുറിച്ച് രൂപതയ്ക്കുവേണ്ടി ചെറിയ പഠനം നടത്തുകയായിരുന്നു. അച്ചന് ആ കുടുംബത്തെക്കുറിച്ച് എന്തെങ്കിലും പഴയ ഓർമ്മകളുണ്ടോ?'

ചാണ്ടിയച്ചൻ ഒന്നു മൂളി. 'മ്മ്... പാലയ്ക്കലെ തറവാട്ടുകാരോ... ദൈവം സഹായിച്ച്, പണ്ടേ തൊട്ടേ നല്ല പേരും നിലയുമുള്ള കുടുംബമാ. അവരുടെയെല്ലാം കാരണോരായ ആ മത്തായി ശെമ്മാശ്ശൻ... പള്ളീല് പഴേ ആൾക്കാര് പറഞ്ഞ് കേട്ടിട്ടുണ്ട്, ചില്ലറക്കാരനൊന്നുമായിരുന്നില്ലെന്ന്...'

'അതെ,' ഞാൻ പറഞ്ഞു. 'അദ്ദേഹം ഇവിടെയെത്തുമ്പോൾ

വലിയ സാമ്പത്തിക ശേഷിയുണ്ടായിരുന്നോ?'

ആ ചോദ്യം കേട്ടതും ചാണ്ടിയച്ചന്റെ മുഖത്തൊരു ഭാവമാറ്റം വന്നു. അദ്ദേഹം മുറിയിലാരുമില്ലെന്ന് ഉറപ്പുവരുത്താനെന്നോണം ചുറ്റും നോക്കി. എന്നിട്ട് ശബ്ദം താഴ്ത്തി പറഞ്ഞു.

'അതൊരു രഹസ്യാ... പണ്ടുള്ള കാർന്നോന്മാര് പറഞ്ഞ് അറിവുള്ളതാ. നമ്മുടെ സഭയ്ക്കൊന്നും അത്ര പിടിക്കുന്ന കാര്യവുമല്ല.' അച്ചനൊന്ന് നിർത്തിയിട്ട് തുടർന്നു: 'ആള് ഇങ്ങോട്ട് പോന്നത് വെറുംകയ്യോടെയല്ലാരുന്നു, കേട്ടോ. പൊന്നും പണോം കൊണ്ടാ വന്നത്. ആ കൂട്ടക്കൊലയും ബഹളോമൊക്കെ നടന്ന കൂട്ടത്തിൽ, ഏതോ വലിയ പള്ളീലെ തിരുശേഷിപ്പും ഭണ്ഡാരത്തിലുണ്ടാരുന്ന പൈസേം മൊത്തം ആ ശെമ്മാശ്ശൻ കൈക്കലാക്കിയെന്നാ പറച്ചില്...'

എന്റെ ഹൃദയമിടിപ്പ് വർധിച്ചു. ഞാൻ തോമസിനെ നോക്കി. അയാളുടെ മുഖത്തെ രക്തമയമെല്ലാം വാർന്നുപോയതുപോലെയായിരുന്നു.

ചാണ്ടിയച്ചൻ ഒന്നിളകിയിരുന്നു, ശബ്ദം പിന്നെയും താഴ്ത്തി. 'കഥ അവിടെം കൊണ്ടൊന്നും തീർന്നില്ല... അതിലും വല്യൊരു അപവാദം കെടപ്പുണ്ട് പിന്നേം. ഈപ്പറഞ്ഞ ശെമ്മാശ്ശൻ ഇങ്ങോട്ട് പോന്നത് ഒറ്റയ്ക്കല്ലാരുന്നു. കൂടെ സ്വന്തം കൂടപ്പിറപ്പുകളും വേറെ കുറേ കുടുംബക്കാരും ഉണ്ടാരുന്നു. വഴിമദ്ധ്യേ വെച്ച് പട്ടാളം ഇവരെ വളഞ്ഞു. അപ്പൊ... പുള്ളി മറ്റുള്ളോരെയെല്ലാം ഒറ്റിക്കൊടുത്തിട്ട് ഈ പൊന്നും പണോം കൊണ്ട് തടിതപ്പിയെന്നാ ചില പഴേ ആൾക്കാര് അടക്കം പറയുന്നേ. അങ്ങനെ... മറ്റുള്ളോരുടെയെല്ലാം ചോരേലും കണ്ണീരീലും ചവിട്ടിയാ പാലയ്ക്കലെ തറവാടിന്റെ ആദ്യത്തെ കല്ലിട്ടതെന്ന്... കർത്താവിനറിയാം.'

ആ വാക്കുകൾ ഒരു ഇടിമുഴക്കം പോലെ ആ ചെറിയ പൊടിപിടിച്ച മുറിയിൽ തങ്ങിനിന്നു.

'ഇതിനെന്തെങ്കിലും തെളിവുണ്ടോ അച്ചോ?' തോമസ് വിറയലോടെ ചോദിച്ചു.

'ഏയ്... അതിനൊന്നും തെളിവോ രേഖയോ ഒന്നുമില്ല മോനേ,' ചാണ്ടിയച്ചൻ കൈ മലർത്തി. 'എത്രയോ കാലം മുൻപത്തെ കഥകളല്ലേ... കാറ്റിലും മഴയത്തും മാഞ്ഞുപോയില്ലെങ്കിലേ അത്ഭുതമുള്ളൂ. ചിലപ്പോ... അസൂയേം കുശുമ്പും ഉള്ളോര് പറഞ്ഞുണ്ടാക്കിയതാവും. ന്നാലും, പണ്ടുള്ളോര് പറേന്നപോലെ, ഒരു തീയില്ലാതെ പുകയുണ്ടാവില്ലല്ലോ, അല്ലേ?'

അച്ചൻ ഒന്നു നിർത്തി, ഓർത്തെടുക്കുന്നതുപോലെ പറഞ്ഞു: 'പിന്നെ വേറൊരു കാര്യോണ്ട്. ഞാനീ പള്ളീല് പണ്ട് പഴയ രജിസ്റ്ററും പ്രമാണോമൊക്കെ പൊടി തട്ടി നോക്കിയ കൂട്ടത്തില് ഒരു കാര്യം കണ്ടാരുന്നു. ഈ പറഞ്ഞ മത്തായി ശെമ്മാശ്ശൻ, കാ

ലം കുറേ കഴിഞ്ഞപ്പോ വലിയൊരു ദാനക്കാരനായിരുന്നു. അങ്ങേരുടെ പുരയിടത്തിന്റെ പല ഭാഗങ്ങളും ചെറിയ തുകയ്ക്ക് വേറെ പല കുടുംബങ്ങൾക്കും 'സമ്മാനമായി' എഴുതിക്കൊടുത്തേക്കുവാ. ചിലപ്പോ... ചെയ്തുകൂട്ടിയതിനൊക്കെ പരിഹാരം ചെയ്യാനുള്ള മനസ്താപമായിരിക്കും... ആർക്കറിയാം.'

അവിടെ നിന്നും തിരികെ തറവാട്ടിലേക്കുള്ള യാത്രയിൽ ഞങ്ങൾ രണ്ടുപേരും ഒന്നും സംസാരിച്ചില്ല. ചാണ്ടിയച്ചൻ നിസ്സാരമായി പറഞ്ഞ ആ കാര്യം എന്റെ മനസ്സിൽ വലിയ അസ്വസ്ഥതയായി അവശേഷിച്ചു. എന്റെ ശ്രദ്ധ മുഴുവൻ പാലയ്ക്കൽ തറവാട്ടിൽ അപ്പോൾ നിറഞ്ഞുനിന്ന ഭീകരതയിലായിരുന്നു.

ഭൂതകാലം എന്നത് മരിച്ചടക്ക് കഴിഞ്ഞ ശരീരമല്ല; അത് വർത്തമാനകാലത്ത് വീണുകിടക്കുന്ന ഒരു വലിയ നിഴലാണ്. നമ്മൾ എത്ര വേഗത്തിൽ ഓടിയാലും ആ നിഴൽ നമ്മുടെ കൂടെത്തന്നെയുണ്ടാകും.

ഇപ്പോൾ കാര്യങ്ങൾ കുറേശ്ശെ വ്യക്തമായി വരുന്നു. ഒരു മഹാപാപം. ചതി. രക്തക്കറ പുരണ്ട പണം. ആ പണം കൊണ്ട് പടുത്തുയർത്തിയ വീട്. അതെ. അസ്രാ-ഏലിന്റെ ആധിപത്യത്തിന്റെ വേരുകൾ ഞാൻ കണ്ടെത്തിയിരിക്കുന്നു. തലമുറകളായി അവർ അനുഭവിച്ചുകൊണ്ടിരിക്കുന്ന ഓരോ സൗഭാഗ്യത്തിനും പിന്നിൽ, ചതിക്കപ്പെട്ട ആത്മാക്കളുടെ നിലവിളിയുണ്ട്. ആ നിലവിളിയാണ് അസ്രാ-ഏലിന്റെ ശക്തി.

രാവിലെ തുടങ്ങിയ അന്വേഷണം ഉച്ചയോടെ പാലയ്ക്കൽ തറവാടിന്റെ മുന്നിൽ വന്ന് നിന്നപ്പോൾ ഞാനാ വീടിനെ പുതിയൊരു കണ്ണോടെയാണ് നോക്കിക്കണ്ടത്. അപ്പോൾ അതൊരു ശവകുടീരം പോലെയാണ് എനിക്ക് തോന്നിയത്. ചതിയുടെയും പാപത്തിന്റെയും മുകളിൽ പടുത്തുയർത്തിയ, തലമുറകളെ ബലി കൊടുക്കാൻ കാത്തിരിക്കുന്ന ഒരു വലിയ ശവകുടീരം.

ഇനി എനിക്ക് തെളിവുകളാണ് വേണ്ടിയിരുന്നത്. ആ പഴയ കഥ സത്യമാണെന്ന് ഉറപ്പിക്കുന്നതിലുപരി, ഇപ്പോൾ ഈ കുടുംബത്തെ വേട്ടയാടുന്നത് ആ പഴയ പാപത്തിന്റെ ബാക്കിയാണോ, അതോ പുതിയതായി ആരെങ്കിലും തുറന്നുകൊടുത്ത വാതിലിലൂടെയാണോ അവൻ വീണ്ടും അകത്തുകടന്നത് എന്ന് എനിക്ക് തിരിച്ചറിയണം.

രോഗത്തിന്റെ കാരണം അറിയാതെ ചികിത്സിക്കാൻ കഴിയില്ലല്ലോ. പക്ഷെ, നൂറ്റാണ്ടുകൾക്ക് മുൻപ് നടന്ന ആ ചതിയുടെയും, അത് തിരികെ വന്ന വഴിയുടെയും തെളിവ് ഞാൻ എവിടെപ്പോയി കണ്ടെത്താനാണ്? എന്റെ അന്വേഷണം വഴിമുട്ടി നിൽക്കുകയായിരുന്നു.

11

2024 സെപ്റ്റംബർ 4, ബുധൻ (പ്രഭാതം)

പാലയ്ക്കൽ തറവാട്

ചാണ്ടിയച്ചന്റെ വാക്കുകൾ കനത്ത കരിമ്പടം പോലെ ആ തറവാടിനു മുകളിൽ വന്നുവീണു. തുടർന്നുള്ള ദിവസങ്ങളിൽ ആ വീട്ടിലെ ശ്വാസംമുട്ടിക്കുന്ന നിശ്ശബ്ദതയ്ക്ക് ഭാരം കൂടി. തോമസ് ആരോടും സംസാരിക്കാതെയായി. അയാളുടെ തറവാടിന്റെ പ്രൗഢി, പൂർവ്വികരുടെ സൽപ്പേര്... എല്ലാം ഒരു കെട്ടുകഥയുടെ മുകളിൽ പണിതതാണെന്ന ചിന്ത അയാളെ വേട്ടയാടി. അനിതയുടെ ഭയം ഒരുതരം വിഹ്വലതയ്ക്ക് വഴിമാറി. അവർ വീടിന്റെ ഓരോ കോണിലേക്കും സംശയത്തോടെ നോക്കി, ഭിത്തികൾക്കുള്ളിൽ നിന്ന് അടക്കംപറച്ചിലുകൾ കേൾക്കാൻ കാതോർത്തു. ജെസിക്ക മാത്രം പുറമെ ശാന്തയായി കാണപ്പെട്ടു. പക്ഷെ അവളുടെ കണ്ണുകളിലെ വെളിച്ചം കുറഞ്ഞിരുന്നു. എന്തോ വലിയ ഭാരം അവളുടെ ആത്മാവിനെ ഞെരിക്കുന്നതുപോലെ.

എന്റെ അവസ്ഥയും വ്യത്യസ്തമായിരുന്നില്ല. ഞാൻ എന്റെ മുറിയിലിരുന്ന് പ്രാർത്ഥിച്ചു, വിശുദ്ധ ഗ്രന്ഥം വായിച്ചു. പക്ഷെ എന്റെ ചിന്തകൾ മുഴുവൻ ആ പഴയ കഥയെ ചുറ്റിപ്പറ്റിയായിരുന്നു. ചതി, രക്തം, വിശുദ്ധമെന്ന് കരുതുന്ന ഒന്നിന്റെ മോഷണം. അസ്രാ-ഏലിന് ഇതിൽപ്പരം നല്ലൊരു വിളനിലം വേറെയെവിടെ കിട്ടാനാണ്? പാപത്തിന്റെ മുകളിലിരുന്ന് തലമുറകളായി അനുഭവിക്കുന്ന സൗഭാഗ്യങ്ങൾ... ആ പിശാചിന്റെ അവകാശവാദത്തിന് അതിലും വലിയ എന്ത് അടിസ്ഥാനമാണ് വേണ്ടത്? പക്ഷെ, ഇതൊരു കഥ മാത്രമാണ്. ഊഹാപോഹമാണ്. സത്യമറിയാതെ അന്വേഷണം എങ്ങനെ മുൻപോട്ടു കൊണ്ടുപോകണമെന്ന് എനിക്ക് നിശ്ചയമില്ലായിരുന്നു

അസ്രാ-ഏലിന്റെ ഭാഗത്തുനിന്നുള്ള ശല്യങ്ങൾ കുറഞ്ഞിരുന്നു. ചെറിയ അടക്കംപറച്ചിലുകളും നിഴലുകളും ഒഴിച്ചാൽ, ഭൗതികമായ ഉപദ്രവങ്ങൾ ഉണ്ടായില്ല. ഇതൊരു കൊടുങ്കാറ്റിന് മുൻപുള്ള ശാന്തതയാണെന്ന് എനിക്കറിയാമായിരുന്നു. അത് എന്റെ അടുത്ത നീക്കത്തിനായി കാത്തിരിക്കുകയായിരുന്നു.

എന്റെ ശ്രദ്ധ മുഴുവൻ ആ വീടിന്റെ ഘടനയിലായിരുന്നു. ഭൂതോച്ചാടകൻ ഒരു കുറ്റാന്വേഷകനെപ്പോലെയായിരിക്കണം. ഓരോ ചെറിയ കാര്യവും ശ്രദ്ധിക്കണം. ഓരോ പൊരുത്തക്കേടും കണ്ടെത്തണം. ഞാൻ ആ വീടിന്റെ ഓരോ മുറിയിലൂടെയും നടന്നു. അതിന്റെ പഴക്കം, നിർമ്മാണരീതി, ഓരോ മുറിയുടെയും പ്രത്യേകതകൾ... എല്ലാം ഞാൻ പഠിച്ചു. എന്റെ മനസ്സ് ഒരു ഡിറ്റ

ക്ലീവിന്റേതുപോലെ പ്രവർത്തിക്കാൻ തുടങ്ങി.

ആദ്യത്തെ സൂചന ലഭിച്ചത് തികച്ചും അപ്രതീക്ഷിതമായിട്ടായിരുന്നു.

ഉച്ചയോടടുത്തപ്പോൾ ഞാൻ താഴത്തെ നിലയിലെ പഴയ പത്തായപ്പുരയുടെ വാതിൽക്കൽ നിൽക്കുകയായിരുന്നു. ആരും ഉപയോഗിക്കാത്ത പൊടിപിടിച്ച ആ മുറിയിലേക്ക് ഞാൻ വെറുതെ ഒന്നു നോക്കി. പുറത്ത് നല്ല കാറ്റടിക്കുന്നുണ്ടായിരുന്നു. അപ്പോഴാണ് അത് എന്റെ ശ്രദ്ധ പിടിച്ചുപറ്റിയത്. പത്തായപ്പുരയുടെ അകത്തുനിന്ന് ചൂളംവിളി പോലെ കാറ്റ് കയറുന്ന ശബ്ദം.

അതെന്നെ അത്ഭുതപ്പെടുത്തി. ആ മുറിക്ക് പുറത്തേക്ക് ജനലുകളോ മറ്റ് വാതിലുകളോ ഇല്ല. പിന്നെങ്ങനെയാണ് കാറ്റ് അകത്തേക്ക് വരുന്നത്? ഞാൻ ആ വാതിൽ തുറന്ന് അകത്തേക്ക് കടന്നു. പഴകിയ തടിയും ഈർപ്പവും ചേർന്ന ഗന്ധം എന്നെ പൊതിഞ്ഞു. ഞാൻ ആ വാതിലിന്റെ അടിഭാഗം പരിശോധിച്ചു. അവിടെ കാര്യമായ വിടവൊന്നുമില്ല. എന്നിട്ടും കാറ്റ് അകത്തേക്ക് വരുന്നു. ഞാൻ മുകളിലേക്ക് നോക്കിയപ്പോൾ മുറിയുടെ മച്ചിലെ ഒരു മൂലയിൽ, മുകളിലത്തെ നിലയിലെ പഴയ ഒരു മുറിയിലേക്ക് തുറക്കുന്ന, വായു സഞ്ചാരത്തിനായി പണ്ട് ഉപയോഗിച്ചിരുന്ന ചെറിയൊരു ദ്വാരം കണ്ടു. പൊടിപിടിച്ച ആ ദ്വാരത്തിലൂടെയാണ് കാറ്റ് താഴേക്ക് വന്നിരുന്നത്.

എന്റെ ഹൃദയം പെട്ടെന്ന് മിടിക്കാൻ തുടങ്ങി. ഞാൻ ആ മുറിയുടെ ഭിത്തികൾ ശ്രദ്ധയോടെ നോക്കി. കരിങ്കല്ലിൽ പണിത ഭിത്തികൾ. പക്ഷെ ഒരു ഭിത്തിക്ക് മാത്രം എന്തോ വ്യത്യാസമുള്ളതുപോലെ. മറ്റുള്ളവയെ അപേക്ഷിച്ച് അതിലെ കല്ലുകൾക്ക് അല്പം പഴയ നിറം. സംശയത്തോടെ ഞാൻ ആ ഭിത്തിയിൽ വിരൽ മടക്കി മുട്ടിനോക്കി. കട്ടിയുള്ള കരിങ്കല്ലിന് പകരം ഒരു പൊള്ളയായ ശബ്ദമാണ് തിരികെ കേട്ടത്. എന്റെ സംശയം ബലപ്പെട്ടു.

ഞാൻ ഉടനെ തന്നെ തോമസിനെ വിളിച്ചു.

'തോമസ്, എനിക്കൊരു സഹായം വേണം. ഒരു മെഷറിങ് ടേപ്പ് കിട്ടുമോ?'

അവൻ സംശയത്തോടെ എന്നെ നോക്കി. 'ടേപ്പോ? എന്തിനാണച്ചോ?'

'ഈ വീടിന്റെ ചില അളവുകൾ എനിക്കൊന്ന് പരിശോധിക്കണമായിരുന്നു.'

അവൻ ഒന്നും മിണ്ടാതെ അകത്തുപോയി ഒരു പഴയ ടേപ്പുമായി തിരിച്ചുവന്നു.

'നമുക്ക് പത്തായപ്പുരയിലേക്ക് പോകാം,' ഞാൻ പറഞ്ഞു.

അവിടെവെച്ച് ഞാൻ ആദ്യം ആ മുറിയുടെ ഉൾവശത്തെ നീളം അളന്നു. പിന്നീട് ഞങ്ങൾ വീടിന് പുറത്തിറങ്ങി പത്തായപ്പുര

യുടെ അതേ ഭാഗത്തുള്ള പുറംഭിത്തിയുടെ നീളം അളന്നു.

എന്റെ സംശയം ശരിയായിരുന്നു.

'കർത്താവേ...' എന്റെ വായിൽ നിന്ന് അറിയാതെ വീണുപോയി. 'പുറത്തുനിന്നുള്ള അളവും അകത്തുനിന്നുള്ള അളവും തമ്മിൽ ഏകദേശം രണ്ടടിയുടെ വ്യത്യാസമുണ്ട്. അതായത് ഈ ഭിത്തിക്കുള്ളിൽ ഒരു ഒഴിഞ്ഞ സ്ഥലമുണ്ട്.'

തോമസ് അവിശ്വസനീയതയോടെ ആ ഭിത്തിയിലേക്ക് നോക്കി. 'അത്... അത് പഴയ വീടല്ലേ അച്ചോ. പണ്ടത്തെ കണക്കുകളിലെ പിഴവായിരിക്കും.'

'അല്ല, തോമസ്,' ഞാൻ പറഞ്ഞു. 'ഇതൊരു നിർമ്മാണത്തിലെ പിഴവല്ല. ഇത് മനഃപൂർവ്വം ഉണ്ടാക്കിയതാണ്. ഈ ഭിത്തിക്കുള്ളിൽ എന്തോ ഒന്നുണ്ട്. ഒരു രഹസ്യം. നമ്മൾ കേട്ടുകൊണ്ടിരുന്ന ആ ശബ്ദങ്ങൾ... അതൊരു എലിയുടെയോ മറ്റ് ജീവികളുടെതോ ആയിരുന്നില്ല. ഒരുപക്ഷേ ഇതിലൂടെ കാറ്റ് ചൂളമടിക്കുന്നതാകാം. അത് നമുക്കൊരു സൂചനയായിരുന്നു. ഈ പ്രത്യേക സ്ഥലത്തേക്ക് നമ്മുടെ ശ്രദ്ധ ക്ഷണിക്കാനുള്ള ശ്രമം. എന്തോ ഒന്ന് ഇവിടെ ഒളിപ്പിച്ചുവെച്ചിട്ടുണ്ട്, അത് ആരെങ്കിലും കണ്ടെത്തണമെന്ന് കാലം ആഗ്രഹിക്കുന്നു.'

എന്റെ വാക്കുകളിലെ ദൃഢത അവനെ സ്വാധീനിച്ചു. അവന്റെ മുഖത്തെ സംശയം മാറി ആകാംക്ഷ നിറഞ്ഞു.

'തോമസ്, ഒരു ചുറ്റികയും ഉളിയും സംഘടിപ്പിക്കാമോ?' ഞാൻ ശാന്തമായി പറഞ്ഞു.

അവൻ വേഗം പോയി പണിയായുധങ്ങളുമായി തിരിച്ചുവന്നു. ഭിത്തിയുടെ ആ ഭാഗത്ത് ഉളി വെച്ച് ചുറ്റിക കൊണ്ട് അടിക്കാൻ ഞാൻ തോമസിനോട് ആവശ്യപ്പെട്ടു. ഞാൻ കാണിച്ചു കൊടുത്ത ഭാഗത്ത് അവൻ ആദ്യത്തെ അടി അടിച്ചു.

'ഠമാർ!' ആ ശബ്ദം ആ ചെറിയ മുറിയിൽ ഇടിമുഴക്കം പോലെ പ്രതിധ്വനിച്ചു. ആദ്യത്തെ അടികൊണ്ടപ്പോൾ തന്നെ ഭിത്തിയിലെ കല്ലിളകി. നൂറ്റാണ്ടുകൾ പഴക്കമുള്ള ആ ചുമര് ദുർബലമായിരുന്നു. ഓരോ അടിക്കും, പൊടിയും മണ്ണും താഴേക്ക് വീണുകൊണ്ടിരുന്നു. അനിത ശബ്ദം കേട്ട് ഓടിവന്നു. അവൾ വാതിൽക്കൽ ഭയത്തോടെ നോക്കിനിന്നു. തോമസിന്റെ ഓരോ പ്രഹരത്തിലും ആ വീട് ഞരങ്ങുന്നതുപോലെ തോന്നി.

അവൻ വീണ്ടും ആഞ്ഞടിച്ചു. ഇത്തവണ പ്രഹരം ശക്തമായിരുന്നു. ഭിത്തിയിൽ തുള വീണു. നൂറ്റാണ്ടുകൾ പഴക്കമുള്ള പൊടിപടലങ്ങൾ ഒരു നിശ്വാസം പോലെ പുറത്തേക്ക്. തോമസിന്റെ നെറ്റിയിലൂടെ വിയർപ്പ് ഒഴുകി.

'ഇനിയും മുന്നോട്ട് പോകണോ?' അവന്റെ കണ്ണുകൾ ചോദിച്ചു.

'തുടരൂ...' ഞാൻ ആംഗ്യം കാണിച്ചു.

അടുത്ത അടിയിൽ പുറത്തെ പാളികൾ ചിതറിത്തെറിച്ചു. അനിത പ്രാർത്ഥനയോടെ പിൻവാങ്ങി. തോമസ് സർവ്വശക്തിയുമെടുത്ത് അവസാനമായി ഒന്ന് ആഞ്ഞടിച്ചു.

'ഠോ!'

വലിയ ശബ്ദത്തോടെ ഭിത്തിയുടെ ആ ഭാഗം മൊത്തത്തിൽ തകർന്നു വീണു. കനത്ത നിശ്ശബ്ദത! പൊടിപടലങ്ങൾക്കിടയിലൂടെ... ആ ഇരുണ്ട ദ്വാരം ഞങ്ങളെ തുറിച്ചുനോക്കി.

പൊടി അടങ്ങിയപ്പോൾ തോമസ് കയ്യിലുണ്ടായിരുന്ന ടോർച്ച് ആ ദ്വാരത്തിലൂടെ ഉള്ളിലേക്ക് തെളിച്ചു. ആ വെളിച്ചം ആദ്യം പതിഞ്ഞത് നൂറ്റാണ്ടുകളുടെ നിശ്ശബ്ദതയിലായിരുന്നു. അതൊരു ചെറിയ അറയായിരുന്നു. കാലപ്പഴക്കം കൊണ്ട് ദ്രവിച്ച കുറേ ഓലകൾ ഒരു മൂലയ്ക്ക് കൂട്ടിയിട്ടിരുന്നു. ടോർച്ചിന്റെ വെളിച്ചം അതിനപ്പുറത്തേക്ക് നീങ്ങി... അറയുടെ ഒത്തനടുവിൽ... പൊടിപിടിച്ച്, ചിലന്തിവല കൊണ്ട് മൂടി ഒരു ചെറിയ ചെമ്പുപെട്ടി ഇരിക്കുന്നുണ്ടായിരുന്നു.

അതിന്റെ പൂട്ടിൽ തുരുമ്പെടുത്തിരുന്നു. അതിന്റെ മൂടിയിൽ കൊത്തിവെച്ച അടയാളം ടോർച്ചിന്റെ വെളിച്ചത്തിൽ പക്ഷേ വ്യക്തമായി കാണാമായിരുന്നു.

ഒരു കുരിശ്.

2024 സെപ്റ്റംബർ 4, ബുധൻ (വൈകുന്നേരം)
പാലയ്ക്കൽ തറവാട്

ഭിത്തിക്കുള്ളിലെ ആ ഇരുണ്ട അറയിൽ നിന്ന് പുറത്തേക്ക് വന്ന വായുവിന് ശവപ്പറമ്പിലെ മണ്ണാഴങ്ങളുടെ ഗന്ധമായിരുന്നു. പൊടിയുടേയും ദ്രവിച്ച ഓലയുടേയും മണം. ഒപ്പം, കാലം തണുത്തുറഞ്ഞുപോയ ഒരിടത്തിന്റെ നിഗൂഢതയും. തോമസ് ടോർച്ചിന്റെ വെളിച്ചം ആ ചെറിയ ചെമ്പുപെട്ടിയിൽ തന്നെ ഉറപ്പിച്ചുനിർത്തി. അതിന്റെ മൂടിയിൽ ആലേഖനം ചെയ്തിരിക്കുന്ന കുരിശ് പുരാതനമായ ഒരു രഹസ്യത്തിന് കാവൽ നിൽക്കുന്നതുപോലെ തിളങ്ങി.

ആരും ഒന്നും സംസാരിച്ചില്ല. അതിനെ സ്പർശിക്കാൻ പോലും ഞങ്ങൾ ഭയപ്പെട്ടു. നൂറ്റാണ്ടുകളായി ഉറങ്ങിക്കിടക്കുന്ന ഒരു ശാപത്തെ വിളിച്ചുണർത്താൻ പോവുകയാണെന്നൊരു തോന്നൽ.

'അച്ചോ...' തോമസിന്റെ ശബ്ദം തൊണ്ടയിൽ കുരുങ്ങി.

'അത് പുറത്തെടുക്കൂ തോമസ്,' എന്റെ ശബ്ദത്തിന് ഉറപ്പുണ്ടായിരുന്നെങ്കിലും ഉള്ളിൽ ഭയമുണ്ടായിരുന്നു. 'നമ്മൾ സത്യത്തെ ഭയന്നിട്ട് കാര്യമില്ല. അതാണ് നമ്മളെത്തേടി വന്നത്. ഇനി അതറിഞ്ഞേ മതിയാകൂ.'

തോമസ് നെടുവീർപ്പോടെ ആ അറയിലേക്ക് കൈനീട്ടി. അവൻ വളരെ പതുക്കെ ആ പെട്ടി പുറത്തേക്കെടുത്തു. അതിന് ഞാൻ വിചാരിച്ചതിലും ഭാരമുണ്ടായിരുന്നു. കാലത്തിന്റെ ഭാരം.

ഞങ്ങൾ മൂന്നുപേരും പത്തായപ്പുരയുടെ പൊടിപിടിച്ച നിലത്തിരിക്കുന്ന ആ പെട്ടിയെ തുറിച്ചുനോക്കി. അതിന്റെ തുരുമ്പിച്ച പൂട്ട് കാലത്തിന്റെ വിരലുകൾ കൊണ്ട് ഭദ്രമായി അടച്ചിരുന്നു.

'ഇത് നമുക്ക് സ്വീകരണമുറിയിലേക്ക് കൊണ്ടുപോകാം,' ഞാൻ പറഞ്ഞു. 'ഇരുട്ടിലിരുന്ന് ചെയ്യേണ്ട കാര്യമല്ല ഇത്.'

സ്വീകരണമുറിയിലെ വലിയ തടി മേശയുടെ നടുവിൽ ആ പെട്ടി വെച്ചു. അത് ആ മുറിയുടെ ഭാഗമല്ലാത്ത മറ്റേതോ ലോകത്തുനിന്ന് വന്ന ഒന്നായി തോന്നി. തോമസ് അവിടെയുണ്ടായിരുന്ന ഉളിയും ചുറ്റികയുമെടുത്ത് അതിന്റെ പൂട്ട് പൊളിക്കാൻ ശ്രമിച്ചു. തുരുമ്പിച്ച ലോഹത്തിൽ ഉളി തട്ടുമ്പോഴുള്ള ശബ്ദം ആ വലിയ മുറിയിൽ മുറിയിൽ മാറ്റൊലികൊണ്ടു. ഒടുവിൽ, ഒരു 'ക്ലിക്ക്' ശബ്ദത്തോടെ ആ പൂട്ട് തകർക്കപ്പെട്ടു.

തോമസ് എന്റെ മുഖത്തേക്ക് നോക്കി. ഞാനൊന്ന് തലയാട്ടി. അനിത ഭയത്തോടെ കണ്ണുകൾ ഇറുക്കിയടച്ചു. ഒരു ഞരക്ക

ത്തോടെ, നൂറ്റാണ്ടുകളുടെ നിശ്വാസം പുറത്തുവിട്ടുകൊണ്ട് ആ പെട്ടിയുടെ മൂടി തുറക്കപ്പെട്ടു.

അതിനുള്ളിലെ കാഴ്ച ഞങ്ങളെ നിശ്ശബ്ദരാക്കി. ഏറ്റവും മുകളിലായി കാലപ്പഴക്കം കൊണ്ട് തവിട്ടുനിറമായ, പട്ടും നൂലും കൊണ്ട് നെയ്ത ഒരു ഊറാറ ഭംഗിയായി മടക്കിവെച്ചിരുന്നു. അതിലെ സ്വർണ്ണനൂലുകൊണ്ടുള്ള ചിത്രപ്പണികൾ ഇപ്പോഴും മങ്ങിയിരുന്നില്ല. അതിനടിയിൽ രണ്ട് മരപ്പലകകൾക്കിടയിൽ ഭദ്രമായി അടുക്കിയ ഒരു കെട്ട് താളിയോലകൾ. ചരടുകൊണ്ട് അവയെല്ലാം ഒരുമിച്ചു കെട്ടിയിരുന്നു.

എന്നാൽ ആ താളിയോലക്കെട്ടിനരികെ കണ്ട മറ്റൊന്നാണ് എന്റെ ശ്രദ്ധ പിടിച്ചുപറ്റിയത്.

ഒരു വെള്ളിനാണയം.

പഴകി കറുത്തിരുണ്ട ഒരൊറ്റ വെള്ളിനാണയം. അത് കണ്ടപ്പോൾ എന്റെ ഉള്ളൊന്ന് കാളി. ഞാൻ പതിയെ അതെന്റെ കൈയ്യിലെടുത്തു. അതിന് മരിച്ചു മരവിച്ച ശവം പോലെ മരണത്തിന്റെ തണുപ്പുമുണ്ടായിരുന്നു. എന്റെ തള്ളവിരൽ അതിന്റെ പ്രതലത്തിലൂടെ ഓടിച്ചു. പഴക്കമുണ്ടെങ്കിലും അരികുകൾക്ക് മൂർച്ചയുണ്ടായിരുന്നു.

ആ നാണയത്തിന്റെ തണുപ്പ് എന്റെ വിരലുകളിൽ നിന്ന് മായും മുൻപേ ഞാൻ വളരെ ശ്രദ്ധയോടെ ആ താളിയോലക്കെട്ട് കയ്യിലെടുത്തു. അതിന്റെ താളുകൾ ഒന്നൊന്നായി മറിച്ചു. ഓലകൾ പൊടിഞ്ഞുപോകുമോ എന്ന് ഞാൻ ഭയന്നു. ആദ്യത്തെ ഓലയിൽ പഴയ മലയാള ലിപിയിൽ ഇപ്രകാരം കുറിച്ചിരുന്നു:

> *'ശീമപ്പള്ളിക്കണക്കിൽ പെട്ട കോശി കത്തനാരാൽ എഴുതപ്പെട്ടത്.*
> *ദൈവത്തിന്റെ കാരുണ്യം എന്റെ മേൽ ഉണ്ടാകട്ടെ.'*

അതൊരു സാധാരണ കുറിപ്പായി തോന്നിയില്ല. അതൊരു കുമ്പസാരവും വിലാപവുമായിരുന്നു. ഓരോ വാക്കും വായിക്കുന്തോറും എന്റെ തൊണ്ട വരളുന്നത് ഞാൻ അറിഞ്ഞു. തോമസും അനിതയും ശ്വാസമടക്കിപ്പിടിച്ച് എന്റെ വാക്കുകൾക്ക് കാതോർത്തു. ഞാൻ ആ പുരാതനമായ താളിയോലകൾ ഉറക്കെ വായിക്കാൻ തുടങ്ങി. എന്റെ ശബ്ദം ആ മുറിയിൽ മുഴങ്ങി:

> *'കർത്താവിന്റെ നാമത്തിൽ ഞാൻ ഈ സാക്ഷ്യം കുറിക്കുന്നു. ക്രിസ്തുവർഷം 1790-ൽ, മൈസൂർപ്പടയുടെ ഭയം നിമിത്തം, തൃശ്ശിവപേരൂരിൽ നിന്ന് പലായനം ചെയ്യേണ്ടിവന്ന ക്രിസ്ത്യൻ കുടികളെ ബാധിച്ച മഹാമാരിയെക്കുറിച്ചും, അതിൽ നിന്നുള്ള അത്ഭുതകരമായ വിടുതലിനെക്കുറിച്ചുമാണ് ഈ രേഖ.*
>
> *ഈ താളുകൾ വായിക്കുന്നവർ അറിയേണ്ടതിനായി, ആ നാളുകളിലെ സംഭവങ്ങൾ ഞാൻ ഇവിടെ വരയുന്നു.*

ആപത്തുകളിൽ അഭയമായ പരിശുദ്ധ ദൈവമാതാവിന്റെ തിരുനാളിനായി ഞങ്ങൾ ഒരുങ്ങുന്ന വേളയിലായിരുന്നു പടയോട്ടത്തിന്റെ വാർത്ത വന്നത്. പ്രാണനും കൊണ്ട് തെക്കൻ ദിക്കായ തിരുവിതാംകൂറിലേക്ക് പലായനം ചെയ്യാൻ ഇരുപതോളം കുടികൾ നിർബന്ധിതരായി.

ഈ പ്രയാണത്തിൽ അവർക്ക് വഴികാട്ടിയും പ്രമാണിയുമായി വർത്തിച്ചത് പാലയ്ക്കൽ കുടിയിലെ മത്തായി ശെമ്മാശ്ശൻ ആയിരുന്നു. യൗവ്വനവും ദേഹബലവും വാക്സാമർത്ഥ്യവും ഉണ്ടായിരുന്നതുകൊണ്ട് അവന്റെ മൊഴികളിൽ സകലരും വിശ്വാസമർപ്പിച്ചു. തന്നിമിത്തം, അവരുടെ സകല സമ്പാദ്യങ്ങളും, ഞങ്ങളുടെ ദൈവപ്പുരയിലെ തിരുശേഷിപ്പുകളും ഭണ്ഡാരത്തിലെ ദ്രവ്യവും സൂക്ഷിപ്പാനായി അവനെത്തന്നെയാണ് ഏവരും നിയോഗിച്ചത്.

എന്നാൽ, അന്നത്തെ നിശയുടെ അന്ത്യയാമത്തിൽ ചെകുത്താൻ അവന്റെ ഹൃദയത്തിൽ പ്രവേശിച്ചു.

അങ്ങനെയൊരു ദിനം രാത്രിയിൽ അവർ ഒരു ഗുഹയിൽ അഭയം തേടിയിരിക്കെ, പടയാളികൾ അവരെ വളഞ്ഞു. അപ്പോൾ, മത്തായി ശെമ്മാശ്ശൻ തന്റെ കൂടെയുണ്ടായിരുന്ന സഹോദരന്മാരെയും മറ്റു കുടുംബങ്ങളെയും പടയാളികൾക്ക് ഒറ്റിക്കൊടുത്തു. ആ പാവങ്ങൾ നിദ്രയിലാണ്ടിരുന്നപ്പോൾ പടയാളികൾ ആ ഗുഹ വളഞ്ഞു.

അവിടെ നടന്നത് ഒരു കൂട്ടക്കൊലയായിരുന്നു.

മത്തായി ശെമ്മാശ്ശൻ, ആ ചതിക്ക് പകരമായി തന്റെ ജീവനും, കൂടെയുണ്ടായിരുന്ന പൊതുദ്രവ്യം മുഴുവനും സ്വന്തമാക്കി. ആ രക്തക്കറ പുരണ്ട പണവുമായി അവൻ മീനച്ചിലാറിന്റെ കരയിൽ ഒരു വലിയ വീട് പണിതു. ആ പാപം അവനെ വെറുതെ വിട്ടില്ല.

ക്രിസ്തുവർഷം 1791-ൽ, ആ ഭവനത്തെ ശുദ്ധീകരിക്കാൻ എന്നെ, കോശി കത്തനാരെ, നിയോഗിച്ചു. ഞാൻ അവിടെ എത്തുമ്പോൾ കണ്ടത് നരകത്തിന്റെ ഭീകരരൂപമാണ്. മത്തായിയുടെ ഭാര്യയ്ക്ക് ഭ്രാന്തുപിടിച്ചിരുന്നു. രാത്രികളിൽ ഭിത്തികളിൽ നിന്ന് അലർച്ചകളും മാന്തുന്ന ശബ്ദങ്ങളും അവർ കേട്ടു. വീടിനുള്ളിൽ എപ്പോഴും ചീഞ്ഞ മാംസത്തിന്റെ ഗന്ധവും അസ്ഥി തുളയ്ക്കുന്ന തണുപ്പുമായിരുന്നു.

പ്രാർത്ഥന ആരംഭിച്ചപ്പോൾ തന്നെ എന്റെ ശത്രുവിനെ ഞാൻ തിരിച്ചറിഞ്ഞു. അത് അസാധാരണമായൊരു പ്രേതാത്മാവായിരുന്നു. അസ്രാ-ഏൽ. അന്യായമായ സമ്പാദ്യത്തിലും അഴിമതിയിലും ആനന്ദിക്കുന്ന പുരാതന തിന്മ.

ഞാൻ അവനുമായി പോരാടി. ആഴ്ചകൾ നീണ്ട പ്രാർത്ഥനയ്ക്കും ഉപവാസത്തിനും ഒടുവിൽ കർത്താവിന്റെ കരുണയാൽ ഞാൻ അവനെ നിഗ്രഹിച്ചു. പക്ഷെ എന്റെ വിജയം പൂർണ്ണമായിരുന്നില്ല.

എന്തെന്നാൽ, ആ പിശാചിനെ ബഹിഷ്കരിക്കണമെങ്കിൽ, അവന്റെ അവകാശത്തിന്റെ വേരറുക്കണം. ആ പാപത്തിന്റെ ഫലമായ ദ്രവ്യം ഉപേക്ഷിക്കാൻ ഞാൻ മത്തായിയോട് ആവശ്യപ്പെട്ടു. അവൻ അത് നിഷേധിച്ചു. അവൻ പശ്ചാത്തപിച്ചില്ല.

തന്നിമിത്തം, മത്തായി ശെമ്മാശ്ശൻ തന്റെ പാപത്തിൽ ഉറച്ചു നിന്നതുകൊണ്ടും, ആ ദ്രവ്യം ഉപേക്ഷിക്കാതിരുന്നതുകൊണ്ടും, എന്റെ പ്രാർത്ഥനകൾക്ക് അവനെ പാതാളത്തിലേക്ക് തള്ളിയിടുവാൻ സാധിച്ചില്ല. എന്റെ ശുശ്രൂഷ പരാജയപ്പെടുകയും, എനിക്ക് ആ ഭവനം ഉപേക്ഷിച്ചു മടങ്ങേണ്ടതായും വന്നു.

വർഷങ്ങൾ കടന്നുപോയി. അസ്രാ-ഏലിന്റെ സാന്നിധ്യം ആ വീടിനെ ഒരു ശവകുടീരമാക്കി മാറ്റി. മത്തായി സമ്പന്നനായി തുടർന്നു, അവന്റെ ഭാര്യ മരിക്കുകയും മക്കൾ രോഗികളാവുകയും ചെയ്തു. അവന്റെ സമാധാനം പൂർണ്ണമായും നഷ്ടപ്പെട്ടു.

ഒടുവിൽ, ക്രിസ്തുവർഷം 1802-ൽ, മത്തായി ശെമ്മാശ്ശൻ തകർന്ന ഹൃദയവുമായി എന്റെ പക്കൽ തിരിച്ചെത്തി. അവൻ എന്റെ കാൽക്കൽ വീണു കരഞ്ഞു. പാപങ്ങൾ അവൻ ഏറ്റുപറഞ്ഞു. അവന് മാപ്പ് വേണ്ടിയിരുന്നു.

'കത്തനാരേ, ഈ രക്തം പുരണ്ട സമ്പാദ്യം എനിക്ക് വേണ്ട,' അവൻ നിലവിളിച്ചു.

അവന്റെ പശ്ചാത്താപം ആത്മാർത്ഥമായിരുന്നു. ദൈവം അവനോട് ക്ഷമിച്ചു. അവന്റെ പാപത്തിന്റെ ഫലമായ ആ പഴയ തറവാട്ടും സ്വത്തുക്കളും ഉപേക്ഷിക്കാൻ ഞാൻ അവനോട് ആവശ്യപ്പെട്ടു. അവൻ അത് അനുസരിച്ചു. അവൻ തന്റെ സമ്പാദ്യം മുഴുവൻ പല കുടുംബങ്ങൾക്കും ദാനമായി നൽകി. അവൻ സകലതും ഉപേക്ഷിച്ചു.

അവന്റെ പശ്ചാത്താപം പൂർത്തിയായപ്പോൾ ഞാൻ വീണ്ടും ആ തറവാട്ടിലേക്ക് പോയി. ഇപ്പോൾ അസ്രാ-ഏലിന് ആ വീടിന്മേൽ ഒരവകാശവും ഉണ്ടായിരുന്നില്ല. ഞാൻ വീണ്ടും തിരുക്കർമ്മങ്ങൾ ആരംഭിച്ചു.

അത് എളുപ്പമുള്ള പോരാട്ടമായിരുന്നില്ല. അവന്റെ അലർച്ചകൾ ആകാശത്തെ വിറപ്പിച്ചു. ഇത്തവണ അവന്റെ അവകാശം നഷ്ടപ്പെട്ടിരുന്നു. ക്രിസ്തുവിന്റെ നാമത്തിൽ ഞാൻ അവനോട് കല്പിച്ചു. അവന്റെ ബന്ധനങ്ങൾ അഴിഞ്ഞ് ആ ഭവനത്തിൽ നിന്ന് എന്നെന്നേക്കുമായി അവൻ ബഹിഷ്കരിക്കപ്പെട്ടു. ദൈവം വിജയിച്ചു.

മത്തായി ശെമ്മാശ്ശൻ പുതിയ മനുഷ്യനായി. അവൻ സ്വന്തം അധ്വാനം കൊണ്ട് വീണ്ടും ദ്രവ്യം സമ്പാദിച്ചു. ആ പണം കൊണ്ട് അവൻ തന്റെ പഴയ തറവാടിന് അടുത്ത് ഈ പുതിയ ഭവനം പണികഴിപ്പിച്ചു. പാപത്തിന്റെ ഓർമ്മയായ ആ പഴയ വീട് അവൻ പൊളിച്ചുനീക്കി.

അവന്റെ ഭൂതകാലം ഒരു പാഠമായിരിക്കണമെന്ന് എനിക്ക് നിർബന്ധമുണ്ടായിരുന്നു. അതുകൊണ്ട്, എന്റെ നിർദ്ദേശപ്രകാരം, അവൻ പണിയുന്ന ഈ പുതിയ വീടിന്റെ പത്തായപ്പുരയിൽ, ഒരു രഹസ്യ അറ പണിത്, ഈ ചരിത്രം തളിയോലകളിൽ രഹസ്യമായി സൂക്ഷിച്ചുവെക്കുകയാണ്.

ഈ താളിയോലകളും, അവന്റെ പഴയ പാപത്തിന്റെ പ്രതീകമായ ആ വെള്ളിനാണയവും, എന്റെ വിജയത്തിന്റെ അടയാളമായ ഈ ഊറാറയും ഈ ചെമ്പുപെട്ടിയിലാക്കി അവൻ ഈ ഭിത്തിക്കുള്ളിൽ നിക്ഷേപിക്കുകയാണ്.

ഇതൊരു ഓർമ്മപ്പെടുത്തലാണ്. അസ്രാ-ഏൽ പോയി. പക്ഷെ അവന്റെ പാപം ഈ ലോകത്തിൽ നിലനിൽക്കും.

ഭാവിയിലെ തലമുറകളേ, നിങ്ങൾ അറിയുവാനായി ഞാൻ ഇത് കുറിക്കുന്നു: അസ്രാ-ഏൽ ഒരു കുടുംബ ശാപമല്ല. അവൻ അഴിമതിയുടെയും അന്യായമായ സമ്പാദ്യത്തിന്റെയും തിന്മയാണ്. എന്നെങ്കിലും, പാലയ്ക്കൽ കുടുംബത്തിലോ, ഈ താളുകൾ വായിക്ക

ന്ന നിങ്ങളിലോ, ആരെങ്കിലും അന്യായമായി ഒരു നാണയമെങ്കിലും സമ്പാദിച്ചാൽ... ആ നിമിഷം നിങ്ങൾ അവന് പുതിയൊരു വാതിൽ തുറന്നുകൊടുക്കും.

അവൻ മടങ്ങിവരും.'

ഞാൻ വായന നിർത്തി... എന്റെ വിരലുകൾ അറിയാതെ ളോഹയുടെ കീശയിലേക്ക് നീണ്ടു. ഞാൻ ആ പഴയ വെള്ളിനാണയം പുറത്തെടുത്തു. ഇപ്പോൾ അതിന്റെ തണുപ്പിന് മറ്റൊരു അർത്ഥമുണ്ടായിരുന്നു. യൂദാസിന് ലഭിച്ച മുപ്പത് വെള്ളിക്കാശിന്റെ അതേ തണുപ്പ്. കോശി കത്തനാർ എത്ര ബുദ്ധിമാനായിരുന്നു! ചതിയുടെ പ്രതീകമായി അദ്ദേഹം തിരഞ്ഞെടുത്തത് സ്വർണ്ണമായിരുന്നില്ല. ഏതൊരു സാധാരണ മനുഷ്യന്റെ കൈവശവും വെക്കാവുന്ന, എന്നാൽ അവന്റെ ആത്മാവിനെത്തന്നെ വിലയ്ക്ക് വാങ്ങാൻ പോന്നൊരു നാണയമാണ്.

തോമസും അനിതയും ഒന്നും മിണ്ടിയില്ല. താളിയോലകളിലെ വാക്കുകൾ മാത്രം ആ മുറിയിൽ മുഴങ്ങിനിന്നു. അനിതയുടെ തേങ്ങലുകൾ ഇടയ്ക്ക് കേൾക്കാമായിരുന്നു. തോമസ് മേശയിൽ കൈകൾ ഊന്നി തലകുനിച്ച് നിശ്ചലനായി ഇരിക്കുകയായിരുന്നു. അവന്റെ പൂർവ്വികരുടെ പ്രതാപത്തിന്റെ കോട്ട അവന്റെ കണ്മുന്നിൽ തകർന്നുവീഴുകയായിരുന്നു.

ഞാൻ ആ അവസാനത്തെ ഓലയും താഴെ വെച്ചു. അതൊരു താളിയോലക്കെട്ട് മാത്രമായിരുന്നില്ല; നൂറ്റാണ്ടുകൾക്ക് മുൻപ് അസ്രാ-ഏലിനെതിരെ പോരാടിയ ഒരു ഭൂതോച്ചാടകന്റെ സാക്ഷ്യമായിരുന്നത്.

13

സെപ്റ്റംബർ 4, 2024, ബുധൻ, രാത്രി

പാലയ്ക്കൽ തറവാട്

ഫാദർ കോശിയുടെ താളിയോലകളിലെ അവസാനത്തെ വാക്കും വായുവിൽ അലിഞ്ഞുചേർന്നു. സ്വീകരണമുറിയിൽ മരവിപ്പിക്കുന്ന മൗനം നിറഞ്ഞു. മേശപ്പുറത്തിരുന്ന ചെമ്പുപെട്ടി തുറന്ന ശവപ്പെട്ടി പോലെയും അതിനുള്ളിലെ ആ പഴയ രേഖകൾ ആത്മാവിന്റെ മരണമൊഴി പോലെയും തോന്നിച്ചു. അനിതയുടെ തേങ്ങലുകൾ ഇപ്പോൾ നേർത്തു നേർത്ത് പിറുപിറുക്കലായി മാറിയിരുന്നു. തോമസ് മേശയിൽ മുഖം അമർത്തി നിശ്ചലനായി ഇരിക്കുകയായിരുന്നു. അവന്റെ തോളുകൾ മാത്രം ഇടയ്ക്കിടെ ഒന്നു വിറച്ചു.

'ദൈവത്തിന് സ്തുതി,' അനിതയാണ് ആദ്യം സംസാരിച്ചത്. അവളുടെ ശബ്ദത്തിൽ ദുർബലമായ ആശ്വാസമുണ്ടായിരുന്നു. 'അപ്പോൾ... അപ്പോൾ മത്തായി ഡീക്കൻ പശ്ചാത്തപിച്ചു. ഫാദർ കോശി ആ പിശാചിനെ പുറത്താക്കി. ആ പഴയ പാപം അന്നുതന്നെ അവസാനിച്ചു.'

അവൾ തോമസിനെ നോക്കി. 'പിന്നെന്തിന്... പിന്നെന്തിനാണ് അച്ചോ, അസ്രാ-ഏൽ വീണ്ടും വന്നത്? എന്റെ മകളെ എന്തിന് തിരഞ്ഞെടുത്തു?'

തോമസ് തലയുയർത്തി. അവന്റെ മുഖത്തും അതേ ചോദ്യം തന്നെയായിരുന്നു.

ഞാൻ ദീർഘശ്വാസമെടുത്തു. ഇനി കാര്യങ്ങൾ അവരെ പറഞ്ഞ് മനസ്സിലാക്കേണ്ടത് എന്റെ കടമയാണ്. ഏറ്റവും വേദനാജനകമായ സത്യം.

'നമ്മൾ മുൻപ് സംസാരിച്ചതുപോലെ, അസ്രാ-ഏലിന് ഒരിടത്ത് നിലയുറപ്പിക്കണമെങ്കിൽ അവനൊരു 'അവകാശം' വേണം,' ഞാൻ ഓർമ്മിപ്പിച്ചു. 'അനുവാദം കൂടാതെ ദൈവത്തിന്റെ മക്കളുടെ സ്വാതന്ത്ര്യത്തിൽ ഇടപെടാൻ പിശാചിന് കഴിയില്ല. നമ്മൾ അവനൊരു വാതിൽ തുറന്നുകൊടുക്കാത്തിടത്തോളം കാലം.'

അവർ രണ്ടുപേരും എന്നെ പ്രതീക്ഷയോടെ നോക്കി.

'ഇവിടെ ആ വാതിൽ തുറന്നത് നിങ്ങളുടെ പൂർവ്വികനായ മത്തായി ഡീക്കനാണ്. അതൊരു മഹാപാപമായിരുന്നു. അന്യായമായ സമ്പാദ്യം.'

'അതെ,' ഞാൻ പറഞ്ഞു. 'ആ പഴയ പാപം ക്ഷമിക്കപ്പെട്ടു. ആ പഴയ യുദ്ധം ഫാദർ കോശി ജയിച്ചു. പക്ഷേ, അദ്ദേഹം ഈ താളിയോലയിൽ നൽകിയ മുന്നറിയിപ്പ് നിങ്ങൾ ശ്രദ്ധിച്ചില്ലേ?'

ഞാൻ ആ പഴയ ഓലയിൽ വിരലോടിച്ചു. 'അസ്രാ-ഏൽ ഒരു കുടുംബ ശാപമല്ലെന്നും, അന്യായമായ സമ്പാദ്യം എവിടെയുണ്ടോ അവിടെ അവൻ തേടിവരുമെന്നും അദ്ദേഹം കൃത്യമായി പറഞ്ഞിട്ടുണ്ട്.'

തോമസിന്റെ നോട്ടം എന്റെ മുഖത്ത് തറച്ചുനിന്നു.

'അവൻ നിങ്ങളെ തേടിയെത്തിയെങ്കിൽ ഈ വീട്ടിൽ ആരോ അവന് പുതിയൊരു വാതിൽ തുറന്നുകൊടുത്തിട്ടുണ്ട്. നൂറ്റാണ്ടുകൾക്ക് ശേഷം, അതേ പാപം ഇവിടെ ആവർത്തിക്കപ്പെട്ടിട്ടുണ്ട്.'

'ഏത് പാപം?' അവന്റെ ശബ്ദം ഇടറി.

'അന്യായമായ സമ്പാദ്യം,' ഞാൻ പറഞ്ഞു. 'ചില പിശാചുക്കൾക്ക് പ്രത്യേക താൽപ്പര്യങ്ങളുണ്ട്. അസ്രാ-ഏൽ വേട്ടയാടുന്നത് കേവലം പണത്തെ സ്നേഹിക്കുന്നവരെയല്ല, അന്യായമായി പണം സമ്പാദിക്കുന്നവരെയാണ്. രക്തം പുരണ്ട പണം, വഞ്ചനയുടെ പണം, അഴിമതിയുടെ പണം.'

'പണ്ട് തറവാട്ടിൽ ഇങ്ങനെ ഉണ്ടായെന്നു കരുതി അച്ചന് ഇതെങ്ങനെ ഇത്ര ഉറപ്പിച്ചു പറയാൻ കഴിയും?'

ആ ചോദ്യം ഞാൻ പ്രതീക്ഷിച്ചിരുന്നു. എന്റെ നെഞ്ചിൽ ഇരുപത് വർഷമായി ഞാൻ ചുമന്നിരുന്ന ആ ഭാരം പുറത്തെടുക്കാൻ സമയമായി.

'കാരണം,' എന്റെ ശബ്ദം നേർത്തു, 'ഫാദർ കോശി അവനെ നൂറ്റാണ്ടുകൾക്ക് മുൻപ് കണ്ടുമുട്ടിയതുപോലെ ഞാനും അവനെ മറ്റൊരിടത്ത് വെച്ച് കണ്ടിട്ടുണ്ട്. ഇരുപത് വർഷം മുൻപ്. എന്റെ പരാജയത്തിന്റെ രാത്രിയിൽ.'

തോമസും അനിതയും ഭയത്തോടെ എന്നെ നോക്കി.

'ലിഡിയയുടെ കേസിനെക്കുറിച്ച് നിങ്ങൾ ചിലപ്പോൾ കേട്ടുകാണും. സഭയ്ക്കുള്ളിൽ അതൊരു വലിയ ചർച്ചയായിരുന്നു. എന്നാൽ, അതിന്റെ മുഴുവൻ കഥയും അധികമാർക്കും അറിയില്ല.'

ഞാൻ ആ കഥ പറയാൻ തുടങ്ങി.

'ലിഡിയ രൂപതയിലെ ഒരു സാധാരണ പെൺകുട്ടിയായിരുന്നു. മിടുക്കിയായിരുന്നു, പക്ഷെ അവളുടെ ഉള്ളിൽ അത്യാഗ്രഹമുണ്ടായിരുന്നു. അക്കാലത്ത് കുട്ടികളുടെ ഇടയിൽ വലിയ ഹരമായിരുന്ന ഒരു സാധനമായിരുന്നു വാക്ക്മാൻ. പാട്ടു കേൾക്കുക എന്നത് അന്നത്തെ കുട്ടികളുടെ വലിയ ആവേശമായിരുന്നു.

കോളേജിൽ പഠിക്കുന്ന ലിഡിയയുടെ ഏറ്റവും അടുത്ത സുഹൃത്തിന് ഗൾഫിലുള്ള ബന്ധുക്കൾ സമ്മാനിച്ച വിലകൂടിയ ഒരു വാക്ക്മാൻ ഉണ്ടായിരുന്നു. അവൾക്ക് അതിനോട് ഒരു മോഹം ഉണ്ടായിരുന്നു. അങ്ങനെയിരിക്കെ, ആ സുഹൃത്ത് തന്റെ കാമുകന് എഴുതിയ ചില പ്രേമലേഖനങ്ങൾ അബദ്ധത്തിൽ ലിഡിയയു

ടെ കൈയ്യിൽ കിട്ടി. അവൾ അത് ഒളിപ്പിച്ചു വെച്ചു.'

അനിത അറിയാതെ വാ പൊത്തിപ്പിടിച്ചു.

'അവൾ ആ പാവം കുട്ടിയെ ഭീഷണിപ്പെടുത്താൻ തുടങ്ങി. താൻ ആഗ്രഹിച്ച ആ വാക്ക്മാൻ തന്നില്ലെങ്കിൽ കത്തുകൾ വീട്ടുകാരെ കാണിക്കുമെന്ന് പറഞ്ഞു. മാനം പോകുമെന്ന് പേടിച്ച്, കരഞ്ഞുകൊണ്ട് ആ കുട്ടി തന്റെ പ്രിയപ്പെട്ട വാക്ക്മാൻ ലിഡിയയ്ക്ക് കൊടുത്തു. വീട്ടുകാർ ചോദിച്ചപ്പോൾ അത് നഷ്ടപ്പെട്ടുപോയി എന്ന് പറഞ്ഞ് ആ കുട്ടി നുണ പറഞ്ഞു.'

'പ്രിയപ്പെട്ട കൂട്ടുകാരിയുടെ ചതി ആ പാവം പെൺകുട്ടിക്ക് താങ്ങാൻ കഴിഞ്ഞില്ല. അവൾ ആത്മഹത്യ ചെയ്തു.'

'അച്ചോ!' അനിത നിലവിളിച്ചുപോയി.

'അതെ,' ഞാൻ തുടർന്നു. 'നിയമപരമായി ലിഡിയ കുറ്റക്കാരിയാണോ എന്നെനിക്കറിയില്ല; എന്നാൽ ആത്മീയമായി ചിന്തിച്ചാൽ അവളൊരു കൊലപാതകിയായിരുന്നു. അവൾ തട്ടിപ്പറിച്ചെടുത്ത ആ വാക്ക്മാൻ... അത് ആത്മാവിന്റെ വിലയായ 'രക്തപ്പണ'മായിരുന്നു. ചോരയുടെ മണം പിടിച്ചെന്നപോലെ, ആ നിമിഷം, അസ്രാ-ഏൽ അവളെ കണ്ടെത്തി.'

ഞാൻ കണ്ണുകളടച്ചു. ആ രാത്രിയിലെ ഭീകരത വീണ്ടും എന്റെ മുന്നിൽ തെളിഞ്ഞു.

'ഞാൻ ചെല്ലുമ്പോൾ ലിഡിയ കിടക്കയിൽ തളർന്നുകിടക്കുകയായിരുന്നു. പക്ഷെ അവളുടെ കൈയ്യിൽ... കൂട്ടുകാരിയെ ഭീഷണിപ്പെടുത്തി വാങ്ങിയ ആ വാക്ക്മാൻ ഉണ്ടായിരുന്നു. അവൾ അത് നെഞ്ചോട് ചേർത്ത് പിടിച്ചിരിക്കുകയായിരുന്നു.

അന്ന് എനിക്ക് കാര്യം മനസ്സിലായില്ല. അവൾ എന്തിനാണ് ആ സാധനത്തിൽ ഇത്രയധികം പിടിമുറുക്കിരിക്കുന്നതെന്ന് ഞാൻ അത്ഭുതപ്പെട്ടു. അത് വെറുമൊരു കളിപ്പാട്ടമോ പാട്ടുപെട്ടിയോ ആണെന്നാണ് ഞാൻ കരുതിയത്. അതാണ് എനിക്ക് പറ്റിയ തെറ്റ്.

ഞാൻ പ്രാർത്ഥന തുടങ്ങിയപ്പോൾ പിശാച് അട്ടഹസിച്ചു. അവൻ പറഞ്ഞു: 'ഇവളെ നിനക്ക് തൊടാൻ കഴിയില്ല വൈദ്യനേ! ഇവളുടെ കൈയ്യിലിരിക്കുന്നത് കണ്ടോ? അത് എന്റേതാണ്... അതാണ് എന്റെ അവകാശം!'

അവൻ എന്താണ് ഉദ്ദേശിച്ചതെന്ന് എനിക്ക് മനസ്സിലായില്ല. എങ്കിലും ഞാൻ അവളുടെ കൈയ്യിൽ നിന്ന് അത് പിടിച്ചുവാങ്ങാൻ ശ്രമിച്ചു. പക്ഷെ വിശ്വസിക്കുമോ? പിശാചായിരുന്നില്ല എന്നെ തടഞ്ഞത്, ലിഡിയയായിരുന്നു! ബോധമില്ലാത്ത അവസ്ഥയിലും അവൾ ആ സാധനത്തിൽ മുറുകെ പിടിച്ചു.

പെട്ടെന്ന് ആ വാക്ക്മാൻ അസാധാരണമായി ചൂടാകാൻ തുടങ്ങി. അതിനുള്ളിലെ ബാറ്ററികൾ തിളച്ചു! തൊട്ടാൽ കൈ പൊ

ള്ളുന്ന ചൂട്!

'മോളേ, അത് വലിച്ചെറിയൂ!' ഞാൻ അലറി.

പക്ഷെ അവൾ അത് വിട്ടുകളഞ്ഞില്ല. അത് വിട്ടുകൊടുക്കില്ലെന്ന വാശിയോടെ അവൾ അത് നെഞ്ചിലേക്ക് കൂടുതൽ അമർത്തിപ്പിടിച്ചു. പിശാചിന്റെ ചിരി മുറിയിൽ മുഴങ്ങി. പെട്ടെന്ന്... ഒരു വലിയ ശബ്ദത്തോടെ അതിലെ ബാറ്ററികൾ പൊട്ടിത്തെറിച്ചു. ആ സ്ഫോടനത്തിന്റെ ആഘാതത്തിൽ, ആ മോഷ്ടിച്ച മുതലിനെ നെഞ്ചോട് ചേർത്തുവെച്ചുകൊണ്ട് തന്നെ അവൾ മരിച്ചു.'

എന്റെ ശബ്ദം ഇടറി. 'ലിഡിയ മരിച്ചതിന് ശേഷം, അവളുടെ ഡയറിയിൽ നിന്നാണ് ഞാൻ ആ ചതിയുടെ കഥ അറിയുന്നത്. അപ്പോഴാണ് എനിക്ക് എന്റെ പരാജയത്തിന്റെ കാരണം മനസ്സിലായത്. അസ്രാ-ഏൽ എന്തുകൊണ്ടാണ് അവിടെ വന്നതെന്ന് എനിക്ക് ആദ്യമേ മനസ്സിലായില്ല. ലിഡിയയുടെ മാതാപിതാക്കൾക്കും ആ പാപത്തെക്കുറിച്ച് അറിവുണ്ടായിരുന്നില്ല.'

അനിത സംശയത്തോടെ ചോദിച്ചു: 'പക്ഷെ അച്ചോ... ഒരു വാക്ക്മാൻ മോഷ്ടിച്ചതിന് പിശാച് ഒരാളെ ഇങ്ങനെയൊക്കെ ചെയ്യുമോ? അതൊരു ചെറിയ തെറ്റല്ലേ?'

'അനിതാ, പാപത്തിന് വലിപ്പച്ചെറുപ്പമില്ല, നമ്മൾ മനുഷ്യരാണ് ഇതിനെയൊക്കെ "ചെറിയ തെറ്റുകൾ" എന്ന് വിളിച്ച് ന്യായീകരിക്കുന്നത്. പിശാച് കണക്കുപുസ്തകം നോക്കുന്നത് തുകയുടെ വലിപ്പം നോക്കിയല്ല. അതിന് പിന്നിലെ വഞ്ചനയുടെ കനം നോക്കിയാണ്. നമ്മൾ വീട്ടിൽ കൊണ്ടുവരുന്ന പണത്തിൽ മറ്റൊരാളുടെ കണ്ണീരിന്റെ അംശമുണ്ടെങ്കിൽ... അത് എത്ര ചെറുതാണെങ്കിലും അസ്രാ-ഏലിന് അത് മതി. അവന് അകത്തുകയറാൻ ഒരു സൂചിക്കുഴയുടെ വിടവ് മതി.'

മുറിയിൽ നിശ്ശബ്ദത തളംകെട്ടി.

'ഇപ്പോൾ നിങ്ങൾക്ക് മനസ്സിലായോ?' ഞാൻ തോമസിന്റെയും അനിതയുടെയും മുഖം മാറിമാറി വീക്ഷിച്ചു. 'ഫാദർ കോശി വിജയിക്കാൻ കാരണം, മത്തായി ഡീക്കൻ അവസാനം പശ്ചാത്തപിച്ച് തന്റെ സമ്പാദ്യം ഉപേക്ഷിച്ചതുകൊണ്ടാണ്. ഞാൻ പരാജയപ്പെട്ടത് ലിഡിയ അതുപോലെ ചെയ്യാതിരുന്നതുകൊണ്ടാണ്.'

'മത്തായി ഡീക്കൻ ചെയ്ത ക്രൂരത ഒറ്റികൊടുക്കലും മോഷണവുമായിരുന്നു. ലിഡിയയുടെ തെറ്റ് ബ്ലാക്ക് മെയിൽ ആയിരുന്നു. രണ്ടും ഒന്നുതന്നെ: അന്യായമായ സമ്പാദ്യം.'

ഞാൻ മേശപ്പുറത്ത് വിരലൂന്നി. 'അസ്രാ-ഏൽ വീണ്ടും ഈ വീട്ടിൽ വന്നിരിക്കുന്നു. എന്റെ ചോദ്യം ഇതാണ്. ഈ കുടുംബത്തിൽ... ഈ വീട്ടിൽ... അടുത്തകാലത്ത് ഇത്തരത്തിൽ എന്തെങ്കിലും സംഭവിച്ചിട്ടുണ്ടോ?'

തോമസും അനിതയും പരസ്പരം നോക്കി. അവരുടെ മുഖ

ത്ത് നിഷേധമുണ്ടായിരുന്നു. 'ഇല്ലച്ചോ,' തോമസ് പറഞ്ഞു. 'ഞങ്ങൾ അദ്ധ്വാനിച്ചാണ് ജീവിക്കുന്നത്. അങ്ങനെയൊന്നും...'

അനിത ഭയത്തോടെ എന്റെ മുഖത്തേക്ക് നോക്കി. 'അച്ചോ... പക്ഷെ... ജെസിക്ക? അവൾ ഒരു കുഞ്ഞാണ്. അവൾ എങ്ങനെ...?'

'ലിഡിയയ്ക്കും ഏതാണ്ട് ഈ പ്രായമായിരുന്നു,' ഞാൻ ശാന്തമായി പറഞ്ഞു. 'പാപം ചെയ്യാൻ ഈ പ്രായമൊരു തടസ്സമല്ല.'

ഈ വാക്ക് കേൾക്കേണ്ട താമസം തോമസിൻറെയും അനിതയുടെയും ഉള്ളിൽ ഭയം ഒരു വലിയ തിരയലായി മാറി. മകൾ എന്തെങ്കിലും ഒളിപ്പിക്കുന്നുണ്ടാകുമോ എന്ന ആധി.

'ജെസീ!' തോമസ് വിളിച്ചു. ആ ശബ്ദത്തിൽ ദേഷ്യത്തേക്കാൾ വിറയലായിരുന്നു. 'മോളേ, ഇങ്ങോട്ട് വാ!'

ജെസിക്ക ക്ഷീണത്തോടെ മുറിയിലേക്ക് കടന്നുവന്നു. അനിത ഓടിച്ചെന്ന് അവളുടെ കൈകളിൽ പിടിച്ചു.

'മോളേ, നീ... നീ അറിയാതെ വല്ല തെറ്റും...' അനിത വാക്കുകൾക്കായി പരതി. അവരുടെ കണ്ണുകൾ നിറഞ്ഞിരുന്നു. 'ആരെങ്കിലും നിനക്ക് വല്ല പണമോ സമ്മാനമോ തന്നോ? നീ അറിയാതെ വല്ല കെണിയിലും...?'

അത് സ്വന്തം മകളെക്കുറിച്ചുള്ള സംശയമായിരുന്നില്ല, എങ്ങനെയെങ്കിലും ഇതിനൊരു കാരണം കണ്ടെത്താനുള്ള നിസ്സഹായമായ ശ്രമമായിരുന്നു.

ജെസിക്ക ഒന്നും മനസ്സിലാവാതെ തന്റെ മാതാപിതാക്കളുടെ ഈ വെപ്രാളം കണ്ട് പേടിച്ച് കരയാൻ തുടങ്ങി.

'അനിതാ!' ഞാൻ ശബ്ദമുയർത്തി. 'നിർത്തൂ! നിങ്ങൾ എന്താണ് ഈ ചെയ്യുന്നത്?'

'അവളെ ചോദ്യം ചെയ്തിട്ട് കാര്യമില്ല,' ഞാൻ അവരെ ജെസിക്കയിൽ നിന്ന് മാറ്റിനിർത്തി. 'അനിതാ, തോമസ്, അത് ജെസിക്കയുടെ പാപം തന്നെയാകണമെന്നില്ല.'

ഞാൻ അവരുടെ അടുത്തേക്ക് നീങ്ങിനിന്നു. 'ചിലപ്പോൾ അത് നിങ്ങളിലൊരാളുടെ പാപമാകാം. അവൾ ആ പാപത്തിന്റെ ഗുണഭോക്താവ് മാത്രമായിരിക്കാം.'

ആ വാക്ക് തോമസിനെയാണ് മുറിവേൽപ്പിച്ചത്. 'ഗുണഭോക്താവോ?' അവന്റെ മുഖം കോപം കൊണ്ട് ചുവന്നു. അവന്റെ ശബ്ദം ഉയർന്നു.

'അച്ചനെന്താ ഉദ്ദേശിക്കുന്നത്? ഞാൻ എന്റെ ചോര നീരാക്കി ഉണ്ടാക്കുന്ന കാശുകൊണ്ടാണ് എന്റെ കുടുംബം കഴിയുന്നത്. അല്ലാതെ കട്ട കാശുകൊണ്ടല്ല!'

അവന്റെ ശ്വാസം വേഗത്തിലായി. 'ഇനി അഥവാ ഞങ്ങളിൽ ആർക്കെങ്കിലും ഒരു തെറ്റ് പറ്റിയിട്ടുണ്ടെങ്കിൽ തന്നെ, എന്തിന്

എന്റെ മകൾ അതിന് കഷ്ടപ്പെടണം? ഇത് അന്യായമല്ലേ?'

അതൊരു സ്വാഭാവികമായ സംശയമായിരുന്നു.

'നിന്റെ ചോദ്യം ന്യായമാണ്, തോമസ്,' ഞാൻ അവന്റെ കണ്ണുകളിലേക്ക് നോക്കി. 'ദൈവം ഒരാളുടെ പാപത്തിന് മറ്റൊരാളെ ശിക്ഷിക്കുകയില്ല. ജെസിക്ക ആ പാപത്തിന് ഉത്തരവാദിയല്ല. നമ്മൾ പാപവും പാപത്തിന്റെ ഫലവും തമ്മിൽ വേർതിരിച്ച് കാണണം. അത് മനസ്സിലാക്കാൻ ഞാൻ എപ്പോഴും ഉപയോഗിക്കുന്ന ഒരു ഉദാഹരണം പറയാം.'

അവരുടെ തകർന്ന കണ്ണുകൾ എന്നെ ശ്രദ്ധയോടെ നോക്കി.

'ഒരാൾ അയൽക്കാരന്റെ പറമ്പിൽ നിന്ന് വിലപിടിപ്പുള്ള മാവിൻവിത്ത് മോഷ്ടിച്ചുവെന്ന് കരുതുക. ആ മോഷണമാണ് പാപം. അയാൾ ആ വിത്ത് സ്വന്തം പുരയിടത്തിൽ നട്ടു. കാലക്രമേണ അതൊരു വലിയ മരമായി വളർന്നു, നല്ല മധുരമുള്ള ഫലങ്ങൾ നൽകിത്തുടങ്ങി. വർഷങ്ങൾ കഴിഞ്ഞു, മോഷ്ടാവിന്റെ തലമുറകൾ ആ വീട്ടിൽ വളർന്നു. അവർ ആ മരത്തിന്റെ തണലിലിരുന്നു, അതിന്റെ മാമ്പഴം ആവോളം ഭക്ഷിച്ചു. അവർ ആരും ആ വിത്ത് മോഷ്ടിച്ചിട്ടില്ല, അതിനാൽ അവർക്ക് ആ പാപത്തിൽ പങ്കുമില്ല. പക്ഷേ, അവർ അനുഭവിച്ച തണലും അവർ ഭക്ഷിച്ച ഫലങ്ങളുമെ

ല്ലാം ആ ആദ്യത്തെ മോഷണത്തിന്റെ ഫലമാണ്.'

ഞാൻ ഒന്ന് നിർത്തി, ആ ആശയം അവർക്ക് ഉൾക്കൊള്ളാൻ സമയം നൽകി.

'തോമസ്, മത്തായി ഡീക്കന്റെ പാപം ക്ഷമിക്കപ്പെട്ടു, ഫാദർ കോശി ആ മരം മുറിച്ചുമാറ്റി. ആ ചരിത്രം അവിടെ അവസാനിച്ചു. പക്ഷെ, അസ്രാ-ഏൽ എന്ന തിന്മ നശിച്ചിരുന്നില്ല. ഇപ്പോൾ, നൂറ്റാണ്ടുകൾക്ക് ശേഷം, ഈ വീട്ടിൽ ആരോ വീണ്ടും അതേ തെറ്റ് ആവർത്തിച്ചിരിക്കുന്നു. പുതിയ 'അന്യായമായ സമ്പാദ്യം' ഉണ്ടായിരിക്കുന്നു. ആ പുതിയ പാപമാണ് ആ പഴയ തിന്മയെ വീണ്ടും ഇവിടേക്ക് ക്ഷണിച്ചുവരുത്തിയത്.'

'അസ്രാ-ഏലിന് നിങ്ങളുടെ മകളെ സ്പർശിക്കാൻ കഴിയുന്നത് അവൾ ആ അന്യായമായ സമ്പാദ്യത്തിന്റെ തണലിൽ ജീവിക്കുന്നതുകൊണ്ടാണ്. അവൾ ആ പാപത്തിന്റെ ഫലം അറിയാതെയാണെങ്കിലും അനുഭവിക്കുന്നു. അതുകൊണ്ടാണ് അസ്രാ-ഏലിന് ഈ തറവാടിനുമേൽ ഇത്രയധികം ശക്തി.'

എന്റെ വിശദീകരണം അവരെ നിശ്ശബ്ദരാക്കി. അതിന്റെ ഭീകരത അവർക്ക് അനുഭവിക്കാൻ കഴിയുന്നുണ്ടായിരുന്നു.

'ജെസിക്ക... എന്റെ മോൾ...' അനിതയുടെ ശബ്ദം തകർന്നിരുന്നു. അതൊരു നെഞ്ചു പിളർന്നുവന്ന വിലാപമായിരുന്നു.

'ജെസിക്കയാണ് നിങ്ങളുടെ കുടുംബത്തിലെ ഏറ്റവും പ്രകാശമുള്ള തിരിനാളം. ഇരുട്ടിന് എപ്പോഴും പ്രകാശത്തോടാണ് വെറുപ്പ്. അവളുടെ നന്മയും പ്രാർത്ഥനയും... അതാണ് അസ്രാ-ഏലിന്റെ ഏറ്റവും വലിയ ഭയം.'

'അതുകൊണ്ട്, നമ്മൾ പോരാടേണ്ടത് പിശാചിനോട് മാത്രമല്ല. നമ്മൾ ആദ്യം പരിഹരിക്കേണ്ടത് ഈ വീട്ടിൽ നടന്ന ആ പുതിയ പാപമാണ്. ആ പാപത്തിന്റെ വാതിൽ അടയ്ക്കാതെ ഈ പിശാചിനെ നമുക്ക് പുറത്താക്കാൻ കഴിയില്ല.'

ഞാൻ തോമസിന്റെ കണ്ണുകളിലേക്ക് നോക്കി. അവന്റെ നോട്ടം താണു.

അവൻ പതുക്കെ എഴുന്നേറ്റു. അവൻ സ്വീകരണമുറിയുടെ ജനലിനരികിലേക്ക് നടന്നു. പുറത്തെ ഇരുട്ടിലേക്ക് നോക്കി അവൻ അൽപനേരം നിന്നു. 'ഇതിനൊരു അന്ത്യമില്ലേ, അച്ചോ? ഞങ്ങൾ അങ്ങനെ ഒരു തെറ്റും ചെയ്തിട്ടില്ല.' അവൻ പുറത്തേക്ക് നോക്കിക്കൊണ്ട് ചോദിച്ചു. 'ഈ പിശാചിൽ നിന്ന് ഞങ്ങൾക്ക് മോചനമില്ലേ?'

'തോമസ്,' ഞാൻ അവന്റെ അരികിലേക്ക് നടന്നു. 'കാരണമില്ലാതെ അവൻ വരില്ല എന്ന് എനിക്കുറപ്പാണ്. അത് നിങ്ങൾക്കിപ്പോൾ മനസ്സിലാകുന്നില്ലായിരിക്കാം. പക്ഷെ, ശത്രു കോട്ടവാതിൽ തകർത്ത് അകത്തുകടന്നുകഴിഞ്ഞു എന്നതാണ് നമ്മുടെ മുന്നി

ലുള്ള സത്യം.

എങ്കിലും ഭയപ്പെടേണ്ട. മോചനമുണ്ട്,' ഞാൻ തുടർന്നു. 'ദൈവം ആരെയും കൈവിടില്ല. മത്തായി ഡീക്കന്റെ പാപം നടന്ന അതേ ചരിത്ര പശ്ചാത്തലത്തിൽ, ദൈവത്തിന്റെ വലിയൊരു ഇടപെടൽ കൂടി നടന്നിട്ടുണ്ട്. നീ കേട്ടിട്ടുണ്ടോ ആ കഥ?'

അവൻ എന്നെ ചോദ്യഭാവത്തിൽ നോക്കി.

'തൃശ്ശിവപേരൂരും കടന്ന് വടക്കുനിന്നുള്ള സൈന്യം തെക്കോട്ട് കുതിച്ചു. നെടുംകോട്ട ഭേദിച്ച് അവർ ആലുവയിലെത്തി പെരിയാറിന്റെ തീരത്ത് പാളയമടിച്ചു. തിരുവിതാംകൂർ ഒന്നാകെ തോൽവിയുടെ വക്കിൽ വിറച്ചുനിന്ന നിമിഷം.'

'എന്നാൽ അതേസമയം, കോട്ടയത്തിനടുത്തുള്ള മണർകാട് പള്ളിയിൽ ആയിരക്കണക്കിന് വിശ്വാസികൾ അഭയം തേടിയിരുന്നു. ആപത്തുകളിൽ അഭയമായ പരിശുദ്ധ അമ്മയുടെ സന്നിധിയിൽ അവർ എട്ടുനോമ്പ് അനുഷ്ഠിച്ച് രാവും പകലും പ്രാർത്ഥിക്കുകയായിരുന്നു.'

'പിന്നീട് സംഭവിച്ചത് ചരിത്രവും വിശ്വാസവും ഒരുപോലെ അത്ഭുതം എന്ന് വിളിക്കുന്ന ഒന്നാണ്. മണർകാട്ടെ പ്രാർത്ഥനകൾക്ക് സ്വർഗ്ഗത്തിൽ നിന്ന് മറുപടി ലഭിച്ചത് ആലുവയിലായിരുന്നു. അപ്രതീക്ഷിതമായെത്തിയ പേമാരിയിൽ പെരിയാർ കരകവിഞ്ഞൊഴുകി ആ സൈന്യത്തെയും അവരുടെ ആയുധങ്ങളെയും ഒരുപോലെ നശിപ്പിച്ചു. ചരിത്രകാരന്മാർ അതിനെ കാലവർഷമെന്ന് വിളിച്ചു. അതൊരു സാധാരണ വെള്ളപ്പൊക്കമായിരുന്നില്ലെന്ന് വിശ്വാസികളായ നമുക്കറിയാം. മണർകാട്ടെ കണ്ണുനീരിനും പ്രാർത്ഥനയ്ക്കും ലഭിച്ച ദൈവികമായ മറുപടിയായിരുന്നു അത്.'

ഞാൻ തോമസിന്റെ തോളിൽ തട്ടി. 'അന്ന് ആലുവയിൽ വച്ച് തിരുവിതാംകൂറിനെ രക്ഷിച്ച അതേ ദൈവിക ഇടപെടലാണ് ഇന്നും നമുക്ക് വേണ്ടത്. ഭൗതികമായ സൈന്യത്തെ തടയാൻ മണർകാട്ടെ പ്രാർത്ഥനകൾക്ക് കഴിഞ്ഞെങ്കിൽ, ഇന്ന് ആത്മീയമായ ശത്രുവിനെ തടയാൻ നിങ്ങളുടെ വിശ്വാസത്തിനും ത്യാഗത്തിനും കഴിയും. അതുകൊണ്ട് പ്രത്യാശ കൈവിടരുത്.'

'പക്ഷേ അത് എളുപ്പമുള്ള വഴിയല്ല,' ഞാൻ തുടർന്നു. 'നമ്മൾ സത്യം കണ്ടെത്തണം. അറിയാതെയാണെങ്കിലും തുറന്നിട്ട വാതിൽ നമ്മൾ അടയ്ക്കണം. അസ്രാ-ഏലിന് ഈ വീടിന്മേലുള്ള നിയമപരമായ അവകാശം ഇല്ലാതാക്കണം.'

എന്റെ വാക്കുകൾ ഒരു പുതിയ യാത്രയുടെ തുടക്കമായിരുന്നു. ഇരുട്ടും വേദനയും നിറഞ്ഞ, അറ്റത്ത് ഒരുപക്ഷേ വെളിച്ചമുണ്ടായേക്കാവുന്ന യാത്ര. ആ യാത്രയിൽ അവരെ നയിക്കേണ്ടത് എന്റെ നിയോഗമായിരുന്നു.

14

2024 സെപ്റ്റംബർ 4, ബുധൻ (രാത്രി)

പാലയ്ക്കൽ തറവാട്

ഫാദർ കോശിയുടെ താളിയോലകൾ കണ്ടെത്തിയ ചെമ്പുപെട്ടി മേശപ്പുറത്ത് ഒരു താക്കീതുപോലെ അവശേഷിച്ചു. അത്താഴ സമയം നിശ്ശബ്ദമായിരുന്നു. ജെസിക്ക ക്ഷീണം കാരണം മുറിയിൽ തന്നെയായിരുന്നു. ഊണുമേശയിൽ ഞാനും തോമസും അനിതയും മാത്രം.

ഞാൻ പള്ളിമുറിയിലേക്ക് മടങ്ങേണ്ട സമയമായിരുന്നെങ്കിലും, ഞാൻ മനഃപൂർവ്വം അവരോടൊപ്പം അത്താഴത്തിനിരിക്കുകയായിരുന്നു. ആരും ഒന്നും കഴിക്കുന്നുണ്ടായിരുന്നില്ല. അനിത സ്പൂൺ കൊണ്ട് പ്ലേറ്റിൽ വെറുതെ വരച്ചുകൊണ്ടിരുന്നു. തോമസ് വെള്ളം മാത്രം കുടിച്ചു. ആ മൗനം ആരെങ്കിലും ഭേദിക്കുമെന്ന് ഞാൻ കരുതി. സ്വന്തം തെറ്റുകളിലേക്ക് തിരിഞ്ഞുനോക്കാൻ അവരെ പ്രേരിപ്പിക്കേണ്ടതുണ്ടായിരുന്നു.

അവസാനം നിശ്ശബ്ദത ഭേദിച്ചത് ഞാനാണ്. 'അനിതാ, ജെസിക്കയുടെ അസ്വസ്ഥതകൾ തുടങ്ങിയിട്ട് ഏകദേശം ആറുമാസമായെന്ന് മുൻപ് പറഞ്ഞല്ലോ.' എന്നിട്ട് ഞാൻ തോമസിന്റെ നേരെ തിരിഞ്ഞു. 'തോമസ്, ബിസിനസ്സ് കാര്യങ്ങളിൽ ഞാൻ ഇടപെടുകയാണെന്ന് കരുതരുത്. ഞാൻ താങ്കളുടെ മകളുടെ ആത്മാവിനെ രക്ഷിക്കാനാണ് ശ്രമിക്കുന്നത്. അതിന് എനിക്ക് സത്യം അറിഞ്ഞേ മതിയാകൂ. താങ്കളൊരു ബിൽഡറാണ്. ആറുമാസം മുൻപ് നടന്ന ഇടപാടുകൾ എന്തൊക്കെയാണ്?'

അനിതയും തോമസും പരസ്പരം നോക്കി. നോട്ടം എന്റെ കണ്ണുകളിലുടക്കിയപ്പോൾ അവൻ പെട്ടെന്ന് കസേരയിൽ നിന്നെഴുന്നേറ്റ് ജനലിനരികിലേക്ക് നടന്നു. 'എന്റെ ബിസിനസ്സ്... അതെല്ലാം നിയമാനുസൃതമാണ്. ഞങ്ങൾ എല്ലാ നികുതിയും അടയ്ക്കുന്നുണ്ട്.'

'ഞാൻ നിയമത്തെക്കുറിച്ചല്ല, മനസ്സാക്ഷിയെക്കുറിച്ചാണ് സംസാരിക്കുന്നത്. മറ്റുള്ളവർക്ക് സാധാരണമായി തോന്നാമെങ്കിലും, സ്വന്തം മനസ്സാക്ഷിക്ക് നിരക്കാത്ത എന്തെങ്കിലും?'

തോമസ് കുറേനേരം നിശ്ശബ്ദനായിരുന്നു. പുറത്ത് മഴ ചാറിത്തുടങ്ങിയിരുന്നു.

'പഞ്ചായത്ത് ഓഡിറ്റോറിയത്തിന്റെ കരാർ... അത് ഞങ്ങൾക്കാണ് കിട്ടിയത്,' അവൻ താഴ്ന്ന സ്വരത്തിൽ പറഞ്ഞു.

'അതിലെന്താണ് അസ്വാഭാവികമായിട്ടുള്ളത്?'

'ഒന്നുമില്ല,' അവൻ പെട്ടെന്ന് തിരിഞ്ഞു, അവന്റെ സ്വരത്തിൽ

ദേഷ്യം നിഴലിച്ചു. 'അതൊരു ഓപ്പൺ ടെൻഡർ ആയിരുന്നു. ഏറ്റവും കുറഞ്ഞ തുക ക്വോട്ട് ചെയ്തത് ഞങ്ങളാണ്. ഞങ്ങൾ ജയിച്ചു.'

'അത്രമാത്രമേയുള്ളോ?' ഞാൻ സൂക്ഷിച്ചുനോക്കി.

അവന്റെ മുഖം വലിഞ്ഞുമുറുകി. അവൻ മേശയ്ക്കരികിലേക്ക് തിരികെ വന്നു. 'സർക്കാർ പണികളാകുമ്പോൾ പിന്നെ അറിയാമല്ലോ..., രാഷ്ട്രീയക്കാർക്ക്... ചില കമ്മീഷനുകൾ നൽകേണ്ടി വന്നു. അതൊന്നും കൈക്കൂലിയല്ല, അച്ചോ! അതാണ് ഈ നാട്ടിലെ രീതി! അത് ചെയ്യാതെ കരാറ് കിട്ടിയാലും പണി പൂർത്തീകരിക്കാനോ ബില്ല് മാറി കിട്ടാനോ പോകുന്നില്ല. അതാണ് ഇവിടുത്തെ സിസ്റ്റം!'

ആ വാക്ക് കേട്ടതും എന്റെ ഹൃദയം നിന്നുപോയതുപോലെ തോന്നി. 'സിസ്റ്റം.'

'സിസ്റ്റം,' ഞാൻ ആ വാക്ക് ആവർത്തിച്ചു. 'തോമസ്, അതിനെ കമ്മീഷനെന്നോ, സിസ്റ്റമെന്നോ എന്ത് പേരിട്ട് വിളിച്ചാലും, ആത്മീയമായി അതിനൊരൊറ്റ പേരേയുള്ളൂ: അഴിമതി. അന്യായമായ സമ്പാദ്യം.'

'എന്താ അച്ചൻ ഈ പറയുന്നത്!' അവൻ ആക്രോശിച്ചു. 'അച്ചന് ബിസിനസ്സ് അറിയില്ല. ഞാൻ ആരെയും വഞ്ചിച്ചിട്ടില്ല. ലിഡിയ ഒരു പെൺകുട്ടിയുടെ ആത്മഹത്യയ്ക്ക് കാരണമായി! മത്തായി ഡീക്കൻ സ്വന്തം സഹോദരങ്ങളെ ഒറ്റിക്കൊടുത്തു! ഞാൻ ആകെ ചെയ്തത് കുറെ രാഷ്ട്രീയക്കാർക്ക് പണം നൽകി എന്നത് മാത്രമാണ്. അതിനെ ആ പാപങ്ങളുമായി താരതമ്യം ചെയ്യരുത്!'

'അസ്രാ-ഏലിന്റെ മുന്നിൽ പാപങ്ങൾക്ക് വലുപ്പച്ചെറുപ്പമില്ല, തോമസ്,' ഞാൻ എഴുന്നേറ്റു. 'ഭൂതോച്ചാടനം എന്നത് ആത്മീയമായൊരു കോടതിവ്യവഹാരമാണ്. അവിടെ വെറുതെ പ്രാർത്ഥിച്ചിട്ട് കാര്യമില്ല. 'കമ്മീഷൻ' എന്ന പേരിൽ താങ്കൾ നടത്തിയ അഴിമതിയാണ് അസ്രാ-ഏലിന് ഈ വീട്ടിൽ കയറാനുള്ള പഴുത് നൽകിയത്. ആ നിയമപരമായ അവകാശത്തിന്റെ ബലത്തിൽ അവൻ ജെസിക്കയെ മനുഷ്യകവചമായി ഉപയോഗിക്കുകയാണ്.'

ഞാൻ ജെസിക്കയുടെ മുറിയുടെ നേരെ വിരൽ ചൂണ്ടി. 'അവൻ ആക്രമിച്ചത് നിങ്ങളെയല്ല. കാരണം നിങ്ങളുടെ ആത്മാവ് പണം കൊണ്ട് കഠിനപ്പെട്ടുപോയിരിക്കുന്നു. അവൻ ആക്രമിച്ചത് ഈ വീട്ടിലെ ഏറ്റവും നിർമ്മലമായ ഒന്നിനെയാണ്. നിങ്ങളുടെ മകളെ. പണം വാങ്ങിയത് നിങ്ങളാണ്, പക്ഷെ അതിന്റെ വില കൊടുക്കുന്നത് അവളും.'

ആ വാക്കുകൾ അവനെ തളർത്തി. അവൻ കസേരയിലേക്ക് വീണു. 'ഇല്ല... ഇല്ല... എനിക്കിത് വിശ്വസിക്കാൻ കഴിയില്ല. എന്റെ

ബിസിനസ്സും എന്റെ മകളുടെ അസുഖവും തമ്മിൽ ഒരു ബന്ധവുമില്ല. ഇത്... ഇതൊരു പൈശാചികബാധയാണ്. അച്ചൻ ഭൂതോച്ചാടകനാണ്. അച്ചൻ പ്രാർത്ഥിച്ച് അതിനെ പുറത്താക്കണം! അതിനല്ലേ ഞങ്ങൾ അച്ചനെ വിളിച്ചത്?'

'എനിക്കതിന് കഴിയില്ല,' ഞാൻ ശാന്തനായി പറഞ്ഞു.

'കഴിയില്ലെന്നോ?' അവന്റെ കണ്ണുകളിൽ അവിശ്വസനീയതയായിരുന്നു. 'അപ്പോൾ അച്ചനും പരാജയപ്പെടുകയാണോ? ലിഡിയയുടെ കാര്യത്തിലെപ്പോലെ?'

അവന്റെ ആ ചോദ്യം എന്നെ വേദനിപ്പിച്ചു. ഞാൻ പതറിയില്ല.

'അതെ, തോമസ്. ലിഡിയയുടെ കാര്യത്തിൽ ഞാൻ പരാജയപ്പെട്ടു. കാരണം അവൾ പശ്ചാത്തപിച്ചില്ല. നിങ്ങൾ പശ്ചാത്തപിച്ചില്ലെങ്കിൽ ഇത്തവണയും ഞാൻ പരാജയപ്പെടും.'

'ഈ അവസ്ഥയിൽ ഞാൻ ഭൂതോച്ചാടനം നടത്തിയാൽ എന്ത് സംഭവിക്കുമെന്നറിയാമോ?' ഞാൻ അവരുടെ അടുത്തേക്ക് നീങ്ങി. 'ഞാൻ ക്രിസ്തുവിന്റെ നാമത്തിൽ അവനോട് പുറത്തുപോകാൻ കൽപ്പിക്കും. അപ്പോൾ അവൻ എന്നെ നോക്കി പരിഹസിക്കും. അവൻ പറയും, 'എനിക്ക് പോകാൻ കഴിയില്ല. കാരണം ഈ വീടിന്റെ നാഥൻ എന്നെ ഇങ്ങോട്ട് ക്ഷണിച്ചുവരുത്തിയതാണ്. സ്വന്തം ഭവനത്തിന്റെ താക്കോൽ അവൻ എനിക്ക് തന്നിട്ടുണ്ട്.' ഞാൻ വീണ്ടും പരാജയപ്പെടും. അത് പിശാചിനെ കൂടുതൽ ശക്തനാക്കുകയും ജെസിക്കയുടെ അവസ്ഥ കൂടുതൽ വഷളാക്കുകയും ചെയ്യും.'

ഇനിയെന്താണ് ഒരു വഴി? ഞങ്ങൾ എന്തുചെയ്യണം?' അനിത കരഞ്ഞുകൊണ്ട് ചോദിച്ചു.

അവളുടെ ചോദ്യം കേട്ടെങ്കിലും ഞാൻ നോക്കിയത് തോമസിനെയായിരുന്നു. കാരണം അതിനുള്ള ഉത്തരം നൽകേണ്ടത് അയാളാണ്. 'രക്ഷപ്പെടാനുള്ള വഴി എന്റെ കയ്യിലല്ല തോമസ്, അത് താങ്കളുടെ കയ്യിലാണ്,' ഞാൻ അവന്റെ കണ്ണുകളിലേക്ക് നോക്കി. 'ഒന്നാമത് താങ്കൾ പറയുന്നതുപോലെ ഇത് വെറുമൊരു 'സിസ്റ്റം' അല്ല, വലിയൊരു അനീതിയാണെന്ന് ഏറ്റുപറയണം. അതിൽ ആത്മാർത്ഥമായി പശ്ചാത്തപിക്കണം. രണ്ടാമത്, കൈക്കൂലി കൊടുത്ത് നേടിയതൊക്കെയും ഉപേക്ഷിക്കണം.'

'അത് അസാധ്യമാണ്!' തോമസ് ചാടിയെഴുന്നേറ്റു, അവന്റെ കൈ മേശയിൽ ആഞ്ഞിടിച്ചു. 'അച്ചൻ പറയുന്നത് കേട്ടാൽ ഞാൻ ജയിലിൽ പോകും! എന്റെ ബിസിനസ്സ് തകരും! എന്റെ കുടുംബം വഴിയാധാരമാകും! ഇല്ല! എനിക്കതിന് കഴിയില്ല!'

അവൻ വീണ്ടും നിഷേധത്തിലേക്ക് വഴുതിവീണു. അവന്റെ അഹങ്കാരവും ഭയവും അവന്റെ യുക്തിയെ മറികടന്നിരിക്കുന്നു.

'തോമസ്, ശാന്തനാകൂ...'

‘ഇല്ല! അച്ചൻ എന്നെ നിർബന്ധിക്കുകയാണ്! എന്റെ മകളെ രക്ഷിക്കാൻ അച്ചന് താല്പര്യമില്ല. അച്ചന് വേണ്ടത് എന്റെ കുമ്പസാരമാണ്! പണ്ട് തോറ്റതിന്റെ ക്ഷീണം തീർക്കാൻ അച്ചൻ എന്നെ ബലിയാടാക്കുകയാണോ?’

അവന്റെ വാക്കുകൾ ക്രൂരമായിരുന്നെങ്കിലും എനിക്കവനോട് ദേഷ്യം തോന്നിയില്ല. കാരണം, ഭയന്ന ഒരു മനുഷ്യന്റെ നിസ്സഹായതയായിരുന്നു അതിൽ. മുറിയിൽ വീണ്ടും നിശ്ശബ്ദത നിറഞ്ഞു. ഞാൻ ബാഗെടുത്ത് എഴുന്നേറ്റു. 'ഞാൻ പള്ളിമുറിയിലേക്ക് മടങ്ങുന്നു,' വാതിൽക്കലേക്ക് നടന്നുകൊണ്ട് ഞാൻ പറഞ്ഞു. 'സ്വന്തം മനസ്സാക്ഷിയോട് ഉത്തരം തേടുക. അഹങ്കാരമാണോ മകളുടെ ആത്മാവാണോ വലുതെന്ന് സ്വയം തീരുമാനിക്കുക. അതുവരെ, ഞാൻ പ്രാർത്ഥിക്കാം.’

ഞാൻ ആ വീടിന്റെ പടിയിറങ്ങി. തോമസ് എന്റെ മുഖത്തേക്ക് നോക്കിയതേയില്ല. അവൻ തന്റെ സ്വന്തം നിഷേധത്തിന്റെ തടവറയിൽ ഒറ്റയ്ക്കായിരുന്നു. ആ തണുത്ത അത്താഴം പോലെ ആ കുടുംബത്തിന്റെ സ്നേഹവും മരവിച്ചു തുടങ്ങിയിരുന്നു.

15

സെപ്റ്റംബർ 5, 2024, വ്യാഴം (പ്രഭാതം)

പാലയ്ക്കൽ തറവാട്

കഴിഞ്ഞ രാത്രി പള്ളിമുറിയിൽ എനിക്ക് സമാധാനമുണ്ടായിരുന്നില്ല. തോമസിന്റെ നിഷേധം ഒരു കരിങ്കൽ ഭിത്തിപോലെ എന്റെ വഴികളെ അടച്ചിരിക്കുന്നു. അവന്റെ അഹങ്കാരം തകർത്തെറിയാതെ ജെസിക്കയെ മോചിപ്പിക്കാൻ കഴിയില്ല.

ഞാൻ നിസ്സഹായനായിരുന്നു.

രാവിലെ വിശുദ്ധ കുർബാന അർപ്പിച്ച ശേഷം അവസാന ശ്രമത്തിനായി ഞാൻ ആ തറവാട്ടിലേക്ക് മടങ്ങി. ചെല്ലുമ്പോൾ വീട് ശാന്തമായിരുന്നു. പക്ഷെ അത് ഇന്നലെ ഞാൻ അനുഭവിച്ച നിഷേധത്തിന്റെ മൗനമായിരുന്നില്ല. തകർന്ന വീടിന്റെ മൂകതയായിരുന്നു അത്.

തോമസ് സ്വീകരണമുറിയിലെ കസേരയിൽ ഇരിക്കുന്നുണ്ടായിരുന്നു. രാത്രി ഉറങ്ങിയിട്ടില്ലെന്ന് വ്യക്തം. കണ്ണുകൾ കരഞ്ഞു കലങ്ങിയിരുന്നു. ഇന്നലെ കണ്ട അഹങ്കാരിയായ ബിസിനസ്സുകാരനായിരുന്നില്ല എന്റെ മുന്നിൽ.

'അച്ചൻ വെറുതെ ശ്രമിക്കണ്ട,' എന്നെ കണ്ടതും അവൻ പറഞ്ഞു. 'എന്റെ തീരുമാനത്തിന് മാറ്റമില്ല. അതൊരിക്കലും ഒരു തെറ്റല്ല.'

അവന്റെ ശബ്ദം ദുർബലമായിരുന്നെങ്കിലും അവന്റെ വാശി മാറിയിരുന്നില്ല.

ഞാൻ മറുപടി പറയാൻ നിന്നില്ല. പ്രാർത്ഥിക്കാനായി മുറിയിലേക്ക് നടന്നു. എന്റെ യുക്തിയും വാക്കുകളും പരാജയപ്പെട്ടിരിക്കുന്നു. ഇനി ദൈവത്തിന് മാത്രമേ അവനെ മാറ്റാൻ കഴിയൂ.

കുറച്ച് കഴിഞ്ഞപ്പോൾ അടുക്കള ഭാഗത്ത് നിന്ന് അനിതയുടെ തേങ്ങൽ ഞാൻ കേട്ടു. പിന്നാലെ ജെസിക്കയുടെ മുറിയുടെ വാതിൽ തുറക്കുന്ന ശബ്ദവും.

ജെസിക്ക ക്ഷീണിച്ച്, ചുമരും താങ്ങിപ്പിടിച്ച് പതുക്കെ നടക്കുന്നത് ഞാൻ കണ്ടു.

അവൾ നേരെ പോയത് സ്വീകരണമുറിയിൽ ഇരുന്ന അവളുടെ അപ്പന്റെ അടുത്തേക്കല്ല. അടുക്കളയുടെ വാതിൽക്കൽ തളർന്നിരുന്ന അനിതയുടെ അടുത്തേക്കാണ്.

അനിത മുഖം പൊത്തി കരയുകയായിരുന്നു. ജെസിക്ക ഒന്നും മിണ്ടാതെ, തന്റെ എല്ലാ ക്ഷീണവും മറന്ന്, നിലത്തിരുന്ന് അമ്മയെ കെട്ടിപ്പിടിച്ചു.

'അമ്മേ... കരയല്ലേ...' അവൾ തളർന്ന സ്വരത്തിൽ പറഞ്ഞു.

'എനിക്ക്... എനിക്ക് കുഴപ്പമൊന്നുമില്ലമ്മേ...'

താൻ അനുഭവിക്കുന്ന നരകയാതനയേക്കാൾ വലുതായിരുന്നു അവൾക്ക് അമ്മയുടെ കണ്ണുനീർ. ആ കാഴ്ച തോമസിനെയും തളർത്തി.

അവൻ ജനലിനരികിൽ പുറത്തേക്ക് നോക്കി നിന്നു. തോളുകൾ വിറയ്ക്കുന്നത് ഞാൻ കണ്ടു.

അവന്റെ അഹങ്കാരത്തിന്റെ ഭിത്തി തകരുകയായിരുന്നു.

സ്വന്തം മകൾ പിശാചിന്റെ പിടിയിലായിട്ടും, അവനെക്കാൾ വലിയ സ്നേഹവും ത്യാഗവും കാണിക്കുന്നു. അവന്റെ 'സിസ്റ്റം', 'അഴിമതി', 'ന്യായീകരണങ്ങൾ' എല്ലാം ആ സ്നേഹത്തിനു മുന്നിൽ നിഷ്പ്രഭമായി.

അവൻ തിരിഞ്ഞു. കണ്ണുകൾ നിറഞ്ഞിരുന്നു.

'അച്ചോ...' അവന്റെ ശബ്ദം തേങ്ങലായി മാറി. അവൻ എന്റെ അടുത്തേക്ക് വന്ന് എന്റെ കൈകളിൽ പിടിച്ചു.

'എനിക്ക്... എനിക്ക് തെറ്റുപറ്റി അച്ചോ...' അവൻ പൊട്ടിക്കരഞ്ഞു. 'ഞാനാണ്... ഞാനാണ് കുറ്റക്കാരൻ... എന്റെ മകളെ... എങ്ങനെയെങ്കിലും അവളെ രക്ഷിക്കണം...'

അവന്റെ അഹങ്കാരം തകർന്നിരിക്കുന്നു. മകളുടെ സ്നേഹം അവന്റെ നിഷേധത്തെ തകർത്തിരിക്കുന്നു.

'രക്ഷിക്കാൻ ഒരൊറ്റ വഴിയേയുള്ളൂ,' ഞാൻ പറഞ്ഞു. 'ലിഡിയ ചെയ്യാതെ പോയത്... നിങ്ങൾ ചെയ്യണം. ആത്മാർത്ഥമായ പശ്ചാത്താപം. തെറ്റിനെ പൂർണ്ണമായി തള്ളിപ്പറയണം.'

തോമസ് മുഖമുയർത്തി. കണ്ണുകളിൽ പുതിയ ദൃഢനിശ്ചയം ഞാൻ കണ്ടു.

'ഞാൻ തയ്യാറാണ് അച്ചോ,' അവന്റെ ശബ്ദം ദൃഢമായി.

അനിതയും അപ്പോഴേക്കും കരഞ്ഞുകൊണ്ട് ഞങ്ങളുടെ അടുത്തേക്ക് എത്തിയിരുന്നു. തോമസ് അവരെ രണ്ടുപേരെയും മാറിമാറി നോക്കി.

'ഞാൻ തീരുമാനമെടുത്തു. എന്റെ പാപം ഞാനിതാ ഉപേക്ഷിക്കുന്നു. ആ അന്യായമായ പണത്തിന്മേൽ എനിക്കോ എന്റെ തലമുറയ്ക്കോ ഇനി യാതൊരു അവകാശവുമില്ല.'

'അപ്പോൾ... ആ ഓഡിറ്റോറിയം കരാറോ?' അനിത ഞെട്ടലോടെ ചോദിച്ചു.

'കരാർ റദ്ദാക്കാൻ കഴിയില്ല,' തോമസ് ശാന്തനായി പറഞ്ഞു. 'അത് വലിയ നിയമപ്രശ്നങ്ങളുണ്ടാക്കും. പക്ഷെ ആ കരാറിൽ നിന്ന് എനിക്ക് കിട്ടുന്ന ലാഭം... അത് നമ്മുക്ക് വേണ്ട അനിതേ. അത് രക്തം പുരണ്ട പണമാണ്.' അവൻ തുടർന്നു: 'ആ പ്രോജക്റ്റിൽ നിന്നുള്ള മുഴുവൻ ലാഭവും ഞാൻ അർഹതപ്പെട്ടവർക്ക് നൽകും.'

അവൻ എന്റെ നേരെ തിരിഞ്ഞു. 'ദൈവത്തെ സാക്ഷിയാക്കി ഞാൻ പറയുന്നു... ഇനി ഒരിക്കലും... എന്റെ ജീവിതത്തിൽ അന്യായമായ ഒന്നിനും വേണ്ടി ഞാൻ കൈ നീട്ടില്ല.'

അനിതയുടെ കണ്ണുകൾ നിറഞ്ഞൊഴുകി. അത് സങ്കടത്തിന്റെ കണ്ണുനീരായിരുന്നില്ല. ഭർത്താവിന്റെ ആത്മീയമായ കരുത്തോർത്ത് അഭിമാനം കൊണ്ടുള്ളതായിരുന്നു.

അത് സാധാരണ തീരുമാനമായിരുന്നില്ല. പ്രായശ്ചിത്തമായിരുന്നു. ബലിയായിരുന്നു.

തോമസ് ആ വാക്കുകൾ ഉച്ചരിച്ച നിമിഷം അത് സംഭവിച്ചു.

വലിയ തറവാട് അടിത്തറയിൽ നിന്ന് വിറച്ചു. ഞങ്ങളുടെ കാൽക്കീഴിലെ തറ ചെറുതായി പ്രകമ്പനം കൊണ്ടു. ഭിത്തിയിലെ പഴയ ചിത്രങ്ങൾ ആടിയുലഞ്ഞു.

പിന്നെ മുകളിലത്തെ നിലയിൽ നിന്ന് വലിയൊരു അലർച്ച ഞങ്ങൾ കേട്ടു. നഷ്ടത്തിന്റെ, പരാജയത്തിന്റെ, അധികാരമിടിഞ്ഞുപോയ രാജാവിന്റെ നിസ്സഹായമായ അലർച്ചയായിരുന്നു അത്.

തോമസിന്റെ ത്യാഗം, ആ അഴിമതിയെ പൂർണ്ണമായി തള്ളിപ്പറഞ്ഞ നിമിഷം, അസ്രാ-ഏലിന്റെ അധികാരത്തിന്റെ ആണിക്കല്ലിളക്കിയിരുന്നു.

മുറിയിൽ വീണ്ടും നിശ്ശബ്ദത പരന്നു.

അത് ഭയാനകമായ നിശ്ശബ്ദതയായിരുന്നില്ല. ശൂന്യതയായിരുന്നു. തിന്മ ഒഴിഞ്ഞുപോയ ഒരിടത്തിന്റെ പൊള്ളയായ ശൂന്യത.

'ഇപ്പോൾ... ഇപ്പോൾ അവന്റെ അവകാശങ്ങൾ അവസാനിച്ചു,' ഞാൻ പതിയെ പറഞ്ഞു. 'ഇനി അവനിവിടെ നിൽക്കുന്നത് യാതൊരു നിയമസാധുതയുമില്ലാതെ അതിക്രമിച്ച് കടന്ന ഒരുവന്റെ സ്ഥാനത്താണ്. '

ഞാൻ ജെസിക്കയെ നോക്കി. അവളുടെ മുഖത്ത് പുഞ്ചിരിയുണ്ടായിരുന്നു. അവൾക്ക് എല്ലാം മനസ്സിലാകുന്നുണ്ടായിരുന്നു.

'ഇനി യുദ്ധത്തിനുള്ള സമയമായി,' ഞാൻ എഴുന്നേറ്റുനിന്നു. 'കുടുംബം എന്ന നിലയിൽ നിങ്ങൾ ചെയ്യേണ്ടതെല്ലാം ചെയ്തുകഴിഞ്ഞു. ഇനി ബാക്കിയുള്ളത് എന്റെ കടമയാണ്. ഒരു പുരോഹിതന്റെ കടമ.'

'ഇന്ന് വൈകുന്നേരം,' ഞാൻ പ്രഖ്യാപിച്ചു. 'നമ്മൾ അവസാനത്തെ പോരാട്ടം നടത്തും.'

അഴിമതിയുടെ കറ പുരണ്ട അടിത്തറ ഉപേക്ഷിച്ച്, ത്യാഗത്തിന്റെ ഉറപ്പുള്ള മണ്ണിൽ അവർ തങ്ങളുടെ ജീവിതം തിരിച്ചുപിടിക്കാൻ തുടങ്ങുകയായിരുന്നു.

സെപ്റ്റംബർ 5, 2024, വ്യാഴം, സന്ധ്യ
പാലയ്ക്കൽ തറവാട്

തോമസിന്റെ മാനസാന്തരം ഞങ്ങളുടെ യുദ്ധത്തിലെ ആദ്യത്തെ വിജയമായിരുന്നു. എന്നാൽ ശത്രുവിനെ പൂർണ്ണമായി പുറത്താക്കാൻ ഇനിയുമേറെ ദൂരം സഞ്ചരിക്കേണ്ടതുണ്ടെന്ന് എനിക്കറിയാമായിരുന്നു.

ഉച്ചകഴിഞ്ഞുള്ള സമയം ഞങ്ങൾ ആത്മീയമായ ഒരുക്കത്തിനായി മാറ്റിവെച്ചു. യുദ്ധത്തിന് പോകുന്നതിന് മുൻപ് പടയാളികൾ ആയുധം രാകിമിനുക്കുന്നതുപോലെ പ്രാർത്ഥനയിലൂടെയും ഉപവാസത്തിലൂടെയും ഞങ്ങൾ ഞങ്ങളുടെ ആത്മാവിനെ ബലപ്പെടുത്തുകയായിരുന്നു.

ആരും ഉച്ചഭക്ഷണം കഴിച്ചില്ല. വിശപ്പിന്റെ വിളിക്ക് കാതോർക്കാതെ, ശരീരത്തെ തളർത്തി ആത്മാവിനെ ഉണർത്താനായി ഞങ്ങൾ ഉപവസിച്ചു.

ആദ്യം തോമസാണ് കുമ്പസാരത്തിനായി എന്റെ അടുത്തേക്ക് വന്നത്. സ്വീകരണമുറിയുടെ ഒരു കോണിലിരുന്ന്, നിസാരം എന്നുകരുതി താൻ ചുമന്നുകൊണ്ടിരുന്ന പാപത്തിന്റെ ഭാണ്ഡം അവൻ ദൈവത്തിന് മുൻപിൽ ഇറക്കിവെച്ചു. അവന്റെ കണ്ണുനീർ ആ അഴിമതിപ്പണത്തിന്റെ കറ കഴുകിക്കളയുന്നത് ഞാൻ കണ്ടു. പാപമോചനം നൽകിയപ്പോൾ അവന്റെ മുഖത്ത് കണ്ട ആശ്വാസം വർണ്ണിക്കാൻ കഴിയാത്തതായിരുന്നു.

പിന്നാലെ അനിതയും ജെസിക്കയും കുമ്പസരിച്ചു. ശേഷം അവർ മൂന്നുപേരും സ്വീകരണമുറിയിൽ ഒത്തുകൂടി ജപമാല ചൊല്ലാൻ തുടങ്ങി. "നന്മ നിറഞ്ഞ മറിയമേ..." എന്ന പ്രാർത്ഥന ആ വീട്ടിൽ മുഴങ്ങി. ഇത്തവണ അത് പതിവിലും ഉറക്കെയായിരുന്നു. പൊട്ടിയ ജപമാലയുടെ മുത്തുകൾക്ക് പകരം തകർന്ന ഹൃദയങ്ങൾ കോർത്തിണക്കിയ പുതിയൊരു മാല അവർ തീർക്കുകയായിരുന്നു.

ഞാൻ എന്റെ മുറിയിൽ ഏകനായിരുന്ന് യാമപ്രാർത്ഥനകൾ ചൊല്ലി. വരാനിരിക്കുന്ന പോരാട്ടത്തെ ഓർത്തുകൊണ്ട് ആ വീട് ശ്വാസമടക്കിപ്പിടിച്ച് നിൽക്കുകയായിരുന്നു. സന്ധ്യയായതോടെ ഞാൻ അവസാനവട്ട ഒരുക്കങ്ങൾ തുടങ്ങി.

ഇതൊരു പൂർണ്ണമായ ഭൂതോച്ചാടന ശുശ്രൂഷയായിരുന്നു. തോമസിന്റെ മാനസാന്തരത്തോടെ അസ്രാ-ഏലിന്റെ നിയമപരമായ അവകാശം നഷ്ടമായി എന്ന് ഞാൻ വിശ്വസിച്ചു. ഇനി അവനെ ബലം പ്രയോഗിച്ച് പുറത്താക്കുക മാത്രമേ വേണ്ടൂ. അവന്റെ

ശക്തി ക്ഷയിച്ചിട്ടുണ്ടാകുമെന്നും, ഈ രാത്രിയോടെ ഈ ദുരിതങ്ങൾക്ക് അറുതി വരുമെന്നും ഞാൻ കണക്കുകൂട്ടി.

ജെസിക്കയുടെ മുറി തന്നെയായിരുന്നു ശുശ്രൂഷയ്ക്കായി തിരഞ്ഞെടുത്തത്. മുറിയുടെ നടുവിൽ ഒരു കസേരയിട്ട് ഞങ്ങൾ ജെസിക്കയെ അതിലിരുത്തി. അവൾ ഒരു വെള്ള വസ്ത്രമായിരുന്നു ധരിച്ചിരുന്നത്. ഒരു ബലി വസ്തുവിനെപ്പോലെ അവൾ ശാന്തയായിരുന്നു, പക്ഷെ അവളുടെ വിളറിയ മുഖത്തും മുറുകെ അടച്ച കണ്ണുകളിലും വരാനിരിക്കുന്ന കൊടുങ്കാറ്റിന്റെ നിഴലുണ്ടായിരുന്നു. തോമസും അനിതയും കസേരയ്ക്ക് കുറച്ചകലെയായി ഭിത്തിയോട് ചേർന്ന് നിന്നു. അവരുടെ മുഖങ്ങളിൽ ഭയവും രാവിലെ നടന്ന മാനസാന്തരത്തിൽ നിന്നുള്ള പ്രത്യാശയും കലർന്നിരുന്നു.

ഞാൻ എന്റെ വെള്ളി കസവ് തുന്നിയ വെള്ള ളോഹ കഴുത്തിലണിഞ്ഞു. എന്റെ കൈയ്യിൽ തിരുക്കർമ്മ പുസ്തകം. മറ്റേ കൈയ്യിൽ വെഞ്ചരിച്ച വെള്ളം നിറച്ച പാത്രം. ഞാൻ മുറിയുടെ വാതിലടച്ച് അതിൽ കുരിശ് വരച്ചു. ഇനി ഈ ശുശ്രൂഷ തീർന്ന് ഞാൻ ഈ വാതിൽ തുറക്കുന്നത് വരെ ആരും പുറത്തുപോകരുത്.

ഞാൻ മുറിയുടെ നടുവിൽ, ജെസിക്കയുടെ മുന്നിലായി നിന്നു. ആ മുറിയിലെ നിശ്ശബ്ദതയിൽ ഞങ്ങൾക്ക് ശ്വാസംമുട്ടുന്നതുപോലെ തോന്നി.

'നമുക്ക് പ്രാർത്ഥിക്കാം,' എന്റെ ശബ്ദം ആ മുറിയിൽ അസാധാരണമാംവിധം മുഴങ്ങി.

ഞാൻ വിശുദ്ധരുടെ ലുത്തിനിയ ചൊല്ലിത്തുടങ്ങി. നൂറ്റാണ്ടുകളായി എണ്ണമറ്റ പുരോഹിതന്മാർ തിന്മയുടെ കോട്ടകളെ വിറപ്പിച്ച അതേ പ്രാർത്ഥന. ഓരോ വിശുദ്ധന്റെ പേര് ഞാൻ വിളിക്കുമ്പോഴും സ്വർഗ്ഗത്തിലെ ഒരു സൈന്യം ഞങ്ങളുടെ കൂടെ അണിനിരന്നു. മുറിയിലെ വായുവിന് പെട്ടെന്ന് ശ്വാസം മുട്ടിക്കുന്ന കനം വെച്ചു. അതൊരു തണുപ്പായിരുന്നില്ല. പ്രാണവായു വറ്റിച്ചുകളയുന്നതരം മർദ്ദം ചുറ്റിലും നിറയുകയായിരുന്നു. അവൻ ഉണർന്നു. ഞങ്ങളുടെ പ്രാർത്ഥന അവനെ അസ്വസ്ഥനാക്കിയിരുന്നു.

ലുത്തിനിയ അവസാനിച്ചപ്പോൾ ഞാൻ എഴുന്നേറ്റുനിന്നു. കൈയ്യിലെ കുരിശുരൂപം ഉയർത്തിപ്പിടിച്ചു.

'ഇതാ കർത്താവിന്റെ കുരിശ്! ശത്രുസൈന്യങ്ങളെ, ഓടിപ്പോകുവിൻ!'

എന്റെ ശബ്ദം ഉയർന്നതും മെഴുകുതിരി നാളങ്ങൾ കാറ്റിലെന്നപോലെ ആടിയുലഞ്ഞു. ആ അദൃശ്യമായ മർദ്ദം കൂടുതൽ അസഹനീയമായി.

ഞാൻ ജെസിക്കയുടെ അടുത്തേക്ക് നടന്നു. അവളുടെ നെറ്റി

യിൽ കുരിശ് വരച്ച് പ്രാർത്ഥിക്കാൻ തുടങ്ങി. എന്റെ വിരലുകൾ നെറ്റിയിൽ സ്പർശിച്ചതും അതുവരെ ശാന്തമായിരുന്ന അവളുടെ മുഖത്ത് ഒരു വികൃതമായ പുഞ്ചിരി വിടർന്നു. അടഞ്ഞുകിടന്ന കൺപോളകൾക്കുള്ളിൽ കൃഷ്ണമണികൾ വേഗത്തിൽ ചലിച്ചു. സാവധാനം അവൾ കണ്ണുകൾ തുറന്നു.

അവ ജെസിക്കയുടെ കണ്ണുകളായിരുന്നില്ല. വെറുപ്പും പുച്ഛവും നൂറ്റാണ്ടുകളുടെ പഴക്കമുള്ള തിന്മയും ആ കണ്ണുകളിൽ അഗ്നിപോലെ ജ്വലിച്ചു.

'ദൈവത്തിന്റെ നാമത്തിൽ, സാത്താനേ! ഈ ദൈവദാസിയെ വിട്ടുപോകാൻ ഞാൻ നിന്നോട് കല്പിക്കുന്നു!' ഞാൻ എന്റെ സർവ്വശക്തിയുമെടുത്ത് അലറി.

എന്റെ വാക്കുകൾ കേട്ട്, അസ്രാ-ഏൽ ജെസിക്കയുടെ ശരീരത്തിലൂടെ ഭ്രാന്തമായി ചിരിക്കാൻ തുടങ്ങി. അതൊരു വെല്ലുവിളിയായിരുന്നു. 'കൽപ്പിക്കാൻ നീയോ? വൈദ്യനേ...' ആ കരിങ്കല്ലുരസുന്ന ശബ്ദം എന്നെ പരിഹസിച്ചു.

'നിന്റെ വാക്കുകൾക്ക് ശക്തിയുണ്ടായിരുന്നെങ്കിൽ, ഇരുപത് വർഷം മുൻപ് ആ പെൺകുട്ടിയെ നിനക്ക് രക്ഷിക്കാമായിരുന്നില്ലേ?'

ആ ഓർമ്മപ്പെടുത്തൽ എന്റെ ഹൃദയത്തിൽ ഒരു കഠാരപോലെ തറച്ചു. അവൻ എന്റെ കണ്ണുകളിലെ വേദന കണ്ട് ആസ്വദിച്ചു. പക്ഷെ ഞാൻ പതറിയില്ല. ഞാൻ തലയുയർത്തി അവനെ നോക്കി ചിരിച്ചു.

'നീ പഴയ കണക്കുകൾ വീണ്ടും ഓർമ്മിപ്പിക്കേണ്ട, അസ്രാ-

ഏൽ. അന്ന് ഞാൻ തോറ്റത് എന്റെ കഴിവിലും അഹങ്കാരത്തിലും വിശ്വസിച്ചതുകൊണ്ടാണ്. പക്ഷെ ഇന്ന് എന്റെ കൈയ്യിൽ ഒന്നുമില്ല. ഞാൻ വെറും പൂജ്യമാണ്. പക്ഷെ, എന്റെ പിന്നിൽ നിൽക്കുന്നത് ആരാണെന്ന് നിനക്കറിയാമോ?'

ഞാൻ ശബ്ദമുയർത്തി: 'മരണത്തെ ജയിച്ചവൻ! അവന്റെ മുന്നിൽ നീ വെറുമൊരു വിരണ്ട ഭീരു മാത്രമാണ് അസ്രാ-ഏൽ! ലിഡിയയുടെ കണക്ക് ഇന്ന് ഞാൻ ഇവിടെ തീർക്കും!'

'ഹാ!' അത് അട്ടഹസിച്ചു. 'അവകാശമോ? ഈ നിൽക്കുന്ന അഴിമതിക്കാരന്റെ ത്യാഗമോ? നീ അത് വിശ്വസിച്ചോ?'

അസ്രാ-ഏലിന്റെ ലക്ഷ്യം എന്റെ പ്രാർത്ഥനയായിരുന്നില്ല, തോമസിന്റെ മാനസാന്തരമായിരുന്നു.

'നീ ഇവനെ മാത്രമാണോ കാണുന്നത്, വൈദ്യനേ?' അസ്രാ-ഏൽ പരിഹാസത്തോടെ ചിരിച്ചു. 'ഇവന്റെ ഈ മാനസാന്തരം... ഇതൊരു തമാശയാണ്! വെറും ഭയം കൊണ്ടുള്ള അഭിനയം. പക്ഷെ അത് പോട്ടെ... അവൾ... ആ നിൽക്കുന്ന 'അമ്മ'... അവൾ വിശുദ്ധയാണോ?'

പെട്ടെന്നുവന്ന ആ ചോദ്യത്തിൽ, എന്താണ് സംഭവിക്കുന്നതെന്ന് മനസ്സിലാക്കാൻ കഴിയാതെ ഞാൻ സ്തംഭിച്ചുനിന്നു.

'അവളുടെ രഹസ്യം നീ അറിഞ്ഞില്ലേ?' പിശാച് തോമസിന്റെ നേരെ തിരിഞ്ഞു. 'നീ ആർക്ക് വേണ്ടിയാണ് ഇതെല്ലാം ത്യജിക്കുന്നത് തോമസ്? നിന്നെ വഞ്ചിച്ച ഇവൾക്ക് വേണ്ടിയോ? ഇവൾ നിന്റെ സ്നേഹം അർഹിക്കുന്നുണ്ടോ?'

ആ ചോദ്യം കേട്ട് തോമസ് ഒന്ന് ഞെട്ടി. അവൻ അവിശ്വാസത്തോടെ അനിതയെ നോക്കി. അവൾ ഭയംകൊണ്ട് വിറച്ച് തലകുനിച്ചുനിൽക്കുന്നത് കണ്ടപ്പോൾ അവന്റെ ഉള്ളിൽ ബലമായൊരു സംശയം ഉടലെടുത്തു.

'അനിതാ...?' അവന്റെ ശബ്ദം വിറച്ചു. 'ഇവൻ ഈ പറയുന്നത്...?'

'അസ്രാ-ഏൽ!' ഞാൻ അലറി, അവന്റെ ശ്രദ്ധ തിരിക്കാൻ ശ്രമിച്ചു.

പക്ഷെ പിശാച് എന്റെ പ്രാർത്ഥനയെ വകവെക്കാതെ സംശയത്തിൽ നിൽക്കുന്ന തോമസിനോട് ആക്രോശിച്ചു:

'അവളോട് ചോദിക്ക്, തോമസ്! ചോദിക്കവളോട്... ആരാണ് റോയ് എന്ന്!'

ആ പേര് കേട്ടതും തോമസ് സ്തംഭിച്ചുപോയി. അവന്റെ മുഖത്തെ സംശയം കടുത്ത വെറുപ്പിനു വഴിമാറി.

അവന്റെ നോട്ടം എന്നിൽ നിന്നും, പിശാചിൽ നിന്നും മാറി, നേരെ അനിതയുടെ നേർക്ക് തിരിഞ്ഞു. 'റോയിയോ...?' ശബ്ദം വിറച്ചു. 'അനിതേ... നീ...?'

ആ നോട്ടം താങ്ങാനാവാതെ അനിത 'ഇല്ല!' എന്ന് നിലവിളിച്ചുകൊണ്ട് മുഖം പൊത്തി. അതൊരു കുറ്റസമ്മതമായിരുന്നു.

ആ ഒരൊറ്റ നിമിഷം, ആ മുറിയിലെ ആത്മീയ ഐക്യം തകർന്നു. തോമസ് വെറുപ്പോടെ അനിതയുടെ കൈ തട്ടിമാറ്റി. രാവിലെ ജെസിക്കയുടെ സ്നേഹം കണ്ട് മാനസാന്തരപ്പെട്ട അവന്റെ ത്യാഗവും ക്ഷമയും, അനിതയുടെ വഞ്ചനയറിഞ്ഞ ആ നിമിഷത്തിൽ അലിഞ്ഞില്ലാതായി.

'ഇനി എന്നെ തൊടരുത്...' തോമസ് പല്ലിറുമ്മി. ആ വാക്കുകളിൽ ദാമ്പത്യത്തിന്റെ എല്ലാ വിശുദ്ധിയും ലംഘിക്കപ്പെട്ടിരുന്നു.

ഞാൻ കുരിശുയർത്തി വീണ്ടും പ്രാർത്ഥിക്കാൻ ശ്രമിച്ചു, 'ദൈവത്തിന്റെ നാമത്തിൽ...!' പക്ഷെ എന്റെ വാക്കുകൾക്ക് ശക്തിയുണ്ടായിരുന്നില്ല. അതൊരു പൊള്ളയായ പ്രതിധ്വനി മാത്രമായി. ഭിന്നിച്ച ഭവനത്തിന് പിശാചിനെ പുറത്താക്കാൻ കഴിയില്ല.

ജെസിക്കയുടെ ചുണ്ടുകളിൽ വിജയം വരിച്ച ഒരു പുച്ഛച്ചിരി വിടർന്നു. അസ്രാ-ഏൽ എന്നെ നോക്കി ചിരിക്കുകയായിരുന്നു. പതുക്കെ മന്ദഹസിച്ചുകൊണ്ട് ജെസിക്കയുടെ ശരീരം തളർന്ന് കസേരയിലേക്ക് ചാഞ്ഞു.

പക്ഷേ, എന്റെ മനസ്സ് ആ വാക്കുകളിൽ കുരുങ്ങിക്കിടക്കുകയായിരുന്നു: അമ്മയുടെ രഹസ്യം. റോയ്. ഈ കഥയിൽ മറ്റൊരു രഹസ്യം കൂടിയുണ്ടായിരുന്നു. അതവന്റെ നിയമപരമായ അവകാശമായിരുന്നില്ല. പക്ഷേ, അവന്റെ ഏറ്റവും വലിയ ആയുധമായിരുന്നു. അനിതയുടെ ഹൃദയത്തിലെ ആ രഹസ്യം വെളിപ്പെടുത്തി അസ്രാ-ഏൽ ഒരു തന്ത്രം പ്രയോഗിച്ചിരിക്കുന്നു. അവൻ ആഗ്രഹിച്ചതുപോലെ അത് തോമസിനെ തകർത്തു.

ഭാര്യയുടെ വഞ്ചനയറിഞ്ഞ തോമസ്, താൻ എടുത്ത ത്യാഗപൂർണ്ണമായ തീരുമാനം ഉപേക്ഷിച്ചു. വെറുപ്പ് നിറഞ്ഞ മനസ്സോടെ അവൻ നൽകുന്ന ബലി ദൈവം സ്വീകരിക്കില്ലല്ലോ. അവന്റെ കൈകളിൽ അനിതയുടെ കൈകളില്ലെങ്കിൽ, എന്റെ പ്രാർത്ഥനകൾക്ക് ശക്തിയുണ്ടാകില്ല.

അവന്റെ നിയമപരമായ അവകാശത്തെ നേരിടും മുൻപ്, ഈ വൈകാരികമായ ആയുധത്തെ ഞാൻ നിർവീര്യമാക്കേണ്ടിയിരുന്നു.

17

സെപ്റ്റംബർ 5, 2024, വ്യാഴം, (രാത്രി)
പാലയ്ക്കൽ തറവാട്

പരാജയപ്പെട്ട ശുശ്രൂഷയ്ക്ക് ശേഷം പാലയ്ക്കൽ തറവാടിനു മുകളിൽ വീണ്ടും ഇരുട്ട് വന്നുനിറഞ്ഞു. മുൻപുണ്ടായിരുന്നത് അജ്ഞാതമായ ഭയമായിരുന്നെങ്കിൽ ഇപ്പോഴത് എല്ലാം അറിഞ്ഞതുകൊണ്ടുള്ള ഭയമായിരുന്നു. അസ്രാ-ഏൽ ഞങ്ങളെ പരാജയപ്പെടുത്തിയിരിക്കുന്നു എന്നതിലുപരി അത് ഞങ്ങളെ പരിഹസിച്ച് പുതിയൊരു പ്രഹേളിക ഞങ്ങളുടെ മുന്നിലേക്ക് എറിഞ്ഞുതന്നിരിക്കുന്നു.

'റോയ്.'

ആ ഭീകരമായ രാത്രിയുടെ ശേഷിച്ച മണിക്കൂറുകളിൽ ഞാൻ നിശ്ശബ്ദനായിരുന്നു. തോമസ് സ്വീകരണമുറിയുടെ ഒരു കോണിൽ ഭിത്തിയിലേക്ക് തിരിഞ്ഞിരിക്കുകയായിരുന്നു. അവൻ അനിതയുടെ മുഖത്ത് നോക്കാൻ പോലും തയ്യാറായില്ല. അവന്റെ മൗനത്തിന് വെറുപ്പിന്റെ ഭാവമായിരുന്നു. 'റോയ്'... ആ പേര് അവന്റെ ഉള്ളിൽ കിടന്ന് തിളയ്ക്കുന്നത് അവന്റെ മുറുകിയ പേശികളിൽ കാണാമായിരുന്നു.

പക്ഷെ അസ്രാ-ഏൽ ഞങ്ങൾക്ക് അധികം സമയം നൽകാൻ ഒരുക്കമായിരുന്നില്ല. അവൻ ആ രാത്രി തന്നെ അതിന്റെ അടുത്ത നീക്കം തുടങ്ങി. ഇത്തവണ അതിന്റെ ലക്ഷ്യം വളരെ വ്യക്തമായിരുന്നു: അനിത.

അവൾക്കെതിരെയുള്ള മാനസിക പീഡനം അതിന്റെ എല്ലാ അതിരുകളും ലംഘിച്ചു. മുൻപുണ്ടായിരുന്നതുപോലെ അടക്കംപറച്ചിലുകളോ നിഴലുകളോ ആയിരുന്നില്ല. ഇപ്പോൾ അത് കൂടുതൽ വ്യക്തിപരവും ക്രൂരവുമായിരുന്നു. അവളുടെ ഹൃദയത്തിലെ മുറിവുകളെ അത് കൃത്യമായി തിരിച്ചറിഞ്ഞിരുന്നു. ഇടയ്ക്ക് ജനൽപ്പാളി അടയ്ക്കാൻ പോയ അവൾ, പെട്ടെന്ന് ഒരു ഞെട്ടലോടെ പിന്നോട്ട് മാറുന്നത് ഞാൻ കണ്ടു. ആ ജനൽച്ചില്ലിൽ അപരിചിതമായ എന്തോ ഒന്ന്... ആരെയോ കണ്ടതുപോലെ അവൾ വിറയ്ക്കുകയായിരുന്നു. ഞാൻ നോക്കിയപ്പോൾ അവിടെ ആരുമുണ്ടായിരുന്നില്ല, തണുത്ത ജനൽപ്പാളി മാത്രം.

അവളുടെ മുഖം ആകെ മാറിയിരുന്നു. കരഞ്ഞ് തളർന്ന കണ്ണുകളിൽ ഭയം നിഴലിച്ചു. അത്താഴം കഴിക്കാൻ അവൾക്ക് കഴിഞ്ഞില്ല; ഓരോ ചെറിയ ശബ്ദത്തിലും അവൾ ഞെട്ടിവിറയ്ക്കുന്നുണ്ടായിരുന്നു.

രാത്രിഭക്ഷണത്തിന് ആർക്കും വിശപ്പുണ്ടായിരുന്നില്ല. പേരിന്

മാത്രം എല്ലാവരും മേശയ്ക്ക് ചുറ്റും ഒത്തുകൂടി. അതിനുശേഷം, തളർന്ന് അവരവരുടെ മുറികളിലേക്ക് പിൻവാങ്ങാനാണ് അവർ ശ്രമിച്ചത്.

പക്ഷെ ഞാനത് അനുവദിച്ചില്ല. ഈ ഭീകരതയുടെ നടുവിൽ പ്രാർത്ഥന മുടക്കുന്നത് ആത്മഹത്യയാണെന്ന് എനിക്കറിയാമായിരുന്നു. ഞാൻ അവരെ തടഞ്ഞു.

'നമുക്ക് പ്രാർത്ഥിക്കണം,' ഞാൻ കടുപ്പിച്ചു പറഞ്ഞു. എന്റെ നിർബന്ധത്തിന് വഴങ്ങി, മനസ്സില്ലാമനസ്സോടെ അവർ സ്വീകരണ മുറിയിൽ വന്നിരുന്നു. ഞാൻ ജപമാല ചൊല്ലിത്തുടങ്ങി. പക്ഷെ അനിതയുടെ ശ്രദ്ധ പ്രാർത്ഥനയിലായിരുന്നില്ല. അവൾ എന്തോ ഭയക്കുന്നതുപോലെ ചുറ്റും നോക്കുകയായിരുന്നു.

പ്രാർത്ഥന കഴിഞ്ഞ് എല്ലാവരും പിരിഞ്ഞപ്പോഴും അവളുടെ ആ ഭാവം മാറിയിരുന്നില്ല. ഈ അവസ്ഥയിൽ അവരെ തനിച്ചാക്കി പള്ളിമുറിയിലേക്ക് മടങ്ങാൻ എന്റെ മനസ്സാക്ഷി അനുവദിച്ചില്ല. ഞാനും അവിടെത്തന്നെ തങ്ങി. മുകളിലെ മുറിയിലിരുന്ന് ഞാൻ അവർക്കുവേണ്ടി ജപമാല തുടർന്നു. ഏകദേശം ഒരു മണിക്കൂർ കഴിഞ്ഞു. എന്റെ പ്രാർത്ഥനയുടെ ഫലമായിരിക്കണം താഴെ സമാധാനത്തിന്റെ ഒരു നേരിയ വെളിച്ചം വീശിയത്.

അനിതയുടെ അടക്കിപ്പിടിച്ച തേങ്ങലുകൾ തോമസിനെ അസ്വസ്ഥനാക്കി. അവൻ തലയുയർത്തി. അവന്റെ മനസ്സ് മടുത്തിരുന്നു. യുദ്ധം ചെയ്ത് അവൻ തളർന്നിരുന്നു.

'വേണ്ട...' അവൻ പിറുപിറുത്തു. 'എനിക്കൊന്നും കേൾക്കണ്ട. പഴയതൊക്കെ പഴയതല്ലേ...'

അവൻ അനിതയുടെ നേരെ നോക്കി. ആ നോട്ടത്തിൽ തോറ്റുപോയവന്റെ നിസ്സഹായതയായിരുന്നു. 'നീ പോയി കിടന്നോ,' അവൻ തളർന്ന ശബ്ദത്തിൽ പറഞ്ഞു. 'നമുക്ക്... നമുക്കിപ്പോൾ വഴക്കിടണ്ട. മോളുടെ കാര്യം മാത്രം നോക്കാം. കഴിഞ്ഞതൊന്നും ഞാൻ ചോദിക്കുന്നില്ല.'

ആ വാക്കുകൾ അനിതയ്ക്ക് വിശ്വസിക്കാൻ കഴിഞ്ഞില്ല. അവൾ ആശ്വാസത്തോടെ കരഞ്ഞുകൊണ്ട് അവനെ നോക്കി. തോമസ്, തന്റെ സംശയങ്ങളെല്ലാം ഉള്ളിലൊതുക്കി, സമാധാനത്തിന് വേണ്ടി ഒരു വിട്ടുവീഴ്ചയ്ക്ക് തയ്യാറാവുകയായിരുന്നു.

അവരുടെ ആ മൗനം ഒരു നല്ല തുടക്കമാണെന്ന് ഞാൻ തെറ്റിദ്ധരിച്ചു. നാളെ... നാളെ എല്ലാം ശരിയാകുമെന്ന് ഞാൻ കണക്കുകൂട്ടി.

പക്ഷെ, എന്റെ കണക്കുകൂട്ടലുകൾ അധികനേരം നീണ്ടുനിന്നില്ല. സമയം പത്തുമണി കഴിഞ്ഞതേയുണ്ടായിരുന്നുള്ളൂ. വീട് ഗാഢനിദ്രയിലാണ്ടു എന്ന് കരുതിയ സമയത്താണ് മുകളിലെ നിലയിൽ നിന്ന് ആ മൂളൽ കേട്ടുതുടങ്ങിയത്.

അതൊരു പഴയ സിനിമാഗാനമായിരുന്നു. വളരെ പതിഞ്ഞ ശബ്ദത്തിൽ.

ഞാൻ വാതിൽ തുറന്ന് ഇടനാഴിയിലേക്ക് കടന്നു. ആ ശബ്ദം കേട്ട് കോണിപ്പടി ഓടിക്കയറിവന്ന തോമസിനെയും അനിതയെയും ഞാൻ കണ്ടു. അവരുടെ മുഖത്ത് അവിശ്വസനീയതയായിരുന്നു.

ആ ഈണത്തിന്റെ ആദ്യ വരികൾ കേട്ടതും അനിതയുടെ കാലടികൾ മരവിച്ചു. അവളുടെ മുഖത്ത് കണ്ട തിരിച്ചറിവിന്റെ ഭീകരത, ആ പഴയ പ്രണയഗാനം അവളിൽ ഉണ്ടാക്കിയ പ്രകമ്പനം എന്നോട് വിളിച്ചുപറയുന്നുണ്ടായിരുന്നു. അത് അവൾക്ക് വെറുമൊരു പാട്ടായിരുന്നില്ല, അവളുടെ ഭൂതകാലത്തിന്റെ ശബ്ദമായിരുന്നു.

ഞങ്ങൾ മൂന്നുപേരും ശബ്ദമുണ്ടാക്കാതെ ജെസിക്കയുടെ മുറിയുടെ അടുത്തേക്ക് നടന്നു. വാതിൽ പാതി തുറന്നുകിടന്നിരുന്നു. അകത്ത് ജെസിക്ക കട്ടിലിൽ നിശ്ചലയായി ഇരിക്കുന്നത് ഞങ്ങൾ കണ്ടു. അവളുടെ കണ്ണുകൾ തുറന്നിരുന്നു, പക്ഷെ അവൾ ഭിത്തിയിലേക്ക് അലക്ഷ്യമായി നോക്കുകയായിരുന്നു. ആ പാട്ട് അവളുടെ ചുണ്ടുകളിൽ നിന്നാണ് വന്നിരുന്നത്.

അവൾ സംസാരിച്ചപ്പോൾ അത് ജെസിക്കയുടെ ശബ്ദമായിരുന്നില്ല. അത് റോയിയുടെ ശബ്ദമായിരുന്നു.

'അനിതേ...'

ആ വിളി... അതിൽ നിറയെ പ്രണയമായിരുന്നു. വർഷങ്ങൾക്ക് മുൻപ് അവൾ കേൾക്കാൻ കൊതിച്ചിരുന്ന, അത്രമേൽ പരിചിതമായ, ആർദ്രമായ ശബ്ദം. പക്ഷെ ആ സ്നേഹം അനിതയുടെ ഹൃദയത്തിൽ ഇടിത്തീ പോലെയാണ് പതിച്ചത്. അവൾ ഭയന്ന് പിന്നോട്ട് വേച്ചുപോയി.

'അനിതേ... നീ എന്നെ മറന്നോ? നമ്മൾ ഒരുമിച്ചുണ്ടായിരുന്ന ആ വൈകുന്നേരങ്ങൾ... തോമസ് അറിയാതെ നീ എനിക്ക് തന്ന വാക്ക്...'

ഇല്ല!' അനിത കാതുകൾ പൊത്തി നിലവിളിച്ചു. അവളുടെ ശരീരം ഭയത്താൽ വിറച്ചു. 'മാപ്പ്! എന്നോട് ക്ഷമിക്കൂ!'

'ക്ഷമയോ?' റോയിയുടെ ശബ്ദത്തിൽ ഇപ്പോൾ അസ്രാ-ഏലിന്റെ ക്രൂരമായ പരിഹാസം കലർന്നിരുന്നു. 'നീ എന്നെ വഞ്ചിക്കുകയായിരുന്നല്ലേ?'

'നിർത്തൂ!' അനിത ഭ്രാന്തിയെപ്പോലെ അലറി. 'എന്റെ മകളെ ഒന്നും ചെയ്യരുത്! എന്നെ എന്ത് വേണമെങ്കിലും ചെയ്തോളൂ!'

അവൾ നിലത്തിരുന്ന് തല ഭിത്തിയിലിടിച്ച് കരയാൻ തുടങ്ങി.

തോമസ് തകർന്നുപോയി. അല്പം മുൻപ് 'കഴിഞ്ഞത് കഴിഞ്ഞു, എനിക്കൊന്നും അറിയണ്ട' എന്ന് പറഞ്ഞ് അവൻ കെട്ടിപ്പ

ടുത്ത സമാധാനത്തിന്റെ ചീട്ടുകൊട്ടാരം അവന്റെ കണ്മുന്നിൽ തകർന്നു വീണു. അവൻ വിഡ്ഢിയാക്കപ്പെടുകയായിരുന്നു. അവന്റെ മുഖത്തെ സംശയത്തിന്റെ മറ നീക്കി സത്യം അവന്റെ മുന്നിൽ നഗ്നമായി വന്നുനിന്നു.

അവന്റെ ആ തകർച്ച കണ്ട് ജെസിക്കയുടെ ചുണ്ടുകളിൽ ക്രൂരമായ പുഞ്ചിരി വിരിഞ്ഞു. പെട്ടെന്ന്, അവളുടെ കൈകൾ സ്വന്തം കഴുത്തിലേക്കും മുഖത്തേക്കും നീണ്ടു. അവൾ സ്വന്തം നഖങ്ങൾ കൊണ്ട് തൊലി മാന്തിപ്പൊളിക്കാൻ തുടങ്ങി! അവളുടെ മുഖത്ത് നിന്ന് ചോര പൊടിഞ്ഞു. വേദന കൊണ്ട് പുളയുന്നതിന് പകരം അവളത് ആസ്വദിക്കുകയായിരുന്നു.

എന്നാൽ തോമസ് അതൊന്നും ഗൗനിക്കാതെ, ചോരയൊലിപ്പിച്ചു നിൽക്കുന്ന മകളെ ഉപേക്ഷിച്ച്, ആ വഞ്ചനയുടെ ആഴം ഓർത്ത് ഒരു വെറുപ്പോടെ അനിതയുടെ നേരെ തിരിഞ്ഞു. അവൻ അവളുടെ നേരെ വിരൽ ചൂണ്ടി അലറുകയായിരുന്നു: 'എന്റെ ജീവിതം... നിന്റെ സ്നേഹം... ഇതെല്ലാം വെറുമൊരു നാടകമായിരുന്നോ ഇത്രയും നാളും?'

ജെസിക്കയുടെ അവസ്ഥ കണ്ട് സഹിക്കാനാവാതെ ഞാൻ ഓടിച്ചെന്ന് അവളുടെ കൈകൾ ബലമായി പിടിച്ചുവച്ചു. അവളുടെ കൈകൾക്ക് അസാധാരണമായ ശക്തിയുണ്ടായിരുന്നു. ഞാൻ അവളെ തടയാൻ പാടുപെട്ടു.

'തോമസ്! നിർത്തൂ!' ഞാൻ കിതച്ചുകൊണ്ട് അലറി. 'ഇങ്ങോട്ട് നോക്ക്! നിന്റെ മകൾ സ്വയം മുറിവേൽപ്പിക്കുകയാണ്! പിശാച് നിന്റെ ശ്രദ്ധ തിരിക്കുകയാണ്, വിഡ്ഢീ! ഞാനൊരാൾ മാത്രമേയുള്ളൂ ഇവളെ പിടിച്ചുനിർത്താൻ!'

എന്റെ വാക്കുകൾ കേട്ട് അവൻ ഒന്ന് തിരിഞ്ഞുനോക്കി. ചോരപൊടിയുന്ന മകളുടെ മുഖവും, അവളെ സംരക്ഷിക്കാൻ പാടുപെടുന്ന വൃദ്ധനായ എന്നെയും കണ്ടിട്ടും, അവന്റെ കണ്ണിലെ കോപം മാറിയില്ല. അവൻ അസൂയയും അപമാനവും കൊണ്ട് അന്ധനായിരുന്നു.

പെട്ടെന്ന്, ഞാൻ ബലമായി പിടിച്ചുവെച്ചിരുന്ന ജെസിക്കയുടെ മുഖം തോമസിന് നേരെ തിരിഞ്ഞു. ആ നിമിഷം മുരൾച്ച നിലച്ച്, അവളുടെ മുഖത്ത് തോമസിന് പരിചിതമായ നിഷ്കളങ്കഭാവം വിരിഞ്ഞു. മകളുടെ ഏറ്റവും മധുരമുള്ള ശബ്ദത്തിൽ, പക്ഷെ കൊടും വിഷം കലർത്തി അവൾ വിളിച്ചുപറഞ്ഞു:

'അപ്പാ... അപ്പനൊരു പരാജയമാണല്ലോ.'

ആ വാക്കുകൾ കഠാര പോലെ അവന്റെ ഹൃദയത്തിൽ തറച്ചു. സ്വന്തം മകൾ അനുഭവിക്കുന്ന വേദനയേക്കാൾ അവന് വലുത് ആ അപമാനമായിരുന്നു. അതായിരുന്നു അസ്രാ-ഏലിന്റെ വിജയവും.

18

സെപ്റ്റംബർ 5, 2024, വ്യാഴം, (അർദ്ധരാത്രി)

പാലയ്ക്കൽ തറവാട്

ജെസിക്കയുടെ ആ അവസാനത്തെ പരിഹാസം തോമസിനെ മരവിപ്പിച്ചു. അവൾ വിളിച്ചുപറഞ്ഞത് അവന്റെ പരാജയത്തെക്കുറിച്ചാണെങ്കിൽ, അതിനുമുൻപ് റോയിയുടെ ശബ്ദത്തിൽ അസ്രാ-ഏൽ പറഞ്ഞ വാക്കുകൾ തകർത്തെറിഞ്ഞത് അനിതയുടെ മനസ്സിന്റെ അവസാനത്തെ കോട്ടവാതിലായിരുന്നു. അവൾ ഭ്രാന്തിയെപ്പോലെ അലറിവിളിച്ചു, തോമസ് സ്തംഭിച്ചു നിന്നു, ജെസിക്കയുടെ മുറിയിൽ നിന്ന് ഒഴുകിവന്ന സംഗീതം നിലച്ചു. ഭീകരമായ നിശ്ശബ്ദതയിൽ അനിതയുടെ തേങ്ങലുകൾ മാത്രം ബാക്കിയായി.

തോമസ് ആകെ തകർന്നുനിൽക്കുകയായിരുന്നു. അവനെ ആ ആശയക്കുഴപ്പത്തിൽ വിടാൻ എനിക്ക് കഴിയില്ലായിരുന്നു. ഒരു നിമിഷം കൂടി വൈകിയാൽ, ആ നിശബ്ദത മുതലെടുത്ത് പിശാച് അവനെ പൂർണ്ണമായും കീഴടക്കും. ഞാൻ അവന്റെ തോളിൽ ബലമായി പിടിച്ചു. എന്റെ ആ പിടുത്തത്തിൽ ആശ്വാസത്തേക്കാൾ കൂടുതൽ കാർക്കശ്യമായിരുന്നു.

'തോമസ്!' ഞാൻ അവന്റെ കണ്ണുകളിലേക്ക് നോക്കി, നമ്മൾ സംസാരിച്ചേ മതിയാകൂ എന്ന് പറഞ്ഞപ്പോൾ അവൻ യാന്ത്രികമായി തലയാട്ടുകയായിരുന്നു.

ഞങ്ങൾ മൂന്നുപേരും താഴത്തെ നിലയിലെ സ്വീകരണമുറിയിലേക്ക് മടങ്ങി. അതൊരു വിചാരണയ്ക്കുള്ള യാത്ര പോലെ തോന്നി.

സ്വീകരണമുറിയിലെ ഭിത്തിയിലെ പൂർവ്വികരുടെ ചിത്രങ്ങൾക്ക് താഴെ തോമസ് നിഴലുപോലെ നിന്നു. അവന്റെ മുഖം കരിങ്കല്ലുപോലെ ഉറച്ചിരുന്നു. അനിത സോഫയുടെ കോണിൽ ചുരുണ്ടുകൂടിയിരുന്നു.

'എല്ലാം എനിക്കറിയണം...' അവൻ പല്ലിറുമ്മി. 'എല്ലാം...'

അവന്റെ കണ്ണുകളിലെ തീ കണ്ട് അനിത ഭയന്നുവിറച്ചു. അവനോട് നേരിട്ട് സംസാരിക്കാനുള്ള ശക്തി അവൾക്കില്ലായിരുന്നു.

അവൾ സഹായത്തിനായി എന്നെ നോക്കി. അവളുടെ കണ്ണുകളിൽ യാചനയായിരുന്നു. 'അച്ചോ... എനിക്കൊന്ന് കുമ്പസാരിക്കണം.'

അതൊരു സാധാരണ അഭ്യർത്ഥനയായിരുന്നില്ല. നിലവിളിയായിരുന്നു. വർഷങ്ങളായി ഭാരം ചുമന്നൊടുങ്ങിയ ആത്മാവിന്റെ അവസാനത്തെ അഭയം തേടൽ. ഞാൻ തലയാട്ടി.

'തോമസ്, എനിക്ക് അനിതയോട് സ്വകാര്യമായി സംസാരിക്ക

ണം,' ഞാൻ പറഞ്ഞു.

അവൻ ഒരു നിമിഷം അനങ്ങാതെ നിന്നു. അവന്റെ നോട്ടം അനിതയിൽ തന്നെയായിരുന്നു. എങ്കിലും എന്റെ ആവശ്യത്തെ, അതും കുമ്പസാരത്തിന് വേണ്ടിയുള്ള ആവശ്യത്തെ നിഷേധിക്കാൻ അവന് കഴിയില്ലായിരുന്നു. അവൻ പല്ലിറുമ്മിക്കൊണ്ട് അനിഷ്ടത്തോടെ പുറത്തേക്ക് നടന്നു. അവന്റെ ഓരോ ചുവടിലും പ്രതിഷേധമുണ്ടായിരുന്നു.

ഞാൻ എന്റെ ചെറിയ ബാഗിൽ നിന്ന് ധൂമ്രവർണ്ണത്തിലുള്ള ഊറാറ പുറത്തെടുത്ത് കഴുത്തിലണിഞ്ഞു. കുമ്പസാരമെന്ന കൂദാശയുടെ അടയാളം. ഞാൻ അനിതയുടെ മുന്നിലുള്ള കസേരയിലിരുന്നു.

അവൾ സോഫയിൽ നിന്ന് താഴെയിറങ്ങി എന്റെ കാൽക്കൽ മുട്ടുകുത്തി. ആ സ്വീകരണമുറി കുമ്പസാരക്കൂടായി മാറി.

അവളുടെ വാക്കുകൾ അടക്കിപ്പിടിച്ച തേങ്ങലായി ആരംഭിച്ച് പിന്നീട് അതൊരു മനസ്താപത്തിന്റെ കുത്തൊഴുക്കായി മാറി. വർഷങ്ങളുടെ ഭാരം ആ വാക്കുകളിലൂടെ പുറത്തേക്ക് ഒഴുകുകയായിരുന്നു.

പുരോഹിതൻ എന്ന നിലയിൽ കുമ്പസാരമെന്ന കൂദാശയുടെ മുദ്ര ലംഘിക്കാൻ എനിക്ക് സാധിക്കില്ല. അതിനാൽ, അവൾ എന്നോട് ഏറ്റുപറഞ്ഞ രഹസ്യങ്ങൾ ഞാൻ ഇവിടെ കുറിക്കുന്നില്ല. പക്ഷെ, ഇരുപത് വർഷമായി സ്ത്രീയുടെ ആത്മാവിൽ പഴുത്തുനാറിയ മുറിവ് ആദ്യമായി തുറക്കപ്പെടുന്നത് ഞാൻ കണ്ടു. ഓരോ വാക്കും തുള്ളി കണ്ണുനീരിന്റെ അകമ്പടിയോടെയാണ് പുറത്തുവന്നത്.

കുമ്പസാരം അവസാനിച്ചപ്പോൾ ഞാൻ പാപമോചനത്തിന്റെ പ്രാർത്ഥന ചൊല്ലി. എന്റെ കൈകൾ അവളുടെ തലയ്ക്ക് മുകളിൽ ഉയർത്തിയപ്പോൾ മുറിയിലെ ഭാരം കുറയുന്നത് ഞാനറിഞ്ഞു.

'പിതാവിന്റെയും പുത്രന്റെയും പരിശുദ്ധാത്മാവിന്റെയും നാമത്തിൽ ഞാൻ നിന്റെ പാപങ്ങൾ മോചിക്കുന്നു.'

അവൾ കുറേനേരം കൂടി തലകുനിച്ചിരുന്നു. പിന്നെ, പതുക്കെ മുഖമുയർത്തി. അവളുടെ കണ്ണുകൾ ചുവന്നിരുന്നു, പക്ഷെ ആ മുഖത്ത് മുൻപുണ്ടായിരുന്ന ഭ്രാന്തിന്റെ വക്കോളമെത്തിയ ഭയമില്ലായിരുന്നു.

'ഇതു മതിയോ അച്ചോ?' അവൾ ആശ്വാസത്തോടെ ചോദിച്ചു. 'എന്റെ മോൾ രക്ഷപ്പെടുമോ?'

ഞാൻ നിമിഷനേരം അവളെ നോക്കി. 'അനിതാ, കുമ്പസാരത്തിലൂടെ നിത്യശിക്ഷയിൽ നിന്ന് ദൈവം നിനക്ക് മോചനം നൽകി. നിന്റെ ആത്മാവ് ഇപ്പോൾ ദൈവകൃപയുടെ അവസ്ഥയിലാ

ണ്.

പക്ഷെ, പാപങ്ങൾക്ക് ഈ ലോകത്തിൽ ചില പ്രായശ്ചിത്ത കർമ്മങ്ങളുണ്ട്, അതിനെ സഭ 'കാലിക ശിക്ഷ' എന്ന് പറയും. അത് നിലനിൽക്കും.'

അവൾ മനസ്സിലാകാത്ത ഭാവത്തിൽ എന്നെ നോക്കി.

'ഞാനൊരു ഉദാഹരണം പറയാം,' ഞാൻ തുടർന്നു. 'ഒരു കുട്ടി പന്തെറിഞ്ഞ് ജനൽച്ചില്ല് പൊട്ടിച്ചുവെന്നിരിക്കട്ടെ. അവൻ അച്ഛനോട് കരഞ്ഞ് മാപ്പ് ചോദിക്കുമ്പോൾ, സ്നേഹമുള്ള ആ പിതാവ് അവനോട് ക്ഷമിക്കും. അവന്റെ തെറ്റ് മോചിക്കപ്പെടും. പക്ഷെ, പൊട്ടിയ ജനൽച്ചില്ല് അപ്പോഴും അവിടെത്തന്നെയുണ്ടാകും.

ആ കേടുപാട് തീർക്കുക എന്നത് ആ ക്ഷമയുടെ ഭാഗമല്ല. അത് പരിഹരിക്കപ്പെടുക തന്നെ വേണം. അതുപോലെയാണ് ഇതും. നിന്റെ തെറ്റ് ദൈവം ക്ഷമിച്ചു. പക്ഷെ ആ പിഴവുകൾ നിന്റെ കുടുംബത്തിൽ ഉണ്ടാക്കിയ മുറിവുകൾ... അത് ഉണങ്ങണമെങ്കിൽ അതിനുള്ള പരിഹാരം നീ തന്നെ ചെയ്യണം.

സത്യം ഒരു ശസ്ത്രക്രിയ പോലെയാണ്; അത് വേദനിപ്പിക്കും, പക്ഷേ അത് മാത്രമേ മുറിവുണക്കൂ. നുണകൾക്ക് താൽക്കാലികമായി വേദന കുറയ്ക്കാൻ കഴിഞ്ഞേക്കും, പക്ഷെ അത് ആത്മാവിനെ അഴുകിച്ചുകൊണ്ടിരിക്കും. അതാണ് അസ്രാ-ഏൽ ഇപ്പോഴും ഉപയോഗിക്കുന്ന താക്കോൽ.'

അവളുടെ മുഖം വിളറി.

'ഈ രഹസ്യം വർഷങ്ങളായി മറച്ചുവെച്ചതിലൂടെ നീ മറ്റൊരാളെക്കൂടി ആഴത്തിൽ മുറിവേൽപ്പിച്ചിട്ടുണ്ട്. നിന്നെ സ്നേഹിക്കുകയും വിശ്വസിക്കുകയും ചെയ്ത നിന്റെ ഭർത്താവിനെ. തോമസിനെ.'

അത് കേട്ടപ്പോൾ അവൾ വീണ്ടും വിറച്ചു. 'അയാളോട്... അയാളോട് ഞാനിത് എങ്ങനെ പറയും അച്ചോ?'

'അത് നിന്റെ തിരുമാനമാണ് അനിതാ,' ഞാൻ പറഞ്ഞു. 'നീ തോമസിനോട് ഈ സത്യം ഏറ്റുപറയുമ്പോൾ, നീ നിന്റെ ആത്മാവിലെ അവസാനത്തെ ഭാരവും ഇറക്കിവെക്കുകയാണ്. ആ പൊട്ടിയ ജനൽച്ചില്ല് നീ സ്വന്തമായി മാറ്റിവെക്കാൻ ശ്രമിക്കുകയാണ്. ആ നിമിഷം, അസ്രാ-ഏലിന്റെ കയ്യിലെ അവസാനത്തെ താക്കോലും അപ്രത്യക്ഷമാകും.'

അവൾ കുറേനേരം ഒന്നും മിണ്ടിയില്ല. അവളുടെ ഉള്ളിൽ വലിയ സംഘർഷം നടക്കുകയായിരുന്നു. ഒടുവിൽ അവൾ കണ്ണുകൾ തുടച്ച്, തീരുമാനമെടുത്തതുപോലെ എഴുന്നേറ്റു.

'ഞാനിത് പറയുമ്പോൾ അച്ചൻ എന്റെ കൂടെയുണ്ടാകണം,'

ഞാൻ തലയാട്ടി. ആ വീട്ടിലെ ഏറ്റവും വലിയ കൊടുങ്കാറ്റിന്

അരങ്ങൊരുങ്ങുകയായിരുന്നു.

വരാന്തയിൽ അക്ഷമനായി കാത്തുനിന്ന തോമസിനെ ഞാൻ അകത്തേക്ക് വിളിച്ചു.

അവൻ അകത്തേക്ക് കടന്നപ്പോൾ മുട്ടുകുത്തിയിരുന്ന് എഴുന്നേൽക്കുന്ന അനിതയെയും എന്റെ കഴുത്തിലെ ഊറാറയും കണ്ട് അവൻ നിമിഷനേരം നിശ്ചലനായി.

'ദൈവത്തോട് അവൾ അനുരഞ്ജനപ്പെട്ടു. ഇനി, നിന്നോടും.' ഞാൻ പറഞ്ഞു.

തോമസ് ഒന്നും മനസ്സിലാകാതെ അനിതയെ തുറിച്ചുനോക്കി. അവൾ കണ്ണുകൾ തുടച്ച് പതറുന്ന കാലടികളോടെ അവന്റെ മുന്നിൽ വന്നുനിന്നു. 'തോമസ്,' അവൾ വിറയാർന്ന ശബ്ദത്തിൽ പറഞ്ഞു.

'എനിക്ക്... എനിക്കൊരു കാര്യം പറയാനുണ്ട്. വർഷങ്ങളായി ഞാൻ നിങ്ങളിൽ നിന്ന് മറച്ചുവെച്ച സത്യം.'

അവൾ സംസാരിച്ചുതുടങ്ങി. ഒരരികിൽ സാക്ഷിയായി ഞാനും നിന്നു.

എന്റെ ഉള്ളിൽ ആധിയായിരുന്നു. കുമ്പസാരക്കൂട്ടിൽ വെച്ച് അവൾ എന്നോട് ഏറ്റുപറഞ്ഞ പാപത്തിന്റെ ആഴം എനിക്കറിയാം. അത് ഭീകരമായിരുന്നു. അവൾ അത് മുഴുവനും തോമസിനോട് പറയുമോ? അതോ ഭയം കാരണം പാതി സത്യങ്ങൾ കൊണ്ട് മുറിവ് മറയ്ക്കാൻ ശ്രമിക്കുമോ? പാതി സത്യങ്ങൾ നുണയേക്കാൾ അപകടകാരിയാണ്. അവൾ എന്തെങ്കിലും മറച്ചുവെച്ചാൽ, അസ്രാ-ഏൽ അത് വീണ്ടും വിളിച്ചുപറയും. എനിക്കാണെങ്കിൽ ഇപ്പോൾ തിരുത്താനും കഴിയില്ല; കുമ്പസാരരഹസ്യം എന്നെ ബന്ധിച്ചിരിക്കുന്നു. അവൾ സ്വയം ആ കുരിശു ചുമക്കണം.

'നമ്മുടെ വിവാഹത്തിന് മുൻപ് എനിക്ക് റോയിയുമായി അടുപ്പമുണ്ടായിരുന്നു. അന്ന്... നിങ്ങളുടെ ആലോചന വന്നപ്പോൾ, ഞാൻ ആ ബന്ധം ഉപേക്ഷിച്ചതാണ്. പക്ഷെ എന്റെ മനസ്സ് പൂർണ്ണമായും അവനെ വിട്ടിരുന്നില്ല.'

തോമസിന്റെ മുഖത്തെ ഭാവം മാറുന്നത് ഞാൻ കണ്ടു. അവന്റെ കണ്ണുകളിൽ വേദനയുടെ നിഴൽ വീണു.

'വിവാഹത്തിന് കുറച്ച് ദിവസങ്ങൾക്ക് മുൻപ്... ഞാൻ നിങ്ങളോട് സുഹൃത്തിനെ കാണാൻ പോകുകയാണെന്ന് കള്ളം പറഞ്ഞു. ഞാൻ പോയത് റോയിയെ കാണാനാണ്. അവസാനമായി ഒന്നുകാണാൻ.'

അനിതയുടെ ശബ്ദം ഗദ്ഗദമായി മാറി. 'അന്ന്... അന്ന് എന്റെ മനസ്സിന്റെ നിയന്ത്രണം നഷ്ടപ്പെട്ടു. ഞാൻ... ഞാൻ നിങ്ങളെ വഞ്ചിച്ചു. നമ്മുടെ വിവാഹത്തിന് മുൻപ് ഞാൻ ആ തെറ്റ്

ചെയ്തു.'

അവൾ തലകുനിച്ചു. 'ആ കുറ്റബോധം മറച്ചുവെച്ചാണ് ഞാൻ നിങ്ങളെ വിവാഹം കഴിച്ചത്. എന്റെ ജീവിതത്തിലെ ഏറ്റവും വലിയ നുണ അതായിരുന്നു.

എന്റെ ഈ രഹസ്യം... ഈ വഞ്ചന... ഇത്രയും നാളും ഞാനിത് നിങ്ങളിൽ നിന്ന് മറച്ചുവെച്ചു. എന്നോട് ക്ഷമിക്കണം.'

അവളുടെ വാക്കുകൾ അവസാനിച്ചപ്പോൾ മുറിയിൽ ഘടികാരത്തിന്റെ ശബ്ദം പോലും കേൾക്കാതായി.

ഞാൻ തോമസിന്റെ ഒരു പൊട്ടിത്തെറിയാണ് പ്രതീക്ഷിച്ചത്. പക്ഷേ... അവൻ അനങ്ങിയില്ല. അവൻ ശ്വാസമെടുക്കാൻ പോലും മറന്നതുപോലെ അനിതയെ തുറിച്ചുനോക്കി.

ഇരുപത് വർഷം താൻ സ്നേഹിച്ച സ്ത്രീ, പെട്ടെന്ന് ഒരു അപരിചിതയായി മാറിയതിന്റെ ഞെട്ടലായിരുന്നു ആ കണ്ണുകളിൽ.

ആ നിശ്ശബ്ദതയിൽ സമയം മരവിച്ചുനിന്നു.

ഒടുവിൽ, അവന്റെ ഉള്ളിലെ അണക്കെട്ട് തകർന്നു.

'നീ...!' അവൻ അലറി. അവന്റെ ശബ്ദം മുറിയിൽ പ്രകമ്പനം കൊണ്ടു. 'ഇത്രയും നാളും... നീ എന്നെ പറ്റിക്കുകയായിരുന്നോ? എന്റെ ഭാര്യ... എന്റെ കുഞ്ഞിന്റെ അമ്മ... നീ എന്നെ ചതിക്കുകയായിരുന്നോ?'

'തോമസ്, ശാന്തനാകൂ...' ഞാൻ ഇടപെടാൻ ശ്രമിച്ചു.

'എങ്ങനെ ശാന്തനാകും അച്ചോ?' അവൻ എന്റെ നേരെ തിരിഞ്ഞു. അവന്റെ കണ്ണുകളിൽ തീയായിരുന്നു. 'ഈ വഞ്ചന... ഇവൾ ഒളിപ്പിച്ചുവെച്ച ഈ കള്ളത്തരം... അതാണ് എന്റെ മകളെ ഈ അവസ്ഥയിലെത്തിച്ചത്! ഇവളുടെ മനസ്സ് അശുദ്ധമായതുകൊണ്ടാണ് പിശാച് എന്റെ മകളെ തൊട്ടത്! എന്റെ കുഞ്ഞ് അനുഭവിക്കുന്ന ഈ നരകത്തിന് കാരണം ഇവളാണ്!'

ഓരോ വാക്കും ചാട്ടവാറടി പോലെ അനിതയുടെ മേൽ പതിച്ചു. അവൾ തളർന്ന് നിലത്തേക്ക് ഊർന്നിരുന്നു.

പെട്ടെന്ന് തോമസ് അവളുടെ അടുത്തേക്ക് കുനിഞ്ഞു. അവന്റെ ശബ്ദം കടുത്തു. 'സത്യം പറ... കല്യാണത്തിന് മുൻപ് മാത്രമാണോ? അതോ അതിനുശേഷവും... എന്റെ കൂടെ ജീവിക്കുമ്പോഴും നീ അവനുമായി ബന്ധം തുടർന്നിരുന്നോ?'

അനിത ഇല്ല എന്ന് തലയാട്ടി കരഞ്ഞുകൊണ്ട് അവന്റെ കാലിൽ പിടിക്കാൻ ശ്രമിച്ചു. തോമസ് കാൽ വലിച്ചുമാറ്റി.

പിന്നീട് ആ മുറിയിൽ കണ്ടത് ഒരണക്കെട്ട് തകരുന്ന കാഴ്ചയായിരുന്നു. റോയിയുടെ കഥയേക്കാൾ ആഴത്തിൽ അവനെ മുറിവേൽപ്പിച്ച, എഴുതിവയ്ക്കാനാവാത്തത്ര സ്വകാര്യമായ മറ്റ് ചില സത്യങ്ങൾ കൂടി ആ കണ്ണുനീരിന്റെ കുത്തൊഴുക്കിൽ അവൾക്ക് പറയേണ്ടി വന്നു.

ആ സത്യങ്ങൾ തോമസിനെ തകർത്തുകളഞ്ഞു.

'നമ്മുടെ ജീവിതം... നമ്മുടെ കല്യാണം... അതെല്ലാം വെറുമൊരു അഭിനയമായിരുന്നോ അനിതേ?' അവൻ അനിതയെ നോക്കി ചോദിച്ചു. ആ ചോദ്യത്തിൽ ദേഷ്യത്തേക്കാൾ കൂടുതൽ ഇടറിയ വേദനയായിരുന്നു. 'ഞാൻ... ഞാനൊരു വിഡ്ഢിയെപ്പോലെ അതെല്ലാം സത്യമാണെന്ന് വിശ്വസിച്ചു.'

അവൻ മുകളിലെ നിലയിൽ ഒന്നുമറിയാതെ ഉറങ്ങുന്ന ജെസിക്കയെ ഓർത്തു. അവന്റെ കോപം പെട്ടെന്ന് ഒരു വലിയ കരച്ചിലായി മാറി. അവൻ ഭിത്തിയിൽ തലയിടിച്ചു. 'എന്റെ മോൾ... അവൾക്കെന്ത് പിഴച്ചു...?'

അവൻ തിരിഞ്ഞ് അനിതയെ നോക്കി. ആ നോട്ടത്തിൽ വെറുപ്പായിരുന്നു. അടങ്ങാത്ത വെറുപ്പ്. അവന്റെ കണ്ണുകൾക്ക് കരിങ്കല്ലിന്റെ കാഠിന്യമായിരുന്നു. 'ഇറങ്ങിപ്പോ,' അവൻ ഉറക്കെ ആക്രോശിച്ചു... 'ഇറങ്ങിപ്പോകാനാണ് പറഞ്ഞത്! എന്റെ കണ്മുന്നിൽ നിന്ന് പോ! നിന്നെ എനിക്കിനി കാണണ്ട. നിന്റെ നിഴലുപോലും എന്റെ മകളുടെ മേൽ വീഴരുത്.'

അവന്റെ വാക്കുകൾ വിധിപ്രഖ്യാപനം പോലെയായിരുന്നു. അനിത തകർന്ന ഹൃദയത്തോടെ നിലത്തുനിന്ന് എഴുന്നേറ്റ് നിഴലുപോലെ മുറിയിൽ നിന്ന് പുറത്തേക്ക് പോയി.

തോമസ് ഭിത്തിയിലേക്ക് തിരിഞ്ഞ് അതിൽ നെറ്റിയിടിച്ച് നിശ്ശബ്ദനായി കരഞ്ഞു. ഞാൻ ആ മുറിയിൽ നിസ്സഹായനായി നിന്നു. എന്റെ പ്രാർത്ഥനകൾക്ക് പോലും ശക്തിയില്ലാത്തതുപോലെ. അസ്രാ-ഏൽ അതിന്റെ ഏറ്റവും വലിയ വിജയം നേടിയിരിക്കുന്നു. തുള്ളി രക്തം പോലും ചിന്താതെ അത് ഈ കുടുംബത്തിന്റെ ആണിക്കല്ല് തകർത്തെറിഞ്ഞിരിക്കുന്നു. കുടുംബം എന്ന ചെറിയ ദേവാലയം അതിന്റെ ഉള്ളിൽ വെച്ച് തന്നെ തകർക്കപ്പെട്ടിരിക്കുന്നു.

ഇപ്പോൾ ജെസിക്ക ശരിക്കും ഒറ്റയ്ക്കായിരുന്നു. അവളുടെ സംരക്ഷണത്തിന്റെ കോട്ട തകർന്നുവീണിരുന്നു. അവളുടെ മാതാപിതാക്കളുടെ സ്നേഹത്തിന്റെ കവചം കീറിപ്പറിഞ്ഞുപോയിരുന്നു. ഇനി, അവളെ വേട്ടയാടാൻ ശത്രുവിന് ഇതിലും നല്ലൊരു അവസരം വേറെയില്ലായിരുന്നു. ആ തിരിച്ചറിവ് എന്റെ വയറ്റിൽ ഭാരമായി അമർന്നു.

ലിഡിയയുടെ കാര്യത്തിലെന്നപോലെ പരാജയം സമ്മതിച്ച് മടങ്ങാൻ യുക്തി ഉപദേശിച്ചെങ്കിലും, ചെന്നായ അകത്തുകടന്ന ആട്ടിൻകൂട്ടത്തെ ഉപേക്ഷിക്കാൻ എനിക്ക് കഴിയില്ലായിരുന്നു.

വെറുപ്പിലും കുറ്റബോധത്തിലും ആ കുടുംബം ചിതറിപ്പോയിരിക്കുന്നു. ആ വീട് ഇപ്പോൾ ശരിക്കും ഒറ്റയ്ക്കായിരുന്നു. അനിത അവളുടെ മുറിയിൽ തടവുകാരിയെപ്പോലെ. തോമസ് അവന്റെ വെറുപ്പിൽ ഒറ്റപ്പെട്ട്. ജെസിക്ക മുകളിൽ പിശാചിന്റെ പിടിയിലും.

സമയം അർദ്ധരാത്രി പിന്നിട്ടിരുന്നു.

ഭാരമേറിയ ഹൃദയത്തോടെ മുകളിലെ മുറിയിലേക്ക് ഞാൻ മടങ്ങി. ജപമാലയുമേന്തി പ്രഭാതം വരെ ഞാൻ ആ വീടിന് കാവലിരുന്നു.

19

2025 ജൂലൈ 4, വെള്ളി (രാത്രി എട്ട് മണി)

അലെക്സിന്റെ കോട്ടയത്തെ ഫ്ലാറ്റ്

'ആ രാത്രി മുഴുവൻ ഞാൻ ആ വീടിന് കാവലിരുന്നു.'

ഫാദർ സഖറിയായുടെ കൈയ്യെഴുത്തുപ്രതിയിലെ ആ വാചകം വായിച്ച് ഞാൻ വായന നിർത്തി. കയ്യിലിരുന്ന ടാബ് വിറയ്ക്കുന്നതുപോലെ തോന്നി. അത് എന്റെ സ്വന്തം കൈകളായിരുന്നു. എന്റെ കണ്മുന്നിൽ വെച്ച് ഒരു കുടുംബം തകർന്നിരിക്കുന്നു.

തോമസിന്റെ അലർച്ചയും അനിതയുടെ നിസ്സഹായമായ തേങ്ങലും എന്റെ കാതുകളിൽ മുഴങ്ങി. ഇതൊരു കഥയല്ല. ഇത്രയും തീവ്രമായ വേദന വെറുതെ എഴുതിപ്പിടിപ്പിക്കാൻ ആർക്കും കഴിയില്ല.

ആ തിരിച്ചറിവ് എന്നെ ശ്വാസം മുട്ടിച്ചു. ഇതിനൊരവസാനമില്ലേ?

പക്ഷെ അനിത കുമ്പസാരിച്ചു കഴിഞ്ഞല്ലോ. അവൾ പാപമോചനം നേടിക്കഴിഞ്ഞു. എന്നിട്ടും എന്തുകൊണ്ടാണ് ആ തിന്മയുടെ ശക്തി കുറയാത്തത്? ആ ചോദ്യം എന്റെ മനസ്സിനെ വേട്ടയാടി.

ഞാൻ ടാബിലെ താളുകൾ പിന്നോട്ട് മറിച്ചു. പതിനാലാം അധ്യായത്തിൽ തോമസിന്റെ പാപത്തെക്കുറിച്ച് വിശദീകരിക്കുന്ന ഭാഗം വീണ്ടും തിരഞ്ഞു. അതിലെ 'അന്യായമായ സമ്പാദ്യം' എന്ന വാക്ക്... അത് മാത്രം മറ്റുള്ളവയെക്കാൾ കറുത്തിരുണ്ടതായി എനിക്ക് തോന്നി.

ഞാൻ കണ്ണുചിമ്മി വീണ്ടും നോക്കി. സാധാരണ പോലെ തന്നെ. എന്റെ മനസ്സ് എന്നെ കളിപ്പിക്കുകയാണ്. അല്ലെങ്കിൽ, ഞാൻ അങ്ങനെ വിശ്വസിക്കാൻ ശ്രമിച്ചു.

ഞാൻ ടാബ് മേശപ്പുറത്ത് വെച്ച് എഴുന്നേറ്റ് മുറിയിലൂടെ അങ്ങോട്ടുമിങ്ങോട്ടും നടന്നു. എന്റെ ഫ്ലാറ്റിലെ ഓരോ വസ്തുവും, ഓരോ നിഴലും എന്നെ തുറിച്ചുനോക്കുന്നതുപോലെ തോന്നി.

എഡിറ്റർ എന്ന നിലയിൽ ഞാൻ എത്രയോ ഹൊറർ നോവലുകൾ വായിച്ചിരിക്കുന്നു. ചോരയും ഭീകരതയും നിറഞ്ഞ എത്രയോ കഥകൾ ഭാവവ്യത്യാസവുമില്ലാതെ ഞാൻ വായിച്ചു തള്ളിയിരിക്കുന്നു. അതൊക്കെ വെറും അക്ഷരങ്ങളായിരുന്നു, എന്റെ ജോലിയുടെ ഭാഗം മാത്രം.

പക്ഷെ ഇത്... ഇത് എന്റെ അസ്ഥിയിലേക്ക് തുളഞ്ഞുകയറുന്നു.

എന്റെ ചിന്തകൾ തൃശ്ശൂരിലുള്ള എന്റെ വീട്ടിലേക്കെത്തി. ഭാര്യ, എന്റെ മക്കൾ... അവരുടെ ചിരിക്കുന്ന മുഖം ഓർത്തപ്പോൾ എന്റെയുള്ളിൽ ഭയം അരിച്ചുകയറി. കുടുംബം എന്നത് എത്ര ദുർബലമായ ഒന്നാണ്.

അപ്പോഴാണ് എന്റെ ഫോൺ ശബ്ദിച്ചത്. സ്ക്രീനിൽ ഭാര്യയുടെ പേര് കണ്ടപ്പോൾ എനിക്ക് വല്ലാത്ത ആശ്വാസം തോന്നി. ഈ ഭീകരമായ ഏകാന്തതയിൽ നിന്നുള്ള താല്കാലിക മോചനം. ഞാൻ ഫോണെടുത്ത് വീഡിയോ കോൾ ഓൺ ചെയ്തു.

അപ്പുറത്ത് അവളുടെ ചിരിക്കുന്ന മുഖം തെളിഞ്ഞു. 'എന്താ ഏട്ടാ ഉറങ്ങാറായില്ലേ? സമയം എത്രയായെന്നാ വിചാരം?'

'ഇല്ലെടീ... ഒരു വർക്ക് തീർക്കാൻ ഉണ്ടായിരുന്നു,' ഞാൻ പറഞ്ഞു.

അപ്പോഴേക്കും മകൾ ഉറക്കച്ചടവോടെ അവളുടെ പിന്നിൽ നിന്ന് എത്തിനോക്കി. 'അപ്പാ!'

അവളുടെ ശബ്ദം കേട്ടപ്പോൾ എന്റെയുള്ളിലെ ഭാരമെല്ലാം അലിഞ്ഞുപോകുന്നതുപോലെ തോന്നി. ഞാൻ ചിരിച്ചു. 'എന്താ മോളേ, ഉറങ്ങിയില്ലേ ഇതുവരെ?'

'അപ്പാ, നാളെ വരൂല്ലേ?' അവളുടെ ചോദ്യത്തിൽ പ്രതീക്ഷയുണ്ടായിരുന്നു.

എന്റെ നെഞ്ചിലൊന്ന് കാളി. 'ഇല്ല മോളേ, അപ്പക്ക് നാളെ ഇവിടെയൊരു ഫ്രണ്ടിന്റെ കല്യാണം കൂടാനുണ്ട്. അതോണ്ടാ. അടുത്ത ആഴ്ച എന്തായാലും വരാം, കേട്ടോ?'

അവൾ തലയാട്ടി.

'നിങ്ങളില്ലാതെ ഇവിടെയൊരു രസവുമില്ലാട്ടോ. സ്കൂൾ അടച്ചാൽ വേഗം ഇങ്ങോട്ട് പോരാൻ നോക്ക്.'

അവൾ ചിരിച്ചു. ആ ചിരി കണ്ടപ്പോൾ എന്റെ മനസ്സിലെ ഭയത്തിന്റെ കാർമേഘങ്ങൾ ഒഴിഞ്ഞുപോവുകയായിരുന്നു. ഈ ലോകം യഥാർത്ഥമാണ്. എന്റെ കുടുംബം ഇവിടെ സുരക്ഷിതരാണ്. ഞാൻ വായിക്കുന്നത് വെറുമൊരു പഴയ കഥ മാത്രമാണ്.

അങ്ങനെ ഞാൻ ആശ്വസിച്ചിരിക്കുമ്പോഴാണ് അത് സംഭവിച്ചത്.

ഒരു നിമിഷത്തേക്ക്, ഒരൊറ്റ ഫ്രെയിമിൽ സ്ക്രീൻ ഒന്നു പിടഞ്ഞു. നെറ്റ്വർക്കിന്റെ തകരാറാകാം. പക്ഷെ ആ പിടച്ചിലിൽ ഞാൻ കണ്ടത് എന്റെ മോളുടെ ചിരിക്കുന്ന മുഖമായിരുന്നില്ല.

വിളറി വെളുത്ത, കണ്ണുകൾക്ക് താഴെ കറുപ്പ് പടർന്ന, എവിടെയോ ശൂന്യതയിലേക്ക് നോക്കുന്ന മറ്റൊരു മുഖം. ജെസിക്കയുടെ മുഖം.

ഞാൻ ഞെട്ടി പിന്നോട്ട് കസേരയിലേക്ക് വീണുപോയി. എന്റെ തൊണ്ട വരണ്ടു.

'ഏട്ടാ!' ഭാര്യയുടെ പരിഭ്രമം നിറഞ്ഞ ശബ്ദം. 'എന്താ പറ്റ്യേ? മുഖമൊക്കെ വല്ലാണ്ടായല്ലോ. വല്ല പ്രേതത്തെയും കണ്ട മാതിരി?'

'ഒന്നുമില്ലെടീ...' ഞാൻ വാക്കുകൾക്കായി പരതി. 'നെറ്റ്വർക്ക് പോയപ്പോ സ്ക്രീൻ ഒന്ന് സ്റ്റക്ക് ആയതാ. പെട്ടെന്ന് കണ്ടപ്പോ...'

അവൾക്കത് വിശ്വാസമായില്ലെന്ന് എനിക്കറിയാമായിരുന്നു. 'മ്മ്... എന്തായാലും ഒരുപാട് നേരം ഇരിക്കണ്ട. വേഗം കിടന്നോളൂ. ഞങ്ങൾ ഉറങ്ങാൻ പോകുവാ.'

'ശരി,' ഞാൻ പണിപ്പെട്ട് പറഞ്ഞു. 'രാവിലെ വിളിക്കാം.'

കോൾ കട്ട് ചെയ്തതും എന്റെ കൈകൾ മരവിക്കുന്നത് ഞാനറിഞ്ഞു. ഫോണിന്റെ കറുത്ത സ്ക്രീനിലേക്ക് ഞാൻ തുറിച്ചു നോക്കി. അവിടെ എന്റെ തന്നെ ഭയന്നുവിറച്ച മുഖത്തിന്റെ പ്രതിബിംബം ഞാൻ കണ്ടു.

ഇത് എന്റെ തോന്നലല്ല. ഇത് വെറും യാദൃശ്ചികവുമല്ല. ഈ കൈയ്യെഴുത്തുപ്രതി... ഇതിലെ തിന്മ... അത് വെറും അക്ഷരങ്ങളിൽ ഒതുങ്ങുന്നില്ല. അത് എന്റെ ചിന്തകളെ വിഷലിപ്തമാക്കുകയാണ്. എന്റെ യാഥാർത്ഥ്യത്തെ അത് ചോദ്യം ചെയ്യുകയാണ്.

ഭയത്തോടെ ഞാൻ മേശപ്പുറത്തിരുന്ന ടാബിലേക്ക് നോക്കി. വായന നിർത്താനുള്ള എന്റെ ധൈര്യം ചോർന്നുപോയിരുന്നു. എനിക്കിത് അവസാനം വരെ വായിച്ചേ മതിയാകൂ. ഈ ഭ്രാന്തിന്റെ അർത്ഥമെന്താണെന്ന് എനിക്കറിയണം.

ഈ കഥ എങ്ങനെ അവസാനിക്കുന്നു എന്നറിഞ്ഞാൽ ഒരുപക്ഷേ എന്റെ മനസ്സിന്റെ ഈ വിറയൽ മാറിയേക്കും. ഇത് എന്നെ ബാധിക്കുന്നതിന് മുൻപ് ഇതിനെ എന്റെ തലയിൽ നിന്ന് പുറത്തെടുക്കണം.

വിറയ്ക്കുന്ന കൈകളോടെ ഞാൻ ടാബെടുത്ത് അടുത്ത അധ്യായത്തിലേക്ക് വിരലോടിച്ചു.

20

2024, സെപ്റ്റംബർ 6, വെള്ളിയാഴ്ച (പ്രഭാതം)

പാലയ്ക്കൽ തറവാട്

പള്ളിയിൽ വിശുദ്ധ കുർബാന അർപ്പിച്ച് പാലയ്ക്കൽ തറവാട്ടിലേക്ക് ഞാൻ മടങ്ങിയെത്തുമ്പോൾ എന്റെ കാലുകൾക്ക് പതിവില്ലാത്ത ഭാരം അനുഭവപ്പെട്ടു. ഞാൻ പരാജയപ്പെട്ട ഒരു യുദ്ധക്കളത്തിലേക്കാണ് തിരികെ നടന്നിരുന്നത്. അസ്രാ-ഏൽ നേടിയ വിജയം എന്റെ കണ്മുന്നിൽ വ്യക്തമായിരുന്നു. കുടുംബത്തെ അതിന്റെ ഏറ്റവും ദുർബലമായ നിമിഷത്തിൽ അവൻ അടിത്തറയിൽ നിന്ന് പിളർത്തിയിരിക്കുന്നു. തോമസിന്റെ വെറുപ്പും അനിതയുടെ കുറ്റബോധവും, ഈ രണ്ട് ആയുധങ്ങൾ ഉപയോഗിച്ച് അവൻ തീർത്ത ആ നാടകം അതിന്റെ പരിസമാപ്തി കണ്ടിരിക്കുന്നു. ആ തകർച്ചയുടെ മുന്നിൽ നിസ്സഹായനായി നിൽക്കുമ്പോൾ ഒരൊറ്റ ചോദ്യം മാത്രം എന്റെയുള്ളിൽ മുഴങ്ങി: ഇനി അവനെ നേരിടാൻ എന്ത് ആയുധമാണ് എന്റെ പക്കലുള്ളത്?

സത്യം അഗ്നിഗോളം പോലെ ആ വീടിന്റെ ഹൃദയത്തിൽ പതിച്ചതിന് ശേഷമുള്ള പകൽ നീണ്ടതായിരുന്നു. ആ വീടിന്റെ മുൻവാതിൽ തുറന്നുതന്നെ കിടന്നിരുന്നു. ഞാൻ അകത്തേക്ക് കടന്നപ്പോൾ ആ വീടൊരു ശവപ്പറമ്പായി മാറിയതുപോലെ എനിക്ക് തോന്നി. ഓരോ നിമിഷവും ഒരു യുഗം പോലെ ഇഴഞ്ഞുനീങ്ങി. ആ വീട്ടിലെ നിശ്ശബ്ദതയ്ക്ക് ഇപ്പോൾ മരണത്തിന്റെ തണുപ്പായിരുന്നു. ഭയത്തിന്റെ നിശ്ശബ്ദത പതിയെ തകർച്ചയുടെ, നിരാശയുടെ നിശ്ശബ്ദതയ്ക്ക് വഴിമാറി. ഓരോരുത്തരും അവരവരുടെ വേദനയുടെ തുരുത്തുകളിൽ ഒറ്റപ്പെട്ടുപോയിരുന്നു. സ്വീകരണമുറിയിലെ മേശപ്പുറത്ത് തലേദിവസത്തെ ചായ ആരും ശ്രദ്ധിക്കാതെ തണുത്തുറഞ്ഞിരുന്നു. അലക്ഷ്യമായിക്കിടന്ന പത്രത്തിന്റെ താളുകൾ കാറ്റിൽ ചെറുതായി വിറച്ചു.

അനിത ആ വീട്ടിലൊരു അനാഥയെപ്പോലെ അലഞ്ഞു. അവൾ അവളുടെ മുറിയിൽ നിന്ന് പുറത്തിറങ്ങിയില്ല. ഇടയ്ക്ക് അടുക്കളയിലേക്ക് പോകുന്ന നേർത്ത കാൽപ്പെരുമാറ്റം മാത്രം ഞാൻ കേട്ടു. ആരും കാണാതെ, ആർക്കും വേണ്ടിയല്ലാതെ, അവൾ യാന്ത്രികമായി എന്തൊക്കെയോ ജോലികൾ ചെയ്തു. അവളുടെ നിറഞ്ഞ സാന്നിധ്യം ആ വീട്ടിൽ നിന്ന് മാഞ്ഞുപോയിരുന്നു. ഇടയ്ക്ക് ആ അടഞ്ഞ വാതിലിനപ്പുറത്തുനിന്ന് തേങ്ങലുകൾ കാറ്റുപോലെ ഒഴുകിവന്നു.

തോമസ് ഒരു മുറിവേറ്റ കാവൽക്കാരനായി മാറി. അവൻ ജെസിക്കയുടെ മുറിയുടെ വാതിൽക്കലുള്ള കസേരയിൽ നിന്ന്

മാറിയില്ല. അവന്റെ കൈയ്യിൽ എപ്പോഴും ജപമാലയുണ്ടായിരുന്നു. അവൻ പ്രാർത്ഥിക്കുകയായിരുന്നില്ലെന്ന് എനിക്ക് വ്യക്തമായിരുന്നു. അവന്റെ വിരലുകൾ ആ മുത്തുകളിൽ യാന്ത്രികമായി ചലിച്ചു, നോട്ടം പാറപോലെ ഉറച്ചതും. ആരെയും, പ്രത്യേകിച്ച് അനിതയെ, മുറിയിലേക്ക് കടക്കാൻ അനുവദിക്കാത്ത ഒരു കാവൽക്കാരനായിരുന്നു അവനപ്പോൾ. അവൾ മുറിയിൽ നിന്ന് പുറത്തിറങ്ങുന്ന ശബ്ദം കേൾക്കുമ്പോൾ അവൻ വാതിലിന് കുറുകെ നിൽക്കും. അവന്റെ കണ്ണുകളിലെ വെറുപ്പ് ഒരു മതിലായി ഉയരും. ആ നോട്ടം താങ്ങാനാവാതെ അവൾ കണ്ണീരോടെ തിരികെപ്പോകും.

ജെസിക്കയായിരുന്നു ഈ തകർച്ചയുടെ നിശ്ശബ്ദയായ സാക്ഷി. അവൾ ശാരീരികമായി കൂടുതൽ ക്ഷീണിച്ചു. അവളുടെ കണ്ണുകളിൽ പുതിയ വേദന നിറഞ്ഞു. അത് പിശാചുബാധ നൽകിയ വേദനയായിരുന്നില്ല, അത് തന്റെ മാതാപിതാക്കളുടെ തകർച്ച കണ്ടുനിൽക്കേണ്ടി വരുന്ന ഒരു മകളുടെ വേദനയായിരുന്നു. അസ്രാ-ഏലിന് അവളുടെ ശരീരത്തെ മാത്രമേ ബന്ധിക്കാൻ കഴിഞ്ഞിരുന്നുള്ളൂ, എന്നാൽ ഈ വേദന ബാധിച്ചത് അവളുടെ ആത്മാവിനെയാണ്.

ഉച്ചയോടടുത്തപ്പോൾ ജെസിക്ക ക്ഷീണിച്ച സ്വരത്തിൽ എന്നെയും തോമസിനെയും അവളുടെ മുറിയിലേക്ക് വിളിച്ചു.

'എനിക്ക്... എനിക്ക് അമ്മയെ കാണണം,' അവൾ ആവശ്യപ്പെട്ടു.

ആ വാക്കുകൾ കേട്ട് തോമസ് ഞെട്ടി. അവന്റെ മുഖം കോപം കൊണ്ട് വലിഞ്ഞുമുറുകി. 'വേണ്ട മോളേ,' അവൻ പല്ലിറുമ്മി. 'അവൾ... അവൾ നിന്റെയടുത്ത് വരണ്ട.'

'അരുത് അപ്പാ,' ജെസിക്കയുടെ കണ്ണുകൾ നിറഞ്ഞു. 'അമ്മ... അമ്മ ഒറ്റയ്ക്കാണ്.'

'അവൾ ഒറ്റയ്ക്കാകാൻ അവൾ തന്നെയാണ് കാരണം!' തോമസ് നിയന്ത്രണം വിട്ട് കോപത്തോടെ ശബ്ദമുയർത്തി.

'തോമസ്!' ഞാൻ ദൃഢമായി പറഞ്ഞു. 'കുട്ടിയുടെ മുന്നിൽ വെച്ച് വേണ്ട.'

അവൻ ദേഷ്യത്തോടെ മുഖം തിരിച്ച് മുറിയിൽ നിന്ന് പുറത്തേക്ക് പോയി. ജെസിക്ക നിസ്സഹായയായി എന്നെ നോക്കി. ഞാൻ തോമസിന്റെ പിന്നാലെ ഇടനാഴിയിലേക്ക് ചെന്നു. അവൻ ഭിത്തിയിൽ ചാരിനിന്ന് കിതയ്ക്കുകയായിരുന്നു.

'തോമസ്,' ഞാൻ അവനെ വിളിച്ചു.

'ഇനിയെന്ത് സംസാരിക്കാനാ അച്ചോ?' അവൻ ദേഷ്യത്തോടെ ചോദിച്ചു. 'അച്ചനെന്തറിയാം എന്റെ വേദന? എന്റെ ജീവിതം തന്നെ ഒരു ചതിയായിരുന്നു!'

'നിന്റെ വേദന എനിക്കറിയാം. നീ ക്ഷമിക്കണം. അത് അവൾക്ക് വേണ്ടിയല്ല. നിന്റെ മകൾക്ക് വേണ്ടിയാണ്.' ഞാൻ ശാന്തമായി പറഞ്ഞു.

അവൻ എന്നെ അവിശ്വസനീയതയോടെ നോക്കി.

'നീ ഇപ്പോൾ ചെയ്യുന്നത് എന്താണെന്ന് നിനക്കറിയാമോ? നീ അസ്രാ-ഏലിന്റെ ജോലി എളുപ്പമാക്കുകയാണ്. അവൻ ആഗ്രഹിച്ചതും ഇതുതന്നെയായിരുന്നു. ഈ കുടുംബത്തെ തകർക്കുക. പരസ്പരം വെറുക്കുന്ന, സംസാരിക്കാത്ത, ക്ഷമിക്കാൻ കഴിയാത്ത ഒരുകൂട്ടം ആളുകളാക്കി നമ്മളെ മാറ്റുക. അവൻ അതിൽ വിജയിച്ചു.'

എന്റെ വാക്കുകൾ അവനെ മുറിവേൽപ്പിച്ചു. പക്ഷേ, അതായിരുന്നു സത്യം.

'തോമസ്,' ഞാൻ തുടർന്നു. 'തിന്മ വളരുന്നത് എവിടെയാണ്? വെറുപ്പിൽ, വിദ്വേഷത്തിൽ, ക്ഷമയില്ലായ്മയിൽ, നിരാശയിൽ. ഇതാണ് അതിന്റെ വളക്കൂറുള്ള മണ്ണ്. സ്നേഹം, കാരുണ്യം, ക്ഷമ... ഇതൊക്കെ അതിന് വിഷമാണ്. അതിന് സഹിക്കാൻ കഴിയാത്ത കാര്യങ്ങളാണ്. നിന്റെ കോപവും വെറുപ്പും ഈ വീട്ടിൽ ഇരുണ്ട മേഘം പോലെ നിറഞ്ഞുനിൽക്കുകയാണ്. അത് ജെസിക്കയുടെ ആത്മാവിനെ കൂടുതൽ ശ്വാസം മുട്ടിക്കുകയാണ്. അവൾക്കിപ്പോൾ വേണ്ടത് നിന്റെ സംരക്ഷണം മാത്രമല്ല, നിങ്ങളുടെ രണ്ടുപേരുടെയും സ്നേഹമാണ്.'

'എനിക്കതിന് കഴിയില്ലച്ചോ,' അവൻ വേദനയോടെ പറഞ്ഞു. 'എന്റെ കാര്യം പോട്ടെ, അവളുടെ മുഖത്ത് നോക്കുമ്പോൾ ഞാൻ ഓർക്കുന്നത് റോയിയുടെ കാര്യമാണ്.'

'അങ്ങനെയാണെങ്കിൽ നീ നിന്റെ മകളെ തോൽവിക്ക് വിട്ടുകൊടുക്കുകയാണ്. ഈ യുദ്ധം ഇനിയും നീട്ടിക്കൊണ്ടുപോകാൻ കഴിയില്ല തോമസ്. അത് വലിയ അപകടമാണ്. ഓരോ നിമിഷവും അവളുടെ ആത്മാവ് കൂടുതൽ ഇരുട്ടിലേക്ക് പോയിക്കൊണ്ടിരിക്കുകയാണ്. എത്രയും പെട്ടെന്ന് തന്നെ നമുക്ക് അന്തിമമായ ഭൂതോച്ചാടനം നടത്തണം. അതൊരു വലിയ ആത്മീയ യുദ്ധമായിരിക്കും. ആ യുദ്ധത്തിൽ എന്റെ പ്രാർത്ഥന മാത്രം മതിയാവില്ല. എനിക്ക് നിങ്ങളുടെ മൂന്നുപേരുടെയും വിശ്വാസത്തിന്റെ ശക്തി വേണം. സ്നേഹത്തിൽ ഒരുമിച്ച് നിൽക്കുന്ന കുടുംബത്തിന്റെ ശക്തി. തകർന്ന കുടുംബത്തിന് പിശാചിന്റെ മുന്നിൽ നിൽക്കാൻ കഴിയില്ല.'

ഞാൻ അവന്റെ തോളിൽ കൈവെച്ചു. 'നിന്റെ ക്ഷമയാണ് നമുക്ക് ബാക്കിയുള്ള ഏക ആയുധം. അസ്രാ-ഏലിന് മനസ്സിലാക്കാൻ കഴിയാത്ത, അവന് തകർക്കാൻ കഴിയാത്ത ഒരേയൊരു ആയുധം. തോമസ്, കുമ്പസാരമെന്ന കൂദാശയിലൂടെ ദൈവം

അവളുടെ പാപം മോചിച്ചുകഴിഞ്ഞു. ആ പാപം നിങ്ങളുടെ കുടുംബത്തിലുണ്ടാക്കിയ മുറിവ്, ആ ഭിന്നിപ്പ്, അത് ഇപ്പോഴും നിലനിൽക്കുന്നു. അതിൽ നിന്നാണ് പിശാച് ശക്തി കണ്ടെത്തുന്നത്. നീ നിന്റെ ഭാര്യയോട് ക്ഷമിക്കുന്ന ആ നിമിഷം, ആ മുറിവുണക്കി, ഭിന്നിപ്പിനെയാണ് നീ ഇല്ലാതാക്കുന്നത്. ആ പ്രവൃത്തിയിലൂടെ, നിന്റെ മകളുടെ മേലുള്ള അവന്റെ അവസാനത്തെ അധികാരവും നീ ഇല്ലാതാക്കും. നീ അസ്രാ-ഏലിന്റെ കയ്യിലെ ഏറ്റവും വലിയ ആയുധം തട്ടിപ്പറിക്കുകയാണ് ചെയ്യുന്നത്.'

എന്റെ വാക്കുകൾ പക്ഷേ അവൻ പുച്ഛത്തോടെ തള്ളികളഞ്ഞു. 'എന്റെ മകളെ എങ്ങനെ രക്ഷിക്കണമെന്ന് എനിക്കറിയാം, അച്ചോ. അച്ചൻ പ്രാർത്ഥിച്ചാൽ മതി. ബാക്കി ഞാൻ നോക്കിക്കോളാം.'

അവൻ തിരികെ ജെസിക്കയുടെ മുറിയുടെ വാതിൽക്കലുള്ള കസേരയിലേക്ക് പോയി. ആ ഇരുണ്ട ഇടനാഴിയിൽ അവന്റെ നിഷേധത്തിന്റെ തണുത്ത മറുപടി പ്രതിധ്വനി പോലെ തങ്ങിനിന്നു. വർഷങ്ങളുടെ പരിചയസമ്പത്തിൽ നിന്നുള്ള എന്റെ ഉപദേശത്തിന്റെ വാക്കുകൾ തോമസിൽ എപ്പോഴെങ്കിലും മാനസാന്തരം വരുത്തും എന്ന പ്രതീക്ഷയിൽ ഞാൻ മുകളിലെ എന്റെ മുറിയിലേക്ക് മടങ്ങി. ഇനി പ്രാർത്ഥിക്കുകയല്ലാതെ എനിക്കൊന്നും ചെയ്യാനില്ലായിരുന്നു. പാലയ്ക്കൽ തറവാടിന്റെ വിധി നിർണ്ണയിക്കപ്പെടുന്നത് എന്റെ പ്രാർത്ഥനയിലായിരുന്നില്ല, തോമസിന്റെ ആത്മാവിൽ നടക്കുന്ന നിശ്ശബ്ദ യുദ്ധത്തിലായിരുന്നു.

തോമസ് ജെസിക്കയുടെ മുറിക്ക് പുറത്ത് കാവൽക്കാരനെപ്പോലെ കുറേനേരം ഇരുന്നു. ആ ഇരിപ്പ് അവന്റെ കോപത്തിനോ നിസ്സഹായതയ്ക്കോ പരിഹാരമായില്ല. അവന്റെ സിരകളിൽ അപ്പോഴും വെറുപ്പ് തിളയ്ക്കുന്നുണ്ടായിരുന്നു. ഒടുവിൽ ആ കാവൽ അവസാനിപ്പിച്ച്, തന്റെ ആത്മാവിലെ കൊടുങ്കാറ്റുമായി ഏറ്റുമുട്ടലിനായി അവൻ സ്വന്തം മുറിയിലേക്ക് പിൻവാങ്ങി. വാതിലടച്ച്, പുറംലോകവുമായുള്ള എല്ലാ ബന്ധവും അവൻ വിച്ഛേദിച്ചു. മുറിയിലെ അരണ്ട വെളിച്ചത്തിൽ അവൻ കൂട്ടിലകപ്പെട്ട മൃഗത്തെപ്പോലെ അങ്ങോട്ടുമിങ്ങോട്ടും നടന്നു. അവന്റെ കോപത്തിന്റെയും വേദനയുടെയും ചുവടുകൾ തറയിൽ അമർന്നു. ഓരോ ചുവടും കുറ്റാരോപണം പോലെ. അനിതയുടെ മുഖം, അവളുടെ കണ്ണുനീർ, അവളുടെ വാക്കുകൾ... എല്ലാം ഒരു ചലച്ചിത്രം പോലെ അവന്റെ മനസ്സിൽ തെളിഞ്ഞും മാഞ്ഞും കൊണ്ടിരുന്നു.

വഞ്ചിക്കപ്പെട്ടു! തന്റെ ജീവിതം, തന്റെ സ്നേഹം, തന്റെ കുടുംബം... എല്ലാം നുണയുടെ മുകളിലാണ് പടുത്തുയർത്തിയത്. ആ ചിന്ത ഒരു തീപോലെ അവന്റെ ഉള്ളിൽ ആളിക്കത്തി. കാരണം അവൾ പറഞ്ഞത് റോയിയുടെ കാര്യം മാത്രമല്ലായിരുന്നു...

വർഷങ്ങളായി അവൾ ഉള്ളിൽ കൊണ്ടുനടന്ന മറ്റു രഹസ്യങ്ങൾ... തന്റെ ജീവിതം തന്നെ നുണയായിരുന്നു! അതിനാൽ ഒരു ഭർത്താവെന്ന നിലയിൽ, മനുഷ്യനെന്ന നിലയിൽ, അവന്റെ രോഷം തികച്ചും ന്യായീകരിക്കപ്പെട്ടതായിരുന്നു. അവൻ ഭിത്തിയിൽ ആഞ്ഞിടിച്ചു. ചുമരിൽ അവന്റെ കൈപ്പത്തിയുടെ അടയാളം പതിഞ്ഞു. ആ വേദന അവന്റെ ഉള്ളിലെ വേദനയെക്കാൾ ചെറുതായിരുന്നു.

'അവൾ... അവൾ കാരണമാണ് എന്റെ മോൾ...' അവന്റെ മുഖം വലിഞ്ഞുമുറുകി. 'എങ്ങനെ... എങ്ങനെ എനിക്കവളോട് ക്ഷമിക്കാൻ കഴിയും?'

അവന്റെ നോട്ടം മേശപ്പുറത്തിരുന്ന ഫോട്ടോ ഫ്രെയിമിൽ പതിഞ്ഞു. അവരുടെ വിവാഹ ഫോട്ടോ. വെള്ള സാരിയിൽ, മുല്ലപ്പൂ ചൂടി, ലജ്ജയോടെ തലകുനിച്ച് നിൽക്കുന്ന അനിത. ആ മുല്ലപ്പൂവിന്റെ ഗന്ധം ഇപ്പോഴും തന്റെ ഓർമ്മയിലുണ്ടെന്ന് അവൻ വേദനയോടെ ഓർത്തു. അവളുടെ മുഖത്ത് അന്ന് കണ്ട നിർമ്മലത... അതും അഭിനയമായിരുന്നോ? അവൻ വെറുപ്പോടെ ആ ഫോട്ടോ കൈയ്യിലെടുത്തു. അത് നിലത്തെറിഞ്ഞുടയ്ക്കാൻ കൈ ഓങ്ങി. പക്ഷേ, ആ നിമിഷം അവന്റെ കൈകൾ വിറച്ചു. വിറയ്ക്കുന്ന വിരലുകൾ ആ തണുത്ത ഗ്ലാസിൽ അമർന്നു.

ഓർമ്മകൾക്ക് കോപത്തെക്കാൾ ശക്തിയുണ്ടായിരുന്നു. അവന്റെ മനസ്സിലേക്ക് പിന്നെയും ഓർമകൾ ഒഴുകിയെത്തി. ജെസിക്ക ആദ്യമായി പിച്ചവെച്ച് നടന്നപ്പോൾ സന്തോഷം കൊണ്ട് മതിമറന്ന് ചിരിച്ച അനിതയുടെ മുഖം. അവന്റെ ചുണ്ടുകൾ അറിയാതെ അതൊന്ന് അനുകരിക്കാൻ ശ്രമിച്ചു, അത് വേദനയായി മാറി. ആ ചിരിയുടെ ശബ്ദം ഇപ്പോഴും അവന്റെ കാതുകളിലുണ്ടായിരുന്നു. തനിക്ക് പനി വരുമ്പോൾ രാത്രി മുഴുവൻ ഉറക്കമിളച്ച് കാവലിരുന്ന അനിത. ഓരോ ചെറിയ കാര്യത്തിലും തനിക്ക് താങ്ങും തണലുമായി നിന്ന അനിത.

ആ ഓർമ്മകൾക്ക് മുന്നിൽ അവന്റെ കോപത്തിന് ശക്തി കുറഞ്ഞു. എന്റെ വാക്കുകൾ അവന്റെ കാതുകളിൽ മുഴങ്ങി: 'നിന്റെ ക്ഷമയാണ് നമുക്ക് ബാക്കിയുള്ള ഏക ആയുധം.'

'ഇല്ല!' അവൻ അലറി. 'അതൊരു ആയുധമല്ല. അതൊരു കീഴടങ്ങലാണ്. അവളുടെ പാപത്തിന് മുന്നിൽ ഞാൻ തലകുനിക്കുന്നതിന് തുല്യമാണ്.' അതവന്റെ അഹങ്കാരമായിരുന്നു സംസാരിച്ചത്. മുറിവേറ്റ പുരുഷന്റെ അഹങ്കാരം.

അവൻ ജനലിലൂടെ മുകളിലെ മുറിയിലേക്ക് നോക്കി. അവിടെ എന്റെ നിഴൽ ചലിക്കുന്നത് അവൻ കണ്ടു. ഞാൻ ഉറങ്ങാതെ, അവരുടെ മകൾക്ക് വേണ്ടി പ്രാർത്ഥിച്ചുകൊണ്ട് നടക്കുകയായിരുന്നു.

ഒരുപക്ഷേ, ആ കാഴ്ചയായിരിക്കണം അവനെ സ്പർശിച്ചത്.

അവന്റെ കോപം അടങ്ങി. അവന്റെ ചിന്തകൾ ജെസിക്കയിലേക്ക് തിരിഞ്ഞു. അവളുടെ ചിരി, അവളുടെ സംസാരം, അവളുടെ സ്നേഹം... ഇപ്പോൾ കട്ടിലിൽ ജീവച്ഛവം പോലെ കിടക്കുന്ന അവളുടെ രൂപം. അസ്രാ-ഏലിന്റെ ക്രൂരമായ വാക്കുകൾ അവളുടെ ചുണ്ടുകളിലൂടെ പുറത്തുവന്നത്... 'അപ്പാ... അപ്പനൊരു പരാജയമാണല്ലോ.'

അതെ, ഞാനൊരു പരാജയമാണ്. എന്റെ മകളെ സംരക്ഷിക്കാൻ എനിക്ക് കഴിയുന്നില്ല. എന്റെ കോപവും വെറുപ്പും... അതെന്റെ മകളെ കൂടുതൽ അപകടത്തിലാക്കുകയാണോ? അച്ചൻ പറഞ്ഞതുപോലെ, എന്റെ ക്ഷമയില്ലായ്മയാണോ ആ പിശാചിന് വളമാകുന്നത്?

ആ ചോദ്യം അവന്റെ ആത്മാവിനെ പിടിച്ചുലച്ചു. അവന്റെ ഉള്ളിൽ വലിയ സംഘർഷം ആരംഭിച്ചു. നീതിക്കുവേണ്ടി ദാഹിക്കുന്ന അവന്റെ മനസ്സിന്റെ ഒരു ഭാഗം അനിതയോട് ക്ഷമിക്കാൻ വി

സമ്മതിച്ചു. പിതൃസ്നേഹത്തിന്റെ മറ്റൊരു ഭാഗം, ജെസിക്കയുടെ ജീവനുവേണ്ടി എന്തും ചെയ്യാൻ തയ്യാറായിരുന്നു.

അതായിരുന്നു അവന്റെ ഗത്സമേനി. അവന്റെ ആത്മാവിന്റെ ഇരുണ്ട രാത്രി.

അവൻ മുറിയുടെ നടുവിൽ മുട്ടുകുത്തി. തറയുടെ തണുപ്പ് അവന്റെ മുട്ടുകളിലൂടെ അരിച്ചു കയറി. അവൻ ഉറക്കെ പ്രാർത്ഥിച്ചു. അതൊരു യാചനയായിരുന്നു, വിലപേശലായിരുന്നു.

'ദൈവമേ...' അവൻ ആത്മാർത്ഥമായി വിളിച്ചു. 'നീയെന്തിനാ എന്നോടിങ്ങനെ ചെയ്യുന്നത്? എന്റെ കുഞ്ഞെന്ത് തെറ്റ് ചെയ്തിട്ടാ? ആ പാപം ചെയ്തത് അവളല്ലല്ലോ. എന്നിട്ടും... എന്നിട്ടും നീയെന്തിനാ അവളെ ശിക്ഷിക്കുന്നത്?' അവന്റെ വാക്കുകൾ തേങ്ങലായി മാറി. 'എനിക്കവളോട് ക്ഷമിക്കാൻ കഴിയില്ല. നീയെങ്ങനെയാണത് എന്നിൽ നിന്ന് പ്രതീക്ഷിക്കുന്നത്? എന്നെ വഞ്ചിച്ചവളോട്... എന്റെ ജീവിതം തകർത്തവളോട്...'

അവൻ നിശ്ശബ്ദനായി കരഞ്ഞു. ആ കണ്ണുനീരിൽ അവന്റെ കോപവും വേദനയും അഹങ്കാരവും അലിഞ്ഞില്ലാതാവുകയായിരുന്നു. അവന്റെ തോളുകൾ കുലുങ്ങുന്നുണ്ടായിരുന്നു. കുറേനേരത്തെ മൗനത്തിന് ശേഷം അവൻ പതുക്കെ എഴുന്നേറ്റു. കണ്ണുനീർ തുടച്ചു.

അവന്റെ മുഖത്ത് ഇപ്പോൾ കരച്ചിലുണ്ടായിരുന്നില്ല. കോപവുമില്ലായിരുന്നു. പകരം, കരിങ്കല്ലുപോലെ ഉറച്ച ഒരു തീരുമാനം ആ മുഖത്തുണ്ടായിരുന്നു.

പക്ഷെ അത് ക്ഷമിക്കാനുള്ള തീരുമാനമായിരുന്നോ, അതോ അവരെ എന്നെന്നേക്കുമായി ഉപേക്ഷിക്കാനുള്ള തീരുമാനമായിരുന്നോ എന്നെനിക്ക് അപ്പോൾ ഉറപ്പിലായിരുന്നു.

അവൻ വാതിലിന് നേരെ തിരിഞ്ഞു. ഇനിയുള്ള നിമിഷങ്ങൾ വിധിയുടേതാണ്.

അവൻ പതുക്കെ എഴുന്നേറ്റു. അവന്റെ കാലുകൾക്ക് ബലം കുറവായിരുന്നു, അവൻ വീണില്ല. അവന്റെ മുഖത്ത് ക്ഷീണമുണ്ടായിരുന്നെങ്കിലും ആ കണ്ണുകളിൽ ഇപ്പോൾ കോപമുണ്ടായിരുന്നില്ല, സങ്കടവുമില്ലായിരുന്നു, ഉറച്ച തീരുമാനത്തിന്റെ തീക്ഷ്ണതയായിരുന്നു. വേദന നിറഞ്ഞതെങ്കിലും, ഉറച്ച ഒരു തീരുമാനം.

21

2024 സെപ്റ്റംബർ 6, വെള്ളിയാഴ്ച (വൈകുന്നേരം)

പാലയ്ക്കൽ തറവാട്

സമയം വൈകുന്നേരത്തോടടുത്തു. ഞാൻ പ്രാർത്ഥന തീർത്ത് എന്റെ മുറിയിൽ കാത്തിരുന്നു. എന്റെ ജപമാലയിലെ മുത്തുകൾ നിശ്ചലമായിരുന്നു. എന്റെ ശ്രദ്ധ മുഴുവൻ താഴത്തെ നിലയിലെ നിശ്ശബ്ദതയിലായിരുന്നു. അതൊരു യുദ്ധക്കളത്തിലെ അടുത്ത നീക്കത്തിനായി കാത്തിരിക്കുന്ന രണ്ട് സൈന്യങ്ങൾക്കിടയിലെ പിരിമുറുക്കം നിറഞ്ഞ നിശ്ശബ്ദതയായിരുന്നു. തോമസിന്റെ ആത്മാവായിരുന്നു ആ യുദ്ധക്കളം. അവന്റെ തീരുമാനം എന്തായിരിക്കുമെന്നതിനെ ആശ്രയിച്ചിരുന്നു അവന്റെ മകളുടെയും ഒരു പക്ഷേ, ഈ വീടിന്റെയും ഭാവി.

പുറത്ത് മഴ ശക്തി പ്രാപിച്ചിരുന്നു. ഓരോ ഇടിമുഴക്കത്തിലും ആ പഴയ വീട് വിറച്ചു. ലിഡിയയുടെ മരണദിവസവും ഇതുപോലെ മഴയുള്ള രാത്രിയായിരുന്നെന്ന് ഞാൻ ഓർത്തു. ചരിത്രം അതിന്റെ ക്രൂരമായ നാടകം ആവർത്തിക്കാൻ തയ്യാറെടുക്കുകയാണോ? എന്റെ ഹൃദയത്തിൽ പഴയ ഭയം വന്നുനിറഞ്ഞു. ഞാൻ എന്റെ പരാജയത്തെക്കുറിച്ചോർത്തു. എന്റെ അഹങ്കാരത്തെക്കുറിച്ചോർത്തു. ഒരുപക്ഷേ, തോമസിനും എന്നെപ്പോലെ അവന്റെ അഹങ്കാരത്തെ മറികടക്കാൻ കഴിയില്ലായിരിക്കാം. ഭർത്താവിന്റെ മുറിവേറ്റ അഹങ്കാരത്തിന് പിതാവിന്റെ സ്നേഹത്തെക്കാൾ ശക്തിയുണ്ടാകുമോ?

സമയം ഇഴഞ്ഞുനീങ്ങി. മണിക്കൂറുകൾക്ക് യുഗങ്ങളുടെ ദൈർഘ്യമുണ്ടായിരുന്നു.

പെട്ടെന്ന് താഴത്തെ നിലയിൽ വാതിൽ തുറക്കുന്ന ശബ്ദം ഞാൻ കേട്ടു. ഞാൻ കസേരയിൽ നിന്ന് ചാടിയെഴുന്നേറ്റു. എന്റെ കാതുകൾ കൂർത്തു. അത് തോമസിന്റെ പഠനമുറിയുടെ വാതിലായിരുന്നു. ഞാൻ എന്റെ മുറിയുടെ വാതിൽ ചെറുതായി തുറന്ന് ഇടനാഴിയിലെ ഇരുട്ടിലേക്ക് നോക്കി.

താഴെ തോമസിന്റെ രൂപം. അവൻ അവന്റെ മുറിയിൽ നിന്ന് പുറത്തിറങ്ങി നിശ്ചലനായി നിന്നു. അവന്റെ മുഖം എനിക്ക് വ്യക്തമായിരുന്നില്ല, ആ നിൽപ്പിന് ഒരു തീരുമാനത്തിന്റെ ദൃഢതയുണ്ടായിരുന്നു. അവൻ ജെസിക്കയുടെ മുറിയുടെ നേർക്ക് പോകുന്നതിനു പകരം നടന്നത് ഇടനാഴിയുടെ മറ്റേ അറ്റത്തുള്ള, അനിത മറഞ്ഞിരുന്ന ആ അടഞ്ഞ വാതിലിന്റെ അടുത്തേക്കാണ്.

എന്റെ ഹൃദയം ഒന്ന് പിടഞ്ഞു. അവൻ എന്തു ചെയ്യാൻ പോവുകയാണ്? കോപം കൊണ്ട് അന്ധനായ മനുഷ്യന്റെ പ്രതികാര

ത്തിനാണോ ആ വാതിൽ തുറക്കാൻ പോകുന്നത്? അതോ...

അവൻ ആ വാതിലിന്റെ മുന്നിൽ നിന്നു. വാതിലിൽ മുട്ടാനായി അവന്റെ കൈകൾ ഉയർന്നു, അവൻ മുട്ടിയില്ല. അവന്റെ കൈകൾ വിറയ്ക്കുന്നത് ഞാൻ കണ്ടു. ഒരു യുഗത്തിന്റെ ദൈർഘ്യമുള്ള നിമിഷങ്ങൾ. കുറേ നേരം അവൻ അങ്ങനെ നിന്നു. പിന്നെ ആഴത്തിലൊരു ശ്വാസമെടുത്ത് അവൻ ആ വാതിലിന്റെ കൈപ്പിടിയിൽ പിടിച്ച് അത് തള്ളിത്തുറന്നു.

മുറിയിൽ ഇരുട്ടായിരുന്നു. അനിത ജനലിനരികിൽ നിലത്ത് ചുരുണ്ടുകൂടി ഇരിക്കുന്നു. വാതിൽ തുറന്ന ശബ്ദം കേട്ട് അവൾ ഞെട്ടി തലയുയർത്തി. തോമസിന്റെ രൂപം വാതിൽക്കൽ കണ്ടപ്പോൾ അവൾ ഭയത്തോടെ പിന്നോട്ട് നിരങ്ങി.

അവൻ അകത്തേക്ക് കടന്ന് വാതിലടച്ചു. ഞാൻ ഇടനാഴിയിൽ ഒറ്റയ്ക്കായി. ആ അടഞ്ഞ വാതിലിനപ്പുറം ആ കുടുംബത്തിന്റെ വിധി നിർണ്ണയിക്കപ്പെടുകയായിരുന്നു. ഞാൻ വാതിലിനുനേരെ കൈകൾ നീട്ടി അവർക്കുവേണ്ടി നിശ്ശബ്ദമായി പ്രാർത്ഥിക്കാൻ തുടങ്ങി. 'കർത്താവേ, നിന്റെ കരുണയുടെ പ്രകാശം ആ മുറിയിൽ നിറയണമേ...'

അകത്ത് എന്താണ് സംഭവിക്കുന്നതെന്ന് എനിക്കറിയില്ലായിരുന്നു, എങ്കിലും എന്റെ ആത്മാവിൽ എനിക്കത് കാണാൻ കഴിയുന്നുണ്ടായിരുന്നു. തോമസിന്റെ ഉള്ളിൽ വലിയൊരു മാറ്റം സംഭവിക്കുകയായിരുന്നു. വാക്കുകളില്ലാത്ത, കണ്ണുനീരിന്റെ ഭാഷയിലുള്ള സംഭാഷണം.

ഒരു തിരിച്ചറിവ് അവന്റെ ഉള്ളിൽ ഉദിച്ചു. ക്ഷമ എന്നത് അനിതയ്ക്ക് നൽകുന്ന ഔദാര്യമല്ല. അത് അവൾ ചെയ്തത് ശരിയാണെന്ന് സമ്മതിക്കലുമല്ല. ക്ഷമ... അതൊരു തിരഞ്ഞെടുപ്പാണ്. വെറുപ്പിന്റെ ചങ്ങല പൊട്ടിച്ചെറിയാനുള്ള തിരഞ്ഞെടുപ്പ്. തന്റെ മകളുടെ ജീവനുവേണ്ടി സ്വന്തം അഹങ്കാരത്തെ ബലികൊടുക്കാനുള്ള തിരഞ്ഞെടുപ്പ്.

യുദ്ധം ജയിക്കാൻ ആയുധങ്ങൾ മതിയാകും, പക്ഷെ സമാധാനം ലഭിക്കാൻ തോൽക്കാൻ തയ്യാറുള്ള ഒരു മനസ്സുതന്നെ വേണം.

അവന്റെ ഉള്ളിലെ ഭർത്താവിന്റെ മുറിവേറ്റ അഹങ്കാരം, അച്ഛന്റെ നിസ്വാർത്ഥമായ സ്നേഹത്തിന് മുന്നിൽ മുട്ടുമടക്കി. ആ നിമിഷം തോമസ് എന്ന ഭർത്താവ് മരിക്കുകയും തോമസ് എന്ന അച്ഛൻ ജനിക്കുകയും ചെയ്യുകയായിരുന്നു.

കുറേ നേരം കഴിഞ്ഞപ്പോൾ ആ മുറിയിൽ നിന്നൊരു കരച്ചിൽ ഞാൻ കേട്ടു. അതൊരു സ്ത്രീയുടെ തേങ്ങലായിരുന്നില്ല. അതൊരു പുരുഷന്റേതായിരുന്നു. ഹൃദയം തകർന്ന് കരയുന്ന ഒരു പുരുഷന്റെ ശബ്ദം.

പിന്നെ, അത് സംഭവിച്ചു.

അത് കാതുകൾ കൊണ്ടല്ല, എന്റെ ആത്മാവ് കൊണ്ടാണ് ഞാൻ കേട്ടത്. മഹാമേരു പോലൊരു വലിയ ഭാരം ആ വീട്ടിൽ നിന്ന് ഇറങ്ങിപ്പോയതുപോലെ, ഇരുട്ട് വെളിച്ചത്തിന് വഴിമാറുന്നതിന്റെ സംഗീതം.

ആ അടഞ്ഞ വാതിലിനപ്പുറത്ത്, തോമസിന്റെ ക്ഷമയും അനിതയുടെ കണ്ണുനീരും ഒന്നായിത്തീർന്ന ആ നിമിഷം, ആ മുറിയിൽ അദൃശ്യമായ പ്രകാശം നിറഞ്ഞു. വർഷങ്ങളായി ആ വീട്ടിൽ തളംകെട്ടിനിന്ന തണുപ്പ് പൊടുന്നനെ അപ്രത്യക്ഷമായി. ആ സ്ഥാനത്ത് വിവരിക്കാനാവാത്ത ഊഷ്മളത വന്നുനിറഞ്ഞു, അത് എന്റെ ശരീരത്തെയും പൊതിഞ്ഞു.

സ്വീകരണമുറിയിൽ ഭിത്തിയിൽ തൂക്കിയിട്ടിരുന്ന പൊടിപിടിച്ച മരക്കുരിശ് സ്വർണ്ണം പോലെ തിളങ്ങി. അതിന്റെ തിളക്കം എന്റെ കണ്ണുകളിൽ തട്ടി.

ജെസിക്കയുടെ മുറിയിൽ നിന്ന് അസ്രാ-ഏലിന്റെ അലർച്ച ഞാൻ കേട്ടു. അതൊരു പരിഹാസത്തിന്റെ അലർച്ചയായിരുന്നില്ല, അതൊരു മുറിവേറ്റ മൃഗത്തിന്റെ അലർച്ചയുമായിരുന്നില്ല; അത് തന്റെ അവകാശപ്പെട്ട ഇരയെ ആരോ തട്ടിപ്പറിച്ചുകൊണ്ടു പോകുമ്പോൾ വേട്ടക്കാരനുണ്ടാകുന്ന നിരാശയുടെയും കോപത്തിന്റെയും നിലവിളിയായിരുന്നു. അധികാരം നഷ്ടപ്പെട്ടവന്റെ നിലവിളി.

'ഇല്ല! ഇത്... ഇത് സാധ്യമല്ല. മനുഷ്യന്റെ ബലഹീനത! ക്ഷമ! ഇതിന്... ഇതിന് ഇത്രയും ശക്തിയുണ്ടാകാൻ പാടില്ല!'

അതിന്റെ അലർച്ച എന്റെ മരവിച്ച ബോധത്തെ തട്ടിയുണർത്തി. എന്റെ ചുണ്ടിൽ അറിയാതെ ഒരു ചിരി വിരിഞ്ഞു. ഞാൻ കണ്ടു. എന്റെ കണ്മുന്നിൽ ഞാൻ ദൈവത്തിന്റെ അത്ഭുതം കണ്ടു. അത് എന്റെ പുസ്തകത്തിലെ ലത്തീൻ വാക്കുകളിലൂടെയല്ല, എന്റെ പ്രാർത്ഥനയുടെ ശക്തികൊണ്ടുമല്ല വന്നത്. അത് വന്നത് തകർന്നടിഞ്ഞ രണ്ട് മനുഷ്യരുടെ ക്ഷമയുടെയും സ്നേഹത്തിന്റെയും ലളിതമായ പ്രവൃത്തിയിലൂടെയാണ്.

എന്റെ ആത്മാവിൽ പുതിയൊരു തീ ആളിക്കത്തി. എന്റെ സംശയങ്ങൾ കത്തിയമർന്നു. എന്റെ വിശ്വാസം ഒരു ഫീനിക്സ് പക്ഷിയെപ്പോലെ ആ ചാരത്തിൽ നിന്ന് പറന്നുയർന്നു.

അപ്പോഴേക്കും അനിതയുടെ മുറിയുടെ വാതിൽ തുറക്കപ്പെട്ടു.

തോമസ് പുറത്തേക്ക് വന്നു. അവന്റെ കണ്ണുകൾ ചുവന്നിരുന്നു, ആ മുഖത്ത് ഇപ്പോൾ കോപവും ദുഃഖവും ഉണ്ടായിരുന്നില്ല. അവന്റെ പിന്നാലെ, അവന്റെ കൈയ്യിൽ പിടിച്ച് അനിതയും പുറത്തേക്ക് വന്നു. അവളുടെ മുഖത്ത് കണ്ണുനീരിന്റെ പാടുകളുണ്ടാ

യിരുന്നെങ്കിലും ദിവസങ്ങൾക്ക് ശേഷം ആ മുഖത്ത് വലിയ സമാധാനം ഞാൻ കണ്ടു.

അവർ ജെസിക്കയുടെ മുറിയുടെ നേരെ നടന്നു. ഞാൻ ആ കാഴ്ച നോക്കിനിന്നു. യുദ്ധം കഴിഞ്ഞിരുന്നില്ല, എന്നാൽ ഇപ്പോൾ അതിന്റെ ഗതി മാറിയിരിക്കുന്നു. മുൻതൂക്കം ഞങ്ങൾക്കായി. എന്റെ കൈയ്യിലിപ്പോൾ പ്രാർത്ഥനയുടെ വാൾ മാത്രമല്ല, അതിനേക്കാൾ മൂർച്ചയേറിയ സ്നേഹത്തിന്റെ പരിച കൂടിയുണ്ട്.

2024, സെപ്റ്റംബർ 7, ശനി (പ്രഭാതം)
പാലയ്ക്കൽ തറവാട്

രാത്രിയിലെ ആ വൈകാരികമായ കൊടുങ്കാറ്റിനുശേഷം ഇന്നത്തെ പ്രഭാതം ശാന്തമായിരുന്നു. വിശുദ്ധ കുർബനായിൽ ഞാൻ സമർപ്പിച്ചത് മുഴുവൻ പാലയ്ക്കൽ തറവാടിനെയായിരുന്നു. രാത്രി അവിടെ സംഭവിച്ച ദൈവത്തിന്റെ അത്ഭുതകരമായ ഇടപെടൽ, തോമസിന്റെ ക്ഷമ, അസ്രാ-ഏലിന്റെ ശക്തിയുടെ നട്ടെല്ല് തകർത്തിരിക്കുന്നു എന്ന് എനിക്ക് ഉറപ്പായിരുന്നു. എങ്കിലും, യുദ്ധം ജയിച്ചിട്ടില്ല.

കുർബാനയ്ക്ക് മുന്പ് തന്നെ ഞാൻ അവരെ ശ്രദ്ധിച്ചിരുന്നു. മൂന്നുപേരും കുമ്പസാരിച്ച് ദൈവകൃപയിലേക്ക് മടങ്ങിവരുകയും, മൂവരും ഒരുമിച്ച് വിശുദ്ധ കുർബാനയിൽ പങ്കുചേരുകയും ചെയ്തു.

ഇന്നായിരുന്നു ഞങ്ങൾ വീണ്ടും ഭൂതോച്ചാടനം നടത്താൻ നിശ്ചയിച്ചിരുന്ന ദിവസം. കഴിഞ്ഞ തവണ പിശാചിന് മുന്നിൽ തകർന്നുപോയ കുടുംബം, ഇന്ന് ദൈവകൃപയാൽ ഒന്നിച്ചുനിൽക്കുന്നു. എന്റെ പ്രാർത്ഥനകൾക്ക് സാധിക്കുന്നതിനേക്കാൾ വലിയ അത്ഭുതമാണ് ഇന്നലെ രാത്രി ആ വീട്ടിൽ സംഭവിച്ചത്.

ജെസിക്ക തോമസിന്റെയും അനിതയുടെയും കൈകളിൽ പിടിച്ചിരുന്നു. അവരുടെ മുഖങ്ങളിൽ കഴിഞ്ഞ ദിവസങ്ങളിലെ ഭീകരതയുടെ നിഴലുകൾ ഉണ്ടായിരുന്നില്ല. കുർബാനയ്ക്ക് ശേഷം ഞാനും അവരോടൊപ്പം തറവാട്ടിലേക്ക് മടങ്ങി.

കൊടുങ്കാറ്റിന് ശേഷം തീരത്തടിഞ്ഞ കപ്പൽ പോലെ ആ കുടുംബം പരസ്പരം താങ്ങും തണലുമാകുകയായിരുന്നു. ജെസിക്കയുടെ കട്ടിലിന് ചുറ്റുമിരുന്ന്, അവളുടെ കൈകൾ കൂട്ടിപ്പിടിച്ച്, അവർ വർഷങ്ങളായി പറയാതെപോയ കാര്യങ്ങളും അടക്കിവെച്ച വേദനകളും പങ്കുവെച്ചു. അത് അവരുടെ പുതിയൊരു തുടക്കമായിരുന്നു.

പുറത്ത് പക്ഷികളുടെ ശബ്ദവും ഇലകൾക്കിടയിലൂടെ അരിച്ചെത്തിയ സൂര്യരശ്മികളും സാധാരണമായിരുന്നെങ്കിലും, ആ വീട്ടിൽ അതൊരു അത്ഭുതം പോലെ തോന്നി. ക്ഷമയുടെ പ്രവൃത്തിയിലൂടെ ആ കുടുംബം എന്ന കോട്ട പുനർനിർമ്മിക്കപ്പെട്ടിരിക്കുന്നു.

ഞാൻ അവരെ സ്വീകരണമുറിയിലേക്ക് വിളിച്ചു. ജെസിക്കയും അവർക്കിടയിൽ വന്നിരുന്നു. കുടുംബം എന്ന കോട്ടയുടെ അടിത്തറ ഇപ്പോൾ പാപത്തിലായിരുന്നില്ല, ക്ഷമയിലും ത്യാഗ

ത്തിലുമായിരുന്നു.

'ഇപ്പോൾ... ഇപ്പോൾ അവന്റെ പ്രധാന അവകാശങ്ങൾ അവസാനിച്ചു,' ഞാൻ പതിയെ പറഞ്ഞു. 'തോമസ്, തിന്മ ഇവിടേക്ക് പ്രവേശിക്കാൻ ഇടയായ നിങ്ങളുടെ അഴിമതിയുടെ കറയും നമ്മളെ ഭിന്നിപ്പിക്കാൻ പിശാച് ഉപയോഗിച്ച അനിതയുടെ രഹസ്യവും കുമ്പസാരത്തിലൂടെ കഴുകിക്കളഞ്ഞു.'

ഞാൻ ജെസിക്കയെ നോക്കി. അവളുടെ മുഖത്ത് ഒരു മന്ദസ്മിതം ഉണ്ടായിരുന്നു. അവൾക്ക് എല്ലാം മനസ്സിലാകുന്നുണ്ടായിരുന്നു.

'ഇനി നമ്മൾ ചെയ്യാൻ പോകുന്നത് ഏറ്റവും ഭീകരമായ ഒന്നാണ്. ഇന്ന് രാത്രി ഈ നോമ്പിന്റെ അവസാനത്തെ യാമമാണ്. നാളെ പുലരുന്നത് തിരുനാളിന്റെ പ്രകാശത്തിലേക്കാണ്. ആ പ്രകാശത്തിലേക്ക് കടക്കാൻ ഈ ഇരുട്ടിനെ നമ്മൾ ഭേദിച്ചേ മതിയാകൂ. ഇത് നമ്മുടെ അവസാനത്തെ പോരാട്ടമാകണം. അതൊരുപക്ഷേ നേരം വെളുക്കുന്നതുവരെ നീണ്ടുനിൽക്കും.'

എന്റെ വാക്കുകൾ കേട്ട് അവരുടെ മുഖത്ത് ഭയം നിഴലിച്ചു. 'അത്... അത് അപകടമാകുമോ അച്ചോ?' അനിതയുടെ മുഖം വിളറി വെളുത്തു.

'ഇതൊരു പൂർണ്ണമായ ഭൂതോച്ചാടനമാണ്,' ഞാൻ വിശദീകരിച്ചു. 'കഴിഞ്ഞ തവണ നമ്മൾ പരാജയപ്പെടാൻ കാരണം അവൻ നമ്മുടെ ശ്രദ്ധ തെറ്റിച്ചതാണ്. അനിതയുടെ രഹസ്യം ഒരു ആയുധമാക്കി അവൻ നമ്മെ ഭിന്നിപ്പിച്ചു.'

'അന്ന് ആ വെളിപ്പെടുത്തലിന് മുന്നിൽ നമ്മുടെ ഐക്യം തകർന്നുപോയി. തോമസ് പിന്മാറിയ ആ നിമിഷം അവന് വീണ്ടും അധികാരം ലഭിച്ചു. എന്നാൽ ഇത്തവണ അങ്ങനെയല്ല. ക്ഷമയിലൂടെ നമ്മൾ ആ വിള്ളൽ അടച്ചു കഴിഞ്ഞു.'

'ഇന്ന് നമ്മൾ അവനെ ബഹിഷ്കരിക്കാൻ പോകുകയാണ്. സർവ്വശക്തിയും ഉപയോഗിച്ച് അവൻ ചെറുത്തുനിൽക്കും.'

'അച്ചോ,' തോമസ് ചോദിച്ചു. 'ഞങ്ങൾ പരസ്പരം ക്ഷമിച്ചു, ശരിയാണ്. പക്ഷെ... ഇനിയും അവന് ഉപയോഗിക്കാൻ കഴിയുന്ന ആയുധങ്ങൾ ഞങ്ങളുടെ ഇടയിൽ ബാക്കിയുണ്ടെങ്കിലോ? അവൻ വീണ്ടും ഞങ്ങളെ തമ്മിലടിപ്പിക്കാൻ ശ്രമിച്ചാൽ...?'

'അവൻ അത് ചെയ്യും,' ഞാൻ ദൃഢമായി പറഞ്ഞു. 'അവൻ നിങ്ങളെ പ്രലോഭിപ്പിക്കും. ഭയപ്പെടുത്തും. ഒരുപക്ഷേ, എന്റെയോ നിങ്ങളുടെയോ മറ്റെന്തെങ്കിലും രഹസ്യങ്ങൾ അവൻ വിളിച്ചുപറഞ്ഞേക്കാം. ഒരു കാര്യം ഓർക്കുക. പിശാച് വെറുമൊരു നുണയനല്ല, അവൻ മനസ്സിനെ കബളിപ്പിക്കുന്നവനാണ്. നിങ്ങളുടെ ചെറിയ തെറ്റുകളെ അവൻ പർവ്വതീകരിക്കും. നിങ്ങൾ സ്നേഹം അർഹിക്കുന്നില്ലെന്ന് അവൻ നിങ്ങളെ വിശ്വസിപ്പിക്കാൻ ശ്രമി

ക്കും. നിങ്ങളിൽ വെറുപ്പ് നിറയ്ക്കുക എന്നതാണ് അവന്റെ തന്ത്രം.'

'ഇനി അഥവാ അവൻ പറയുന്നതിൽ എന്തെങ്കിലും സത്യമുണ്ടെങ്കിൽത്തന്നെ, പരസ്പരം ക്ഷമിക്കാൻ നിങ്ങൾ തയ്യാറായാൽ പിന്നെ ആ സത്യത്തിന് നിങ്ങളെ വേദനിപ്പിക്കാൻ കഴിയില്ല. അതുകൊണ്ട് അവൻ എന്ത് വിളിച്ചുപറഞ്ഞാലും അത് വകവെക്കാതെ പ്രാർത്ഥിക്കുക. നിങ്ങളുടെ ഈ ഒന്നിപ്പിലാണ് നമ്മുടെ ശക്തി. ഇനി അവന് ഇവിടെ നിൽക്കാൻ ഒരു ന്യായവും നമ്മളായി വീണ്ടും ഉണ്ടാക്കി കൊടുക്കരുത്. അനുവാദമില്ലാതെ കടന്നുകൂടിയ അതിക്രമിയെ നമുക്ക് ബലം പ്രയോഗിച്ച് പുറത്താക്കാം.'

'അതെങ്ങനെയാണ് അച്ചോ?' തോമസ് സംശയത്തോടെ ചോദിച്ചു. 'നമ്മുടെ വെറും പ്രാർത്ഥനകൾക്ക്... അത്രയും വലിയൊരു ശക്തിയെ പിടിച്ചുപുറത്താക്കാൻ കഴിയുമോ?'

'തോമസ്, നമ്മളല്ല അവനെ പുറത്താക്കുന്നത്,' ഞാൻ വിശദീകരിച്ചു. 'യേശുക്രിസ്തുവാണ് അവനെ പുറത്താക്കുന്നത്. എന്റെ പ്രാർത്ഥനകളോ, ഈ തിരുക്കർമ്മ പുസ്തകത്തിലെ വാക്കുകളോ മന്ത്രങ്ങളല്ല. പിശാചുക്കളെ പുറത്താക്കാൻ ക്രിസ്തു തന്റെ സഭയ്ക്ക് നൽകിയ അധികാരത്തിന്റെ പ്രഖ്യാപനങ്ങളാണ് അവ. ആ അധികാരമാണ് നമ്മുടെ യഥാർത്ഥ ആയുധം. ക്രിസ്തുവിന്റെ നാമത്തിൽ ഞാൻ കല്പിക്കുകയാണ് ചെയ്യുന്നത്.'

എന്റെ വാക്കുകളിലെ ഗൗരവം അവരെ നിശ്ശബ്ദരാക്കി. 'ഇന്ന് രാത്രി സൂര്യൻ അസ്തമിച്ചതിന് ശേഷം നമ്മൾ ആ ശുശ്രൂഷ നടത്തും. ഇത്തവണ നമ്മൾ ജയിക്കും.'

ആ പകൽ മുഴുവൻ ഞങ്ങൾ ഒരുക്കങ്ങളിലായിരുന്നു. ജെസിക്കയുടെ മുറി തന്നെയായിരുന്നു ഇത്തവണയും പോരാട്ടത്തിനായി തിരഞ്ഞെടുത്തത്. പിശാച് അതിന്റെ സാന്നിധ്യം ഏറ്റവും കൂടുതൽ ഉറപ്പിച്ച ഇടം. ഞങ്ങൾ ആ മുറിയിലെ സാധനങ്ങളെല്ലാം മാറ്റി. കട്ടിലും മേശയും അലമാരയുമെല്ലാം ഭിത്തിയോട് ചേർത്തിട്ടു. മുറിയുടെ നടുവിൽ ഒരു കസേര മാത്രം സ്ഥാപിച്ചു.

'ഈ മുറിയിലെ കണ്ണാടികളെല്ലാം തുണികൊണ്ട് മൂടണം. പിശാചിന് കണ്ണാടികൾ ഇഷ്ടമാണ്. അതവന് ഒളിച്ചിരിക്കാനുള്ള വാതിലുകളാണ്.'

അനിത പഴയ വെള്ളത്തുണികൾ കൊണ്ട് മുറിയിലെ വലിയ കണ്ണാടിയും അലമാരയുടെ കണ്ണാടിയും മൂടി. തോമസ്, ഞാൻ കൊണ്ടുവന്ന ആശീർവദിച്ച കുരിശുരൂപങ്ങൾ മുറിയുടെ നാല് ഭിത്തികളിലും സ്ഥാപിച്ചു.

ഞാൻ എന്റെ മുറിയിൽ പ്രാർത്ഥനയിലായിരുന്നു. വൈകുന്നേരത്തോടെ എന്റെ ചെറിയ ബാഗിൽ നിന്ന് ഞാൻ ആയുധ

ങ്ങൾ പുറത്തെടുത്തു. എന്റെ വെള്ളി കസവ് തുന്നിയ വെള്ള ഊറാറ കൈയ്യിലെടുത്തു. അതൊരു പടച്ചട്ടയാണ്. പുരോഹിതന്റെ അധികാരത്തിന്റെ ചിഹ്നം. ഞാൻ അത് കഴുത്തിലണിഞ്ഞു. എൺപത്തിരണ്ട് വയസ്സിന്റെ അവശതകൾ എന്റെ ശരീരത്തിൽ നിന്ന് ഒഴിഞ്ഞുപോയതുപോലെ എനിക്ക് തോന്നി. എന്റെ വിറയ്ക്കുന്ന കൈകൾക്ക് ഉരുക്കിന്റെ ബലം വന്നു. എന്റെ നട്ടെല്ല് നിവർന്നു.

കണ്ണാടിയിൽ തെളിഞ്ഞത് പരാജയപ്പെട്ട ആ പഴയ വൈദികനായിരുന്നില്ല. അത് സ്വർഗ്ഗത്തിലെ സൈന്യാധിപനായ മിഖായേലിന്റെ വാൾ കയ്യിലേന്താൻ നിയോഗിക്കപ്പെട്ട പോരാളിയായിരുന്നു.

'ഇന്ന്...' ഞാൻ എന്നോട് തന്നെ പറഞ്ഞു. 'ഇന്ന് രാത്രി ഒന്നുകിൽ ഞാൻ ജയിക്കും, അല്ലെങ്കിൽ മരിക്കും. ഇതിനിടയിൽ ഒരു തിരിച്ചുപോക്കില്ല.'

ഞാൻ തിരുകർമ്മങ്ങളുടെ പുസ്തകം കൈയ്യിലെടുത്തു. അതിന്റെ ഓരോ താളിലും തിന്മയെ കീഴടക്കാനുള്ള പൂർവ്വപിതാക്കന്മാരുടെ പ്രാർത്ഥനകൾ ഉറങ്ങിക്കിടന്നിരുന്നു.

വൈകുന്നേരമായതോടെ ആകാശത്ത് വീണ്ടും കാർമേഘങ്ങൾ ഉരുണ്ടുകൂടി. പകൽവെളിച്ചം മങ്ങിത്തുടങ്ങി. ആ വലിയ വീടിനകത്ത് ഇരുട്ടു പടർന്നു. തോമസ് ലൈറ്റുകളെല്ലാം തെളിച്ചിട്ടു. പുറത്ത് യുദ്ധത്തിന് തയ്യാറെടുക്കുന്നതുപോലെ പ്രകൃതി നിശ്ശബ്ദമായി.

ഞങ്ങൾ നാലുപേരും ജെസിക്കയുടെ മുറിയിലേക്ക് നടന്നു. അന്തരീക്ഷം വീണ്ടും തണുക്കാൻ തുടങ്ങിയിരുന്നു. 'ഇനിയുള്ള മണിക്കൂറുകൾ നിർണ്ണായകമാണ്,' ഞാൻ പറഞ്ഞു. 'എന്ത് സംഭവിച്ചാലും നിങ്ങൾ പ്രാർത്ഥന നിർത്തരുത്. നിങ്ങളുടെ ഐക്യമാണ് നമ്മുടെ ഏറ്റവും വലിയ കവചം. തോമസ്, അനിതാ, നിങ്ങൾ ജെസിക്കയുടെ ഇരുവശത്തുമായി മുട്ടുകുത്തണം. അവളുടെ കൈകളിൽ പിടിച്ച് അവൾക്ക് വേണ്ടി പ്രാർത്ഥിക്കണം. നിങ്ങളുടെ സ്നേഹമാണ് അവളുടെ ഏറ്റവും വലിയ സംരക്ഷണം.'

അവർ മൂന്നുപേരും തലയാട്ടി. അവരുടെ മുഖത്ത് ഭയമുണ്ടായിരുന്നെങ്കിലും അതിലുപരി ഒരുമയുടെ ശക്തിയുണ്ടായിരുന്നു. അവർ പരസ്പരം നോക്കി.

പെട്ടെന്ന് വൈദ്യുതി പോയി. തോമസിന്റെ കൈയ്യിൽ കത്തിച്ച മെഴുകുതിരിയുണ്ടായിരുന്നു. ആ വെളിച്ചത്തിൽ ഞങ്ങളുടെ നിഴലുകൾ ഭിത്തിയിൽ യുദ്ധത്തിന് പോകുന്ന സൈനികരെപ്പോലെ നിലകൊണ്ടു.

മുറിയുടെ നടുവിലെ കസേരയിൽ ജെസിക്ക ഇരുന്നു. അവളുടെ കണ്ണുകളിൽ നിന്ന് ആ ഭീകരത മാഞ്ഞുപോയിരുന്നു. പതിനേ

ഴുകാരിയുടെ നിസ്സഹായതയും ഭയവും അവളിൽ നിറഞ്ഞു. അവൾ വിറയ്ക്കുന്ന ചുണ്ടുകളോടെ തോമസിനെ നോക്കി.

'അപ്പാ...' അവളുടെ ശബ്ദം ഇടറി. 'എനിക്ക് പേടിയാകുന്നു... എനിക്ക് ശ്വാസം മുട്ടുന്നു... എന്നെ ഇതിൽ നിന്ന് രക്ഷിക്കുമോ?'

ആ ചോദ്യം തോമസിന്റെയും അനിതയുടെയും ഹൃദയം തകർത്തു. അനിത ഓടിച്ചെന്ന് അവളെ ചേർത്തുപിടിച്ചു. പിന്നാലെ തോമസും അനിതയും കസേരയ്ക്ക് ഇരുവശത്തുമായി മുട്ടുകുത്തി, വിറയ്ക്കുന്ന കൈകളോടെ ജെസിക്കയുടെ കൈകളിൽ കോർത്തുപിടിച്ചു.

യുദ്ധത്തിനുള്ള സമയമായി.

ഞാൻ മുറിയുടെ വാതിലടച്ച് അതിൽ കുരിശ് വരച്ചു. പിന്നെ, അത് പൂട്ടി താക്കോൽ എന്റെ ളോഹയുടെ പോക്കറ്റിലേക്കിട്ടു. പോക്കറ്റിന്റെയുള്ളിൽ, ചെമ്പുപെട്ടിയിൽ നിന്ന് ഞാനെടുത്തുവെച്ച പഴയ വെള്ളിനാണയത്തിൽ തട്ടി ആ താക്കോൽ കിലുങ്ങി.

ആ ലോഹശബ്ദം നിശ്ശബ്ദതയിൽ മുഴങ്ങിയതും മുറിയുടെ അന്തരീക്ഷം മാറി.

ജെസിക്കയുടെ മുഖത്തെ പേടി പെട്ടെന്ന് മാഞ്ഞു. സാവധാനം അവൾ തലയുയർത്തി. ആ കണ്ണുകളിൽ വീണ്ടും അതിഭീകരമായ ഇരുട്ട് നിറഞ്ഞു.

അവൾ അനിതയെ നോക്കി പുച്ഛത്തോടെ ചിരിച്ചു. അവളിലെ പെൺകുട്ടി എവിടെയോ അപ്രത്യക്ഷമായി. അസ്രാ-ഏൽ പുറത്തുവന്നിരിക്കുന്നു.

'വാതിലടച്ചത് നന്നായി, വൈദ്യനേ...' അത് മുരണ്ടു. 'കാരണം, ഇനി ഇവർക്കാർക്കും രക്ഷപ്പെടാൻ കഴിയില്ല. ഇവർ എന്റേതാണ്.'

ഞാൻ അതിന്റെ ഭീഷണിയെ അവഗണിച്ച്, മുറിയുടെ നടുവിൽ ജെസിക്കയുടെ മുന്നിലായി നിന്നു.

2025, ജൂലൈ 4, വെള്ളി (രാത്രി പത്ത് മണി)

അലെക്സിന്റെ കോട്ടയത്തെ ഫ്ലാറ്റ്

ഫാദർ സഖറിയായുടെ ഡയറിയിലെ ആ ഭാഗം വായിച്ചു നിർത്തിയപ്പോൾ അറിയാതെ എന്റെ ചുണ്ടിലൊരു ചിരി വിരിഞ്ഞു. ഞാൻ കസേരയിലേക്ക് ചാരിയിരുന്നു.

ശുഭം!

ഒടുവിൽ ആ കുടുംബം ഒരുമിച്ച് നിന്ന്, കുമ്പസാരിച്ച്, വീണ്ടും ഒന്നായിരിക്കുന്നു. ആ തിന്മയുടെ ആണിക്കല്ലിളക്കിയിരിക്കുന്നു. തോമസിന്റെ ക്ഷമ... അതായിരുന്നു യഥാർത്ഥ അത്ഭുതം. ഇനി ഫാദർ സഖറിയായ്ക്ക് അവനെ എളുപ്പത്തിൽ പുറത്താക്കാൻ കഴിയുമെന്ന് എനിക്കുറപ്പായിരുന്നു. ബാക്കി വായിക്കേണ്ടതില്ല, ഇതൊരു 'ഹാപ്പി എൻഡിംഗ്' ആണ്.

ഒരു എഡിറ്റർ എന്ന നിലയിൽ ഞാൻ ആവേശത്തിലായിരുന്നു. ഈ കൈയ്യെഴുത്തുപ്രതിയുടെ വൈകാരികമായ മുഹൂർത്തങ്ങൾ എത്ര മനോഹരമായാണ് എഴുത്തുകാരൻ ഒരുക്കിയിരിക്കുന്നത്. ഇതൊരു ബെസ്റ്റ് സെല്ലറാകും, തീർച്ച.

എന്റെ ആശ്വാസനിമിഷങ്ങളെ ഭേദിച്ചുകൊണ്ട് ഫോൺ ശബ്ദിച്ചു. സാറ.

ഞാനായിരുന്നു അവളെ ആദ്യം വിളിച്ചതെങ്കിൽ പോലും, ഇപ്പോൾ അവളുടെ പേര് സ്ക്രീനിൽ കണ്ടപ്പോൾ എനിക്കല്പം അലോസരം തോന്നി. വായിച്ചുതീർത്ത ആവേശത്തിൽ നിന്നും, അത് നൽകിയ സംതൃപ്തിയിൽ നിന്നും പെട്ടെന്ന് പുറത്തുവരാൻ ഞാൻ ആഗ്രഹിച്ചിരുന്നില്ല.

ഞാൻ ഫോണെടുത്തു. 'ഹലോ സാറാ.'

'അലക്സ്,' അവളുടെ ശബ്ദത്തിന് പതിവില്ലാത്ത ഗൗരവമുണ്ടായിരുന്നു. 'ടാ, ഞാൻ... ഞാൻ ആ സഖറിയാ അച്ചനെക്കുറിച്ച് ഒന്നു തിരക്കി.'

'ഒറിജിനൽ ആണോ?' ഞാൻ തമാശരൂപേണ ചോദിച്ചു.

'എന്റെ ഈശോയേ, അലക്സേ... നീ തമാശയായിട്ടാണോ ഇതിനെ കാണുന്നത്?' അവളുടെ ശബ്ദം താഴ്ന്നു. 'ഫാദർ സഖറിയാ വട്ടക്കുന്നേൽ എന്നൊരാൾ ഉണ്ട്. പുള്ളി ജീവിച്ചിരിപ്പുണ്ട്. പാലാ രൂപതയിലെ പഴയൊരു ഭൂതോച്ചാടകനായിരുന്നു അദ്ദേഹം. ഇപ്പോൾ ആശ്രമത്തിൽ വിശ്രമജീവിതത്തിലാണ്.'

ഞാൻ കസേരയിൽ നിവർന്നിരുന്നു. എന്റെ ഉള്ളിലെ ചിരി മാഞ്ഞു. 'ശരിക്കും?'

'അതെ,' അവൾ തുടർന്നു. 'ഏകദേശം ഇരുപത് വർഷം മുൻ

പ് എന്തോ പ്രശ്നമുണ്ടായി. ഒരു ഭൂതോച്ചാടന കേസ് കൈവിട്ടുപോയി. ഒരു പെൺകുട്ടി മരിച്ചുപോയെന്ന്... ലിഡിയ എന്നായിരുന്നു പേര്.'

ആ പേര് കേട്ടതും എന്റെ രക്തം മരവിച്ചു. ലിഡിയ! അത് വെറും കഥാപാത്രമല്ല.

'അതിനുശേഷം അങ്ങേര് ഈ പണിയൊക്കെ നിർത്തി. പക്ഷേ...' സാറ ഒന്നു നിർത്തി. 'അപ്പച്ചൻ പറഞ്ഞത്, കഴിഞ്ഞ വർഷം പുള്ളി വീണ്ടും ഒരു കേസ് ഏറ്റെടുത്തു എന്നാണ്. പാലയ്ക്കലെ കേസ്. അത് കഴിഞ്ഞ് പുള്ളി ഏതോ പുസ്തകം എഴുതുകയായിരുന്നു. അലക്സേ, നീ അത് വായിച്ചുതീർത്തോ? എങ്ങനെയുണ്ട് സാധനം? പുള്ളി എഴുതിയിരിക്കുന്നത് വിശ്വസിക്കാൻ പറ്റുന്ന കാര്യങ്ങളാണോ?'

'അതൊക്കെ... നമുക്ക് തിങ്കളാഴ്ച സംസാരിക്കാം,' എന്റെ ശബ്ദത്തിൽ എനിക്ക് തന്നെ വിശ്വാസമില്ലായിരുന്നു. 'ഞാനിത് വിശദമായി മീറ്റിംഗിൽ അവതരിപ്പിക്കാം.'

'അലക്സേ, നീ ഓക്കെയല്ലേ?' മറുതലയ്ക്കൽ സാറയുടെ സ്വരത്തിൽ പെട്ടെന്നൊരു കരുതൽ വന്നു. 'എന്നാ പറ്റിയേ? ശബ്ദമൊക്കെ വല്ലാണ്ടിരിക്കുന്നല്ലോ... നീയിപ്പോ പോയി കിടന്നുറങ്ങാൻ നോക്ക്. ബാക്കി തിങ്കളാഴ്ച.'

'ശരി. ഗുഡ് നൈറ്റ്.'

ഞാൻ ഫോൺ കട്ട് ചെയ്തു.

സാറയുടെ വാക്കുകൾ എന്റെ തലച്ചോറിൽ മരവിപ്പുണ്ടാക്കി. യാഥാർത്ഥ്യം എന്റെ തൊട്ടുമുന്നിൽ വന്ന് നിൽക്കുന്നതുപോലെ. ഞാൻ വായിച്ചുകൊണ്ടിരുന്ന ടാബിലേക്ക് നോക്കി. ഇത്... ഇത് സത്യമാണ്.

ഠമാർ!

അടുക്കളയിൽ നിന്ന് എന്തോ ഒന്ന് പൊട്ടിച്ചിതറുന്ന കാതടപ്പിക്കുന്ന ശബ്ദം!

ഞാൻ ഞെട്ടിത്തെറിച്ച് കസേരയിൽ നിന്ന് ചാടിയെഴുന്നേറ്റു. എന്റെ ഹൃദയം ചങ്കിൽക്കിടന്ന് മിടിക്കാൻ തുടങ്ങി. അല്പസമയം മുൻപ് വരെ ഞാൻ വായിച്ച് ആസ്വദിച്ചുകൊണ്ടിരുന്ന 'ഹൊറർ അനുഭവം' ഇപ്പോൾ എന്റെ തൊട്ടപ്പുറത്തെ മുറിയിൽ സംഭവിച്ചിരിക്കുന്നു.

വിറയ്ക്കുന്ന കാലടികളോടെ ഞാൻ അടുക്കളയുടെ നേർക്ക് നടന്നു. എന്റെ യുക്തിബോധം ഒരു കാരണത്തിനായി പരതുകയായിരുന്നു. ചിലപ്പോൾ മുകളിൽ നിന്ന് എന്തെങ്കിലും വീണതാകാം. അല്ലെങ്കിൽ പാത്രങ്ങൾ എന്തെങ്കിലും തെന്നിമാറിയതാകാം.

ലൈറ്റ് ഓൺ ചെയ്തപ്പോൾ ഞാൻ ആ കാഴ്ച കണ്ടു.

തറയിൽ നൂറുകണക്കിന് ചില്ലുകളായി ഒരു ഗ്ലാസ് പൊട്ടിച്ചിത

റിക്കിടക്കുന്നു.

എന്റെ അടിവയറ്റിൽ നിന്ന് ഭയം മുകളിലേക്ക് അരിച്ചുകയറുന്നതുപോലെ തോന്നി. ഞാൻ വെള്ളം കുടിച്ചതിന് ശേഷം ആ ഗ്ലാസ് തുടച്ച് കൗണ്ടർടോപ്പിന്റെ ഒത്ത നടുവിലാണ് വെച്ചത്. അതിന്റെ അടുത്തൊന്നും മറ്റൊന്നുമില്ലായിരുന്നു. കാറ്റോ മറ്റ് ചലനങ്ങളോ ഉണ്ടായിട്ടില്ല. അത് തനിയെ താഴെ വീണ് പൊട്ടാൻ ഒരു സാധ്യതയുമില്ല.

ഞാൻ മെല്ലെ ആ ഗ്ലാസ്സ് കഷ്ണങ്ങളുടെ അടുത്തേക്ക് കുനിഞ്ഞിരുന്നു. ഇനി ചെറിയ ഭൂകമ്പമെങ്ങാനും? ഇല്ല, ഫ്ലാറ്റിലെ മറ്റൊന്നും അനങ്ങിയിട്ടില്ല. എലി? പൂച്ച? ഒന്നിനും സാധ്യതയില്ല.

മുൻപ് നടന്ന സംഭവങ്ങൾ എന്റെ മനസ്സിലേക്ക് ഇരച്ചുകയറി. മണിക്കൂറുകൾക്ക് മുൻപ് ഞാൻ കേട്ട ആ നേർത്ത തേങ്ങൽ... ഞാനത് കാര്യമാക്കിയിരുന്നില്ല.

പിന്നെ, ഭാര്യയുമായുള്ള വീഡിയോ കോൾ... എന്റെ മകളുടെ മുഖം പെട്ടെന്ന് മാറിയത്... വായനയിൽ ഞാൻ മനസ്സിൽ കണ്ട ജെസിക്കയുടെ മുഖം പോലെ വിളറി വെളുത്തത്... അതൊരു

നെറ്റ്വർക്ക് തകരാറാണെന്ന് ഞാൻ എന്നെത്തന്നെ പറഞ്ഞു വിശ്വസിപ്പിച്ചു.

പക്ഷെ, ഈ പൊട്ടിച്ചിതറിയ ഗ്ലാസ് കഷ്ണങ്ങൾക്ക് മുന്നിലിരിക്കുമ്പോൾ എനിക്കൊരു കാര്യം വ്യക്തമാണ്. അതൊന്നും എന്റെ തോന്നലുകളോ സാങ്കേതികമായ പിഴവുകളോ ആയിരുന്നില്ല. അതൊക്കെയും എനിക്കുള്ള മുന്നറിയിപ്പുകളായിരുന്നു.

ആ തിന്മയ്ക്ക് എന്നെ അറിയാം. അതിന് എന്റെ കുടുംബത്തെ അറിയാം. അത് എന്റെ മകളുടെ മുഖം എനിക്ക് കാണിച്ചുതന്നതൊരു ഭീഷണിയായിട്ടായിരുന്നു. ഈ ഗ്ലാസ് പൊട്ടിയതും എനിക്കുള്ള സന്ദേശമാണ്.

ആ നടുക്കുന്ന തിരിച്ചറിവിൽ ഞാൻ തരിച്ചുപോയി. സാറ കൈയ്യെഴുത്തുപ്രതിയുടെ യാഥാർത്ഥ്യം സ്ഥിരീകരിച്ച അതേ നിമിഷം, അതിലെ അദൃശ്യശക്തി എന്റെ യാഥാർത്ഥ്യത്തിലേക്ക് അതിന്റെ കൈയൊപ്പ് ചാർത്തിയിരിക്കുന്നു.

ഇതെങ്ങനെ സംഭവിച്ചു?

ഈ കൈയ്യെഴുത്തുപ്രതി... ഫാദർ സഖറിയാ ഇതിലെ തിന്മയെക്കുറിച്ച് തുടക്കത്തിൽ തന്നെ മുന്നറിയിപ്പ് നൽകിയിരുന്നു. ഞാനത് വെറും അതിഭാവുകത്വമായി തള്ളി. പക്ഷെ അല്ല... ഈ അക്ഷരങ്ങൾക്കുള്ളിൽ എന്തോ ഒന്നുണ്ട്. ഒരു ശക്തി... ഒരു സാന്നിധ്യം. ഞാൻ വായിച്ചപ്പോൾ അതിനെ എന്റെ ഫ്ലാറ്റിലേക്ക് ഞാൻ ക്ഷണിച്ചുവരുത്തുകയായിരുന്നു.

എന്റെ തലച്ചോറ് മരവിച്ചു. വല്ലാത്തൊരു പ്രേരണ. ഈ ഫയൽ ഡിലീറ്റ് ചെയ്യണം. ഇത് ഇവിടെ അവസാനിപ്പിക്കണം. എന്റെ കുടുംബത്തെ ഓർക്കണം. എന്നെ നിശ്ശബ്ദനാക്കാൻ ശ്രമിക്കുന്ന അദൃശ്യമായ ഭീഷണി എന്റെ കഴുത്തിന് ചുറ്റും മുറുകുന്നത് ഞാൻ അറിഞ്ഞു. ഈ രഹസ്യം ഇവിടെ കുഴിച്ചുമൂടിയാൽ ഞാൻ സുരക്ഷിതനാകുമെന്ന് എന്റെ മനസ്സ് മന്ത്രിച്ചു.

പക്ഷെ... ആ ചിന്ത പാതിവഴിയിൽ മുറിഞ്ഞു.

ഈ കഥയിലെ പാഠം എന്തായിരുന്നു? പിശാച് ജയിച്ചത് എപ്പോഴാണ്? മത്തായി ഡീക്കനും, ലിഡിയയും, തോമസും സത്യം മറച്ചുവെച്ചപ്പോൾ. രഹസ്യങ്ങളാണ് അവന് വളമാകുന്നത്. ഞാൻ ഈ ഫയൽ ഡിലീറ്റ് ചെയ്താൽ ഈ രഹസ്യം എന്നെന്നേക്കുമായി എന്റെ ഉള്ളിൽ മാത്രം ഒതുങ്ങും. ഞാനും അതിന്റെ തടവുകാരനാകും.

ആ തിരിച്ചറിവിൽ എന്നിൽ ഒരുതരം വാശി വന്നുനിറഞ്ഞു. 'ഓഹോ... നിനക്ക് വേണ്ടത് എന്റെ നിശ്ശബ്ദതയാണല്ലേ?' ഞാൻ എന്നോട് തന്നെ മന്ത്രിച്ചു. 'എങ്കിൽ, ഈ രഹസ്യം ഞാൻ ലോകത്തോട് വിളിച്ചുപറയും.'

അതെങ്ങനെ ചെയ്യണമെന്നും എനിക്കറിയാം. ഇത് അച്ചടിച്ച്

ലക്ഷക്കണക്കിന് വായനക്കാരിലേക്ക് എത്തിക്കുക. അപ്പോൾ ഈ രഹസ്യം എന്റേത് മാത്രമല്ലാതാകും. അറിവിന്റെ വെളിച്ചത്തിൽ, പരസ്യമായ സത്യങ്ങൾക്ക് മുന്നിൽ, നിഗൂഢമായ തിന്മകൾക്ക് നിലനിൽപ്പില്ല.

ഞാൻ എന്റെ ലാപ്ടോപ്പ് തുറന്ന് ഒരു പുതിയ ഡോക്യുമെന്റ് എടുത്തു. തിങ്കളാഴ്ചത്തെ അക്വിസിഷൻ മീറ്റിംഗിനുള്ള എഡിറ്റോറിയൽ മെമ്മോ. ഇതാണ് എന്റെ പ്രതിരോധം. എന്റെ ആയുധം.

എന്തുതന്നെ സംഭവിച്ചാലും ഈ പുസ്തകം പുറത്തിറക്കണം.

എഡിറ്റോറിയൽ മെമ്മോ
തീയതി: 04-07-2025
പുസ്തകം: പാലയ്ക്കൽ തറവാട്: ഒരു ഭൂതോച്ചാടകന്റെ സാക്ഷ്യം
എഴുത്തുകാരൻ: ഫാദർ സഖറിയാ വട്ടക്കുന്നേൽ
വിഭാഗം: അനുഭവക്കുറിപ്പ് / സൂപ്പർനാച്ചുറൽ ത്രില്ലർ
പ്രധാന വിലയിരുത്തലുകൾ:

എൺപത്തിരണ്ടുകാരനായ, മുൻപ് ഭൂതോച്ചാടകനായിരുന്ന ഒരു കത്തോലിക്കാ പുരോഹിതന്റെ അനുഭവക്കുറിപ്പാണിത്. പാലയ്ക്കൽ എന്ന പുരാതന തറവാട്ടിലെ പെൺകുട്ടിയെ ബാധിച്ച അസ്രാ-ഏൽ എന്ന പൈശാചിക ശക്തിയെ പുറത്താക്കാൻ അദ്ദേഹം നടത്തുന്ന ശ്രമങ്ങളാണ് ഈ രചനയുടെ ഇതിവൃത്തം. കേവലമൊരു ഹൊറർ വിവരണം എന്നതിലുപരി, ഒരു കുടുംബത്തിന്റെ ചരിത്രത്തിലെ പാപക്കറകൾ, കുറ്റബോധം, ക്ഷമ, ത്യാഗം, വിശ്വാസം എന്നിവയെല്ലാം ആഴത്തിൽ വിശകലനം ചെയ്യുന്ന സൈക്കോളജിക്കൽ ത്രില്ലറാണിത്. എഴുത്തുകാരന്റെ ഭാഷയും ശൈലിയും ക്ലാസിക് ഗോഥിക് നോവലിന് തുല്യമായ നിലവാരം പുലർത്തുന്നു.

വിപണന സാധ്യതകൾ:

•യഥാർഥ സംഭവം: ഈ കൈയെഴുത്തുപ്രതി യഥാർത്ഥ സംഭവത്തെ അടിസ്ഥാനമാക്കിയുള്ളതാണെന്ന് പ്രാഥമിക അന്വേഷണത്തിൽ തെളിഞ്ഞിട്ടുണ്ട്. ഇത് തന്നെയാണ് നമ്മുടെ ഏറ്റവും വലിയ മാർക്കറ്റിംഗ് പോയിന്റ്.

•വിശ്വസനീയനായ എഴുത്തുകാരൻ: സംഭവത്തിലെ പ്രധാനിയായ ഭൂതോച്ചാടകൻ തന്നെയാണ് ഇത് എഴുതിയിരിക്കുന്നത് എന്നത് പുസ്തകത്തിന് വലിയ വിശ്വാസ്യത നൽകുന്നു.

•നിഗൂഢത: എഴുത്തുകാരൻ സ്വന്തം രൂപതയിലെ പ്രസാധകരെ ഒഴിവാക്കി നമ്മളെ സമീപിച്ചതിലെ രഹസ്യം നല്ല ചർച്ചാവിഷയമാക്കാം.

•ചലച്ചിത്ര സാധ്യത: ഈ വിവരണത്തിന് മികച്ച ദൃശ്യസാധ്യതകളുണ്ട്. സിനിമയ്ക്കോ വെബ് സീരീസിനോ അനുയോജ്യമായ ഇതിവൃത്തമാണിത്.

•ഓഡിയോ ബുക്ക്: നല്ലൊരു പശ്ചാത്തല സംഗീതം കൊടുത്ത് അവതരിപ്പിച്ചാൽ നമ്മുടെ പുതിയ ഓഡിയോ ബുക്ക് സംരംഭത്തിന് ഇതൊരു മുതൽക്കൂട്ടാകും.

വെല്ലുവിളികൾ:

കത്തോലിക്കാ സഭയിൽ നിന്നും വരാനിടയുള്ള വിവാദങ്ങൾ.

കഥാപാത്രങ്ങളുടെ ഐഡന്റിറ്റി സംരക്ഷിക്കേണ്ടതിന്റെ ആവശ്യകത.

അന്തിമ വിലയിരുത്തൽ:

സ്ലിപ്റ്റ്ലീഫ് പബ്ലിഷേഴ്സിന്റെ ചരിത്രത്തിലെ തന്നെ നാഴികക്കല്ലാകാൻ സാധ്യതയുള്ള ഒരു പുസ്തകമാണിത്. ഇതിലെ തിന്മയുടെ സാന്നിധ്യം വായനക്കാരന് യഥാർത്ഥമായി അനുഭവപ്പെടും...

ആ അവസാന വാചകം ടൈപ്പ് ചെയ്ത് നിർത്തുമ്പോൾ എന്റെ കൈകൾ വിറയ്ക്കുന്നത് ഞാൻ ശ്രദ്ധിച്ചു. ഇത് വെറുമൊരു പുസ്തകമല്ല. ഇതൊരു വാതിലാണ്. ഞാൻ തുറന്ന ഈ വാതിലിലൂടെ കടന്നുവന്നതിനെ ഞാൻ തന്നെ നേരിട്ടേ മതിയാകൂ.

ഇപ്പോൾ ഞാനും ഈ കഥയിലെ കഥാപാത്രമായി മാറിക്കഴിഞ്ഞിരിക്കുന്നു. ഈ തിന്മ എന്റെ സാന്നിധ്യം തിരിച്ചറിഞ്ഞിരിക്കുന്നു. ഭയന്നുവിറച്ചുകൊണ്ട് ഞാൻ ടാബിലേക്ക് നോക്കി. ഈ യുദ്ധം ഇനി ഫാദർ സഖറിയായുടെ മാത്രം യുദ്ധമല്ല. എന്റേതു കൂടിയാണ്. അതിനെ ജയിക്കാൻ ഒരേയൊരു വഴിയേയുള്ളൂ... ഈ സത്യം മുഴുവനും ലോകത്തോട് വിളിച്ചുപറയുക.

24

2024, സെപ്റ്റംബർ 7, ശനി (രാത്രി)

പാലയ്ക്കൽ തറവാട്

ജെസിക്കയുടെ മുറി പ്രാർത്ഥനാലയം എന്നതിലുപരി ഒരു പോർക്കളമായി മാറിയിരുന്നു. തോമസ് കത്തിച്ചുവെച്ച മെഴുകുതിരിയുടെ നാളങ്ങൾ കാറ്റില്ലാതെ തന്നെ ഭയത്തോടെ പിടഞ്ഞു. ആ അരണ്ട വെളിച്ചത്തിൽ നിഴലുകൾക്ക് ജീവൻ വെച്ചതുപോലെ തോന്നി.

ഞാൻ പ്രാർത്ഥിക്കാൻ വായ തുറന്നതും എന്റെ ശബ്ദം തൊണ്ടയിൽ കുരുങ്ങി. നാവ് വായയുടെ മേൽത്തട്ടിൽ ഒട്ടിപ്പിടിക്കുന്നതുപോലെ. അസ്രാ-ഏൽ അത് കണ്ട് പരിഹസിച്ചു ചിരിച്ചു.

'നോക്ക്...' അത് തോമസിനോട് പറഞ്ഞു. 'ഈ കിളവനാണോ നിന്റെ മകളെ രക്ഷിക്കാൻ പോകുന്നത്? സ്വന്തം കാലിൽ നിൽക്കാൻ ത്രാണിയില്ലാത്ത ഇവനോ? ഇവന്റെ ദൈവത്തിന് പോലും ഇവനെ വേണ്ട.'

ഞാൻ കുരിശുരൂപം മുറുകെ പിടിച്ചു. എന്റെ കൈകൾ വിറയ്ക്കുന്നുണ്ടായിരുന്നെങ്കിലും ഇത്തവണ എന്റെ ഉള്ളിൽ ഭയമായിരുന്നില്ല.

'നിനക്കെന്നെ തളർത്താൻ കഴിയില്ല, അസ്രാ-ഏൽ!' ഞാൻ ഉറക്കെ പറഞ്ഞു.

'ഓഹോ?' അത് പുച്ഛത്തോടെ ചോദിച്ചു. 'നീ ലിഡിയയെ മറന്നോ? ഇരുപത് വർഷം മുൻപ് ഇതുപോലൊരു രാത്രിയിൽ അവൾ നിന്റെ കൈയ്യിൽ കിടന്നാണ് മരിച്ചത്. അവളുടെ അവസാനത്തെ കരച്ചിൽ ഇപ്പോഴും നിന്റെ കാതുകളിൽ ഇല്ലേ? നീയൊരു പരാജയപ്പെട്ടവനാണ് വൈദ്യനേ!'

ആ ഓർമ്മകൾ ഒരു നിമിഷം എന്റെ ഹൃദയത്തിൽ തറച്ചു. പക്ഷെ ഞാൻ പതറിയില്ല. പഴയ അഹങ്കാരിയായ സഖറിയായിരുന്നെങ്കിൽ ആ വാക്കുകൾക്ക് മുന്നിൽ വീണുപോയേനെ. എന്നാൽ ഇന്ന് ഞാൻ എന്റെ ബലഹീനതയിൽ ശക്തനായിരുന്നു.

'ലിഡിയ മരിച്ചത് എന്റെ പരാജയം കൊണ്ടല്ല, നിന്റെ വഞ്ചന കൊണ്ടാണ്!' ഞാൻ തിരിച്ചടിച്ചു. 'അവളുടെ രക്തത്തിന് ഞാൻ ഇന്ന് കണക്കു ചോദിക്കും! ഇത് എന്റെ യുദ്ധമല്ല, ദൈവത്തിന്റെ യുദ്ധമാണ്!'

എന്റെ വിശ്വാസത്തിന് ഇളക്കമില്ലെന്ന് കണ്ടപ്പോൾ അസ്രാ-ഏൽ കലിതുള്ളി. എന്നെ തോൽപ്പിക്കാൻ കഴിയില്ലെന്ന് മനസ്സിലായപ്പോൾ അവൻ തന്റെ വിഷം പുരട്ടിയ നോട്ടം മുറിയിലെ ഏറ്റവും

H.Harish

ദുർബലമായ കണ്ണികളിലൊന്നിലേക്ക് തിരിച്ചു.

അനിത.

'അനിതാ... നീ വിശ്വസിച്ചോ? ഇവൻ നിന്നോട് ശരിക്കും ക്ഷമിച്ചുവെന്ന് നീ കരുതിയോ?'

അനിത ഭയത്തോടെ തോമസിനെ നോക്കി. തോമസ് കണ്ണുകളടച്ച്, അവളുടെ കൈകളിൽ മുറുകെ പിടിച്ച് പ്രാർത്ഥനയിലായിരുന്നു.

'ഈ പുരോഹിതൻ കാരണമാണ് നിന്റെ നാണക്കേട് പുറത്തായത്,' പിശാച് ക്രൂരമായി ചിരിച്ചു. 'വിവാഹനിശ്ചയം കഴിഞ്ഞിട്ടും നീ അവനെ കാണാൻ പോയില്ലേ? അൾത്താരയിൽ വെച്ച് തോമസിനെ സ്വീകരിക്കുമ്പോഴും നിന്റെ മനസ്സ് മറ്റൊരാളുടെ കൂടെയായിരുന്നില്ലേ? ആ വഞ്ചനയല്ലേ നീ ഇരുപത് വർഷം ഒളിപ്പിച്ചു വെച്ചത്? ഈ പുരോഹിതൻ നിർബന്ധിച്ചതുകൊണ്ട് മാത്രമാണ് തോമസ് ഇപ്പോൾ ക്ഷമിച്ചതായി അഭിനയിക്കുന്നത്. ഇതൊരു നാടകമാണ് അനിതാ...'

ജെസിക്കയുടെ ശബ്ദത്തിൽ ആ വാക്കുകൾ അനിതയുടെ കാതുകളിൽ ഉരുകിയൊഴിച്ചു. 'ഈ കിളവൻ പടിയിറങ്ങുന്ന നിമിഷം, അവൻ നിന്നെ എന്ത് ചെയ്യുമെന്ന് നിനക്കറിയാമോ? അവൻ നിന്നെ വെറുക്കുന്നു. നീ സ്പർശിക്കുമ്പോൾ അവന്റെ ഉള്ളിൽ വെറുപ്പ് നുരഞ്ഞുപൊങ്ങുകയാണ്. അല്ലെങ്കിലും നിന്റെ വഞ്ചനയുടെ കറയുള്ള കൈകൾ കൊണ്ട് അവനെ തൊടാൻ നിനക്ക് നാണമില്ലേ?'

ആ വാക്കുകൾ അനിതയുടെ ഹൃദയത്തിൽ തറച്ചു. അപകർഷതാബോധം അവളെ വരിഞ്ഞുമുറുക്കി. തോമസ് തന്നെ വെറുക്കുന്നുണ്ടാവുമെന്ന് അവൾ ഭയന്നു. തന്റെ സ്പർശനം അവനെ അലോസരപ്പെടുത്തുന്നുണ്ടെന്ന് അവൾക്ക് തോന്നി.

'ഇല്ല...' അവൾ തേങ്ങി. കുറ്റബോധത്താൽ അവൾ പതിയെ തോമസിന്റെ കൈയ്യിൽ നിന്നും പിടി അയച്ചു.

അവരുടെ കൈകൾ വേർപെട്ട ആ നിമിഷം, അതുവരെ ഞങ്ങളെ പൊതിഞ്ഞുനിന്ന ആത്മീയ കോട്ട തകർന്നു.

അതേ നിമിഷം ആ പൈശാചിക ശക്തി എന്നെ പിന്നിൽ നിന്ന് ആഞ്ഞടിച്ചു. ഒരദൃശ്യമായ ചുറ്റിക കൊണ്ട് പുറത്ത് പ്രഹരമേറ്റതുപോലെ ഞാൻ തെറിച്ച് ഭിത്തിയിൽ ചെന്ന് ഇടിച്ചു. എന്റെ കൈയ്യിൽ നിന്ന് തിരുക്കർമ്മ പുസ്തകം നിലത്തുവീണു. എന്റെ കണ്ണുകളിൽ ഇരുട്ട് കയറുന്നതുപോലെ തോന്നി.

'അച്ചോ!' അനിത നിലവിളിച്ചു.

'പ്രാർത്ഥന നിർത്തരുത്!' ഞാൻ നിലത്തുനിന്ന് എഴുന്നേൽക്കാൻ ശ്രമിച്ചുകൊണ്ട് അലറി.

ഞാൻ വീണുപോയ നിമിഷം അസ്രാ-ഏൽ വിജയം ആഘോ

ഷിക്കുകയായിരുന്നു. തടസ്സങ്ങളെല്ലാം നീങ്ങിയതിന്റെ അഹങ്കാരത്തോടെ അവൻ ജെസിക്കയെ ഒരു പാവയെപ്പോലെ എഴുന്നേൽപ്പിച്ചു. താഴെ വീണുകിടക്കുന്ന എന്നെ നോക്കി അവൾ ക്രൂരമായി ചിരിച്ചു. ആ ചിരിയിൽ മരണം നിഴലിച്ചിരുന്നു. അവൾ എന്റെ നേരെ പതുക്കെ നടന്നുതുടങ്ങി.

തോമസ് അവളുടെ വഴിയിൽ കയറിനിന്നു. 'ഇല്ല! എന്റെ മോളെ...'

'മാറിനിൽക്ക്!' ആ ഭീകരരൂപം അലറി. ഒരൊറ്റ കൈവീശലിൽ അത് തോമസിനെ എടുത്തെറിഞ്ഞു. ഒരു ഉണക്കയില പോലെ അവൻ മുറിയുടെ മൂലയിലേക്ക് തെറിച്ചുവീണു.

തടസ്സങ്ങളെല്ലാം മാറിയതോടെ അത് എന്റെ അടുത്തേക്ക് വന്നു. എന്റെ നെഞ്ചിൽ ആരോ ചവിട്ടിനിൽക്കുന്നതുപോലെ. എന്റെ ശ്വാസം നിലച്ചു. ഞാൻ തറയിൽക്കിടന്ന് പ്രാർത്ഥിക്കാൻ ശ്രമിച്ചു.

അത് എന്റെ മുഖത്തേക്ക് കുനിഞ്ഞു.

'നിന്റെ പ്രാർത്ഥനകൾക്ക് ശക്തിയില്ല, വൃദ്ധാ...' അത് പരിഹസിച്ചു. 'നീ പരാജയപ്പെട്ടു. ഇവളെയും കൊണ്ട് ഞാൻ പോവുകയാണ്.'

അത് എന്റെ കഴുത്തിൽ പിടിക്കാനായി കൈ ഉയർത്തി. മരണത്തിന്റെ തണുപ്പുള്ള ആ വിരലുകൾ എന്റെ തൊണ്ടയിൽ സ്പർശിക്കാൻ തുടങ്ങിയ നിമിഷം, ഞാൻ എന്റെ കൈയ്യിലുണ്ടായിരുന്ന കുരിശുരൂപം അവളുടെ നെറ്റിയിൽ മുട്ടിച്ചു.

ജെസിക്ക പുറകോട്ട് മാറി. ആ സമയം കൊണ്ട് അനിത ഓടിവന്ന് അവളുടെ തോളിൽ പിടിച്ചു.

'എന്റെ മോളെ വിട്ടുപോ, സാത്താനേ...' അവൾ അലമുറയിട്ടു.

അനിതയുടെ ആ ഇടപെടൽ എനിക്കൊരു നിമിഷം അനുവദിച്ചുതന്നു. ഞാൻ ആ അവസരം പാഴാക്കിയില്ല. ഞാൻ വേഗത്തിൽ എഴുന്നേറ്റ് ഉച്ചത്തിൽ പ്രാർത്ഥന തുടർന്നു.

പ്രാർത്ഥനയുടെ ശക്തി അസ്രാ-ഏലിന് താങ്ങാൻ കഴിഞ്ഞില്ല. അത് പൊള്ളലേറ്റതുപോലെ അലറി. ജെസിക്ക വീണ്ടും കസേരയിലേക്ക് ചെന്നുവീണു.

സമയം അർദ്ധരാത്രിയോടടുത്തു. ആ ചെറിയ മുറി അക്ഷരാർത്ഥത്തിൽ യുദ്ധക്കളമായി മാറിയിരുന്നു. എന്റെ ശബ്ദം അടഞ്ഞു തുടങ്ങി. എന്റെ ശരീരം തളർന്നു. തോമസും അനിതയും ക്ഷീണിച്ച് തറയിൽ ഇരിക്കുകയായിരുന്നു, പക്ഷെ അവരുടെ പ്രാർത്ഥനകൾ നിലച്ചിരുന്നില്ല. അവർ അപ്പോഴും കൈകൾ ചേർത്തുപിടിച്ചിരുന്നു.

അസ്രാ-ഏലിന്റെ ശാരീരികമായ ചെറുത്തുനിൽപ്പ് കുറഞ്ഞു

തുടങ്ങി. അവന്റെ അലർച്ചകൾ നേർത്തു. ജെസിക്കയുടെ ശരീരത്തിന്റെ വിറയൽ കുറഞ്ഞു.

പെട്ടെന്ന്, മുറിയിലെ ബഹളങ്ങൾ നിലച്ചു. കൊടുങ്കാറ്റിന് ശേഷമുള്ള മരവിപ്പിക്കുന്ന ശാന്തത അവിടെ നിറഞ്ഞു. ഇതാണ് കൂടുതൽ അപകടമെന്ന് എനിക്ക് മനസിലായി. മുറിവേറ്റ മൃഗം അതിന്റെ അവസാനത്തെ അടവിനായി പതുങ്ങുകയായിരുന്നു.

'നീ... നീ ജയിച്ചെന്ന് കരുതരുത്...' പിശാച് ആദ്യം ഒന്ന് മുരണ്ടു.

പിന്നെ അവൻ വീണ്ടും സംസാരിച്ചു തുടങ്ങി. ഇത്തവണ അലർച്ചയായിരുന്നില്ല. അതൊരു മർമ്മരമായിരുന്നു. തോമസിന്റെ ആത്മാവിനെ മാത്രം ലക്ഷ്യം വെച്ചുള്ള വിഷം പുരട്ടിയ മർമ്മരം.

'തോമസ്... നീ ഇവൾ എല്ലാം ഉപേക്ഷിച്ചെന്നത് വിശ്വസിച്ചോ? മകളെ രക്ഷിക്കാൻ വേണ്ടി മാത്രമുള്ള അഭിനയമാണിത്. വർഷങ്ങളായി നിന്നെ പറ്റിച്ചവൾക്ക്, ഒറ്റ രാത്രി കൊണ്ട് മാറാൻ കഴിയുമെന്ന് നീ കരുതുന്നുണ്ടോ?'

അനിത ഭയത്തോടെ തോമസിന്റെ മുഖത്തേക്ക് നോക്കി. അവളുടെ കണ്ണുകളിൽ കുറ്റബോധം നിറഞ്ഞുനിന്നു.

അസ്രാ-ഏൽ ക്രൂരമായി ചിരിച്ചു. 'ഈ ആപത്തൊന്ന് ഒഴിഞ്ഞുപോയാൽ അവൾ പഴയതുപോലെയാകും. നിന്റെ മണ്ടത്തരം കണ്ട് അവൾ ഉള്ളിൽ ചിരിക്കുകയാണ്. എന്തിനാണ് നീ ഇനിയും ഈ വഞ്ചകിയെ വിശ്വസിക്കുന്നത്? ഇവളെ ഉപേക്ഷിക്കൂ തോമസ്...'

ആ വാക്കുകൾ തോമസിന്റെ ഹൃദയത്തിൽ സംശയത്തിന്റെ വിത്തുകൾ പാകാൻ പോന്നതായിരുന്നു. പക്ഷെ, ഇത്തവണ അവൻ പതറിയില്ല.

അവൻ അനിതയുടെ വിറയ്ക്കുന്ന കൈകളിൽ ഒന്നുകൂടി മുറുകെ പിടിച്ചു. അവളെ തന്റെ ശരീരത്തോട് ചേർത്തുനിർത്തി. അവൻ അസ്രാ-ഏലിന്റെ കണ്ണുകളിലേക്ക് നോക്കി ദൃഢമായി പറഞ്ഞു:

'എന്റെ ഭാര്യയെക്കുറിച്ച് നീ പറയേണ്ട. ഞാൻ അവളെ വിശ്വസിക്കുന്നു. അവളുടെ കഴിഞ്ഞകാലം എനിക്കറിയേണ്ട. മരണം വരെ ഞങ്ങൾ ഒന്നാണ്. നിനക്ക് ഞങ്ങളെ ഭിന്നിപ്പിക്കാൻ കഴിയില്ല.'

ആ മറുപടി പിശാച് പ്രതീക്ഷിച്ചില്ല. ഭാര്യാഭർത്താക്കന്മാർക്കിടയിലെ വിശ്വാസത്തിന്റെ കോട്ട തകർക്കാൻ കഴിയില്ലെന്ന് അവന് ബോധ്യമായി.

അസ്രാ-ഏലിന്റെ ഭാവം മാറി. ജെസിക്കയുടെ മുഖത്തെ പുഞ്ചിരി മാഞ്ഞ് മൃഗീയമായ ക്രോധം നിറഞ്ഞു. അതിന്റെ മാനസി

കായുധങ്ങൾ തകർന്നിരിക്കുന്നു. ക്ഷമയുടെയും സ്നേഹത്തിന്റെയും കോട്ടയ്ക്ക് മുന്നിൽ അവ ശക്തിയില്ലാത്തതായിത്തീർന്നിരിക്കുന്നു.

അവൾ ശാന്തയായി കസേരയിൽ നിവർന്നിരുന്നു. അവളുടെ കണ്ണുകളിലെ ക്രോധം മാഞ്ഞു. അവളുടെ കരിങ്കല്ലുരസുന്ന മുരൾച്ച മാറി.

ഇപ്പോൾ അതൊരു പുരുഷന്റെ ശാന്തവും, മധുരമുള്ളതും, യുക്തിസഹവുമായ ശബ്ദമായിരുന്നു. അത് പിന്നെയും തോമസിനോടായിരുന്നു സംസാരിച്ചത്.

'തോമസ്... നീ ചെയ്തത് വലിയൊരു ത്യാഗമാണ്. നിന്റെ മകളോടുള്ള സ്നേഹം വലുതാണെന്ന് നീ തെളിയിച്ചു.'

ആ വാക്കുകളിലെ അപ്രതീക്ഷിതമായ സൗമ്യത തോമസിനെ ഒന്നുലച്ചു.

'നീയെന്തിനാണ് വെറുതെ കഷ്ടപ്പെടുന്നത്?' അസ്രാ-ഏൽ തുടർന്നു. 'നിന്റെ അഴിമതിയുടെ പണമല്ല നിന്റെ മകളെ വേദനിപ്പിക്കുന്നത്. ആ സമ്പത്ത് ഉപേക്ഷിക്കാനുള്ള നിന്റെ തീരുമാനം അവളെ കൂടുതൽ വേദനയിലേക്ക് തള്ളിയിടുകയാണ്. നോക്കൂ...'

ജെസിക്കയുടെ മുഖം വേദനകൊണ്ട് വലിഞ്ഞുമുറുകി. അവൾ കരയാൻ തുടങ്ങി. 'അപ്പാ... എനിക്ക് വേദനിക്കുന്നു...'

തോമസിന്റെ മുഖം വിളറി. അവൻ വേദനകൊണ്ട് പുളയുന്ന മകളെ നോക്കി.

'ഞാനൊരു വാക്ക് തരാം,' ആ ശബ്ദം കൂടുതൽ മധുരമുള്ളതായി. 'നീ നിന്റെ തീരുമാനം പിൻവലിക്കുക. ആ അഴിമതിപ്പണം ഉപേക്ഷിക്കുന്നില്ല എന്ന് ഒരു വാക്ക് പറഞ്ഞാൽ മാത്രം മതി. പകരമായി, ഞാൻ ഇവളെ വിട്ടു പൊയ്ക്കോളാം. എനിക്ക് വേണ്ടത് ആ പണത്തിലുള്ള എന്റെ അവകാശം മാത്രമാണ്. അത് നീ സമ്മതിച്ചു തന്നാൽ മതി.'

'ചിന്തിച്ചു നോക്കൂ... നിനക്ക് നിന്റെ മകളെയും കിട്ടും, പണവും കിട്ടും. പണമില്ലെങ്കിൽ നിന്റെ ഭാര്യയും നീ രക്ഷിക്കാൻ ശ്രമിക്കുന്ന നിന്റെ ഈ മകൾ പോലും നിന്നെ ഉപേക്ഷിച്ചുപോകും വെറുതെ എന്തിനാണ് എല്ലാം നഷ്ടപ്പെടുത്തുന്നത്? ഇതൊരു യുദ്ധമല്ല തോമസ്... ഇതൊരു കച്ചവടമാണ്. അവളുടെ വേദനയ്ക്ക് പകരം നിന്റെ ഒരു വാക്ക്. എത്ര ലളിതമായ ഒന്ന്.'

ഇതായിരുന്നു അവന്റെ അവസാനത്തെ കെണി. പാപത്തെ ഉപേക്ഷിക്കാൻ തയ്യാറായ മനസ്സിനെ, "ലൗകിക നേട്ടവും മകളുടെ ജീവനും" ഒരേസമയം വാഗ്ദാനം ചെയ്ത് തിരികെ വിളിക്കുക.

തോമസിന്റെ കണ്ണുകളിൽ സംശയം നിഴലിച്ചു. മകളുടെ വേദന കാണുമ്പോൾ, "ശരിയല്ലേ, എന്തിനാണ് വെറുതെ എല്ലാം കളയുന്നത്?" എന്ന ചിന്ത അവന്റെ ഉള്ളിൽ അലയടിച്ചു.

ഞാൻ അപകടം മണത്തു. 'തോമസ്! കേൾക്കരുത്!' ഞാൻ മുന്നറിയിപ്പ് നൽകി. 'അതൊരു കെണിയാണ്! അവൻ ചോദിക്കുന്നത് പണമല്ല, നിന്റെ ആത്മാവാണ്! ആ പണം സ്വീകരിച്ചാൽ അവന് വീണ്ടും ഇങ്ങോട്ട് വരാനുള്ള വാതിൽ തുറന്നുകിടക്കും!'

'തോമസ്, വേണ്ട!' അനിത അവന്റെ കൈയ്യിൽ പിടിച്ച് യാചിച്ചു. 'നമുക്ക് നമ്മുടെ മോളെ മതി. വേറൊന്നും വേണ്ട!'

തോമസ് കണ്ണുകളടച്ചു. അവന്റെ മുഖത്ത് വേദനയും സ്നേഹവും തമ്മിലുള്ള യുദ്ധം നടക്കുന്നത് ഞാൻ കണ്ടു. എന്നാൽ ആ കണ്ണുകളിൽ പുതിയ തീനാളമുണ്ടായിരുന്നു. അവൻ നേരെ നോക്കിയത് അനിതയുടെ കണ്ണുകളിലേക്കാണ്. അവരുടെ കൈകൾ ഒന്നുകൂടി മുറുകി.

പിന്നെ, അവൻ അസ്രാ-ഏലിന്റെ നേരെ തിരിഞ്ഞു. അവന്റെ ശബ്ദം ദൃഢമായിരുന്നു, അതിന് ഉരുക്കിന്റെ കരുത്തുണ്ടായിരുന്നു.

'എന്റെ മകളുടെ ആത്മാവ് ഒരു വിൽപനച്ചരക്കല്ല.'

'ഈ പാപക്കറ പുരണ്ട പണം... ഇത് ഞങ്ങളുടേതല്ല. ഇതിന്റെ നിഴലുപോലും ഞങ്ങൾക്ക് വേണ്ട. നീ തോറ്റിരിക്കുന്നു, അസ്രാ-ഏൽ. ഞങ്ങൾ തീരുമാനിച്ചു കഴിഞ്ഞു. നിനക്കിനി ഇവിടെ സ്ഥാനമില്ല.'

തോമസിന്റെ വാക്കുകൾ അവസാനിച്ചതും അസ്രാ-ഏലിന്റെ നിയന്ത്രണം നഷ്ടപ്പെട്ടു. ജെസിക്കയുടെ ശാന്തമായ മുഖം ഭീകരമായി കോടി. അതൊരു അലർച്ചയായിരുന്നു. തോൽവി സമ്മതിച്ച, എല്ലാം നഷ്ടപ്പെട്ട ഒരുവന്റെ ആത്മാവിൽ നിന്നുള്ള അലർച്ച.

മുറിയിലെ താപനില അസഹനീയമായി ഉയർന്നു. കത്തിക്കരിഞ്ഞ ഗന്ധം മുറിയിൽ നിറഞ്ഞു.

25

2024, സെപ്റ്റംബർ 7, ശനി (അർദ്ധരാത്രി)
പാലയ്ക്കൽ തറവാട്

തോമസിന്റെ തിരസ്കാരം ഒരു അണക്കെട്ട് തകർത്തതുപോലെയായിരുന്നു. അസ്രാ-ഏലിന്റെ അവസാനത്തെ പ്രതിരോധവും തകർന്നു! യുഗങ്ങളായി ഉള്ളിൽ അടക്കിവെച്ച ക്രോധം ആ മുറിയിലേക്ക് ഇരച്ചുകയറി.

മുറിയിലെ ശാന്തത സ്ഫടികപാത്രം പോലെ ചിതറിത്തെറിച്ചു. ഭിത്തികൾ വിറകൊണ്ടു. മേൽക്കൂരയിൽ നിന്ന് പൊടി അടർന്നുവീണു, ആ അരണ്ട വെളിച്ചത്തിൽ അത് നരകത്തിലെ ചാരം പോലെ പറന്നുനടന്നു. ഒരു ഇടിമിന്നൽ തൊട്ടടുത്ത് പതിച്ചു. ഭിത്തിയിൽ തൂക്കിയിരുന്ന കുരിശുകൾ ശക്തമായി ആടിയുലഞ്ഞു, അവയെ ബന്ധിച്ചിരുന്ന ആണികൾ വേദനയോടെ ഞരങ്ങി!

ആ പ്രകമ്പനത്തിൽ മുറിയിലെ വായുവിന് തീയുടെ ചൂട്! അതേ നിമിഷം... എന്റെ ളോഹയുടെ കീശയിൽ ആരോ തീക്കനൽ കോരിയിട്ടതുപോലെ അസഹനീയമായ നീറ്റൽ! ഞാൻ ഞെട്ടിപ്പോയി. ആ വെള്ളിനാണയം! അസ്രാ-ഏലിന്റെ സാന്നിധ്യം അതിനെ ചുട്ടുപഴുപ്പിച്ചിരിക്കുന്നു. ആ വേദന എന്റെ തുട തുളച്ചുകയറി അസ്ഥിയിലേക്ക് പടർന്നു.

ഞാൻ പല്ലുകടിച്ചുപിടിച്ചു നിൽക്കാൻ ശ്രമിച്ചു. പക്ഷെ, പ്രായത്തിന്റെ അവശതകൾ എന്നെ ചതിച്ചു. മുറിയിലെ വായു ഈയം പോലെ ഘനീഭവിച്ചു. ആ ഭാരം എന്നെ ഞെരുക്കി. നെഞ്ചിൽ മിന്നൽപ്പിണർ പോലെ വേദന! ശ്വാസം കിട്ടാതായി. കൈയ്യിലെ കുരിശുരൂപം പിടിവിടാതിരിക്കാൻ പാടുപെട്ടുകൊണ്ട് ഞാൻ മുട്ടുകുത്തി വീണുപോയി. കാഴ്ച മങ്ങുന്നു... 'കർത്താവേ, ഈ സമയത്ത് എന്നെ കൈവിടരുതേ...' എന്റെ മനസ്സ് കേഴുകയായിരുന്നു.

ജെസിക്കയുടെ ശരീരം കസേരയിൽ കിടന്ന് വിറച്ചു. അവളുടെ കണ്ണുകൾ മലർക്കെ തുറന്നിരുന്നു, അതിൽ വെറുപ്പും വേദനയും ആളിക്കത്തി. അവളുടെ തൊണ്ടയിൽ നിന്നൊരു മുരൾച്ച പുറത്തുവന്നു, അത് മുറിയുടെ ഓരോ കോണിലും തട്ടി പ്രതിധ്വനിച്ചു.

'നീ... നീയെന്താണ് ചെയ്തതെന്ന് നിനക്കറിയാമോ, മനുഷ്യാ?' ആ ഭീകരശബ്ദം തോമസിന്റെ നേരെ അലറി. 'നിന്റെ ത്യാഗം നിന്റെ മകളെ കൊല്ലും! ഞാൻ പോകുമ്പോൾ ഇവളെയും കൊണ്ടേ പോകൂ!'

തോമസും അനിതയും ഭയന്നുവിറച്ചെങ്കിലും അവർ അപ്പോ

ഴും ജെസിക്കയുടെ കൈകളിലെ പിടിവിട്ടിരുന്നില്ല. അവരുടെ ചുണ്ടുകൾ പ്രാർത്ഥനകൾ കൊണ്ട് ചലിച്ചുകൊണ്ടിരുന്നു. അവരുടെ ഭയത്തേക്കാൾ വലുതായിരുന്നു അവരുടെ സ്നേഹം. ആ സ്നേഹത്തിന്റെ കോട്ടയാണ് ജെസിക്കയെ അപ്പോഴും സംരക്ഷിച്ചുനിർത്തിയത്.

ശാരീരികമായി തളർന്നു വീണെങ്കിലും ആ കൊടുങ്കാറ്റിന്റെ നടുവിൽ എന്റെ മനസ്സ് ശാന്തമായിരുന്നു. എന്റെയുള്ളിലെ ആശങ്കയുടെ അവസാനത്തെ കണികയും കത്തിയമർന്നിരുന്നു. കാരണം, ഇപ്പോൾ ഞാൻ കണ്ടത് അസ്രാ-ഏലിന്റെ ശക്തിയായിരുന്നില്ല, അതിന്റെ ബലഹീനതയായിരുന്നു. ചതിയുടെ തന്ത്രങ്ങൾ പരാജയപ്പെട്ടു, അതിന്റെ നിയമപരമായ അവകാശങ്ങൾ നഷ്ടപ്പെട്ടു. ഇനി അവശേഷിക്കുന്നത് വെറും ഭീഷണിയും ബലപ്രയോഗവും മാത്രം. കൊട്ടാരം നഷ്ടപ്പെട്ട രാജാവിന്റെ അർത്ഥമില്ലാത്ത ഗർജ്ജനം.

ഇരുപത് വർഷം മുൻപ് അഹങ്കാരത്തിന്റെ കവചമണിഞ്ഞ് ഞാൻ നിന്നപ്പോൾ, ആ യുദ്ധത്തിൽ ഞാൻ തനിച്ചായിരുന്നു.

എന്നാൽ ഇന്ന് ഞാൻ വെറും ശൂന്യമായ പാത്രമാണ്. എന്റേതായ ഒരു ശക്തിയും എനിക്കില്ല. എന്നിലൂടെ പ്രവർത്തിക്കുന്നത് മരണത്തെ ജയിച്ചവനാണ്. എന്റെ പിന്നിലുള്ളത് തലമുറകളുടെ പ്രാർത്ഥനകളാണ്. എന്റെ കൂടെയുള്ളത് ഈ കുടുംബത്തിന്റെ സ്നേഹമാണ്. ആ സ്നേഹത്തിലൂടെ വെളിവാകുന്ന ക്രിസ്തുവിന്റെ സാന്നിധ്യമാണ് എന്റെ ആയുധം.

ലിഡിയയുടെ ഓർമ്മ വേദനയായി എന്റെ മനസ്സിൽ ഇപ്പോഴും അവശേഷിക്കുന്നുണ്ടായിരുന്നു. അവളുടെ മുഖം എന്റെ കണ്മുന്നിൽ തെളിഞ്ഞു. അതെന്നെ തളർത്തിയില്ല. അതെന്നെ കൂടുതൽ ശക്തനാക്കി. മറ്റൊരു ലിഡിയയെ സൃഷ്ടിക്കാൻ ഞാൻ ഈ തിന്മയെ അനുവദിക്കില്ല എന്ന ദൃഢനിശ്ചയം എന്റെ സിരകളിൽ തീയായി പടർന്നു.

ഞാൻ എന്റെ കൈയ്യിലെ വലിയ കുരിശുരൂപം ജെസിക്കയുടെ നേരെ ഉയർത്തി. ആ കൂരിരുട്ടിലും അതിന്റെ വെള്ളി രൂപം അത്ഭുതകരമായി തിളങ്ങി.

'നിന്റെ സമയം കഴിഞ്ഞിരിക്കുന്നു, അസ്രാ-ഏൽ,' എന്റെ ശബ്ദം ശാന്തമായിരുന്നെങ്കിലും ആ മുറിയിലെ എല്ലാ ശബ്ദങ്ങളെക്കാളും ഉച്ചത്തിൽ അത് മുഴങ്ങി.

'ഹാ!' അത് അട്ടഹസിച്ചു. 'നിന്റെ ഈ ലോഹക്കഷ്ണം കൊണ്ട് എന്നെ പേടിപ്പിക്കാമെന്ന് കരുതുന്നുണ്ടോ, വൈദ്യനേ?'

ഞാൻ തിരുക്കർമ്മ പുസ്തകം തുറന്നു. അതിലെ ലത്തീൻ വാക്കുകൾക്ക് ഇപ്പോൾ പുതിയൊരു ജീവനുണ്ടായിരുന്നു. അവ സ്വർഗ്ഗത്തിലെ സൈന്യത്തിന്റെ വാളുകളായിരുന്നു. ഞാൻ

അന്തിമ ശുശ്രൂഷയുടെ അടുത്ത പ്രാർത്ഥനകൾ ഉറക്കെ ചൊല്ലാൻ തുടങ്ങി.

'എക്സോർസിസാമുസ് തേ, ഓംനിസ് ഇമ്മുന്ദുസ് സ്പിരിത്തുസ്, ഓംനിസ് സത്താനിക്ക പൊത്തസ്റ്റാസ്...' (സകല അശുദ്ധാത്മാക്കളെയും സാത്താന്റെ എല്ലാ ശക്തികളെയും ഞങ്ങൾ ക്രിസ്തുവിന്റെ നാമത്തിൽ ബന്ധിക്കുന്നു.)

ഓരോ വാക്കും ചാട്ടവാറടി പോലെ ആ തിന്മയുടെ മേൽ പതിച്ചു. ജെസിക്കയുടെ ശരീരം വേദനകൊണ്ട് പുളഞ്ഞു. ജെസിക്ക കാതുകൾ പൊത്തി അലറി.

'നിർത്തൂ! ആ വാക്കുകൾ പറയരുത്! അവയെനിക്ക് സഹിക്കാൻ കഴിയുന്നില്ല!'

ഞാൻ നിർത്തിയില്ല. ഞാൻ ശബ്ദമുയർത്തി ആ തിന്മയുടെ അവകാശങ്ങളെ ഓരോന്നായി റദ്ദുചെയ്യാൻ തുടങ്ങി.

'അന്യായമായ സമ്പത്തിന്മേലുള്ള നിന്റെ അവകാശം റദ്ദാക്കപ്പെട്ടിരിക്കുന്നു! ആ പണം തിരസ്കരിക്കപ്പെട്ടുകഴിഞ്ഞു! അതിന്റെ ഫലം ഈ കുടുംബം എന്നെന്നേക്കുമായി ഉപേക്ഷിച്ചിരിക്കുന്നു!'

അസ്രാ-ഏൽ വേദനയോടെ മുരണ്ടു. ജനലുകൾ കുലുങ്ങാനും അവയിൽ വിള്ളലുകൾ വീഴാനും തുടങ്ങി.

'അമ്മയുടെ രഹസ്യത്തിന്മേലുള്ള നിന്റെ താക്കോൽ ക്ഷമ കൊണ്ട് ഉരുക്കി കളഞ്ഞിരിക്കുന്നു! ആ വഞ്ചനയുടെ വാതിൽ എന്നെന്നേക്കുമായി അടയ്ക്കപ്പെട്ടിരിക്കുന്നു!'

'ഇല്ല!' അത് അലറി. മുറിയിലെ താപനില പെട്ടെന്ന് താഴ്ന്നു. എന്റെ നിശ്വാസം പോലും പുറത്ത് വെളുത്ത പുകപോലെ കാണാമായിരുന്നു.

'നിന്റെ അവകാശങ്ങൾ അവസാനിച്ചു! നീയിപ്പോൾ വെറുമൊരു അതിക്രമി മാത്രമാണ്!'

അത് ഭീകരമായി അലറി. എന്റെ വാക്കുകൾ അതിനെ പൊള്ളിക്കുന്നതുപോലെ തോന്നി. അതിന്റെ ചെറുത്തുനിൽപ്പ് ദുർബലമായി. അതൊരു മുറിവേറ്റ പാമ്പിനെപ്പോലെ പുളഞ്ഞു.

പെട്ടെന്ന്... അസ്രാ-ഏലിന്റെ എല്ലാ ചലനങ്ങളും നിലച്ചു. അവളുടെ ഉടൽ വെട്ടിയിട്ട വാഴത്തണ്ടുപോലെ കസേരയിലേക്ക് കുഴഞ്ഞു വീണു.

നിൽക്കാനാവാതെ ഞാനും തറയിലേക്ക് വീണുപോയിരുന്നു. മുറിയിൽ ഭയാനകമായ നിശ്ശബ്ദത!

തോമസ് വിറയ്ക്കുന്ന കൈകളോടെ അവളുടെ മുഖത്ത് തൊട്ടു. അവൻ ഭയത്തോടെ അലറിവിളിച്ചു: 'അച്ചോ! ഇവൾ... ഇവൾ അനങ്ങുന്നില്ല! ശ്വാസമെടുക്കുന്നില്ല! ശരീരം ഐസുപോലെ തണുത്തിരിക്കുന്നു!'

ആ നിലവിളി എന്റെ ഹൃദയത്തെ പിളർന്നു. ഞാൻ തറയിലൂ

ടെ ഇഴഞ്ഞ് അവരുടെ അടുത്തേക്ക് നീങ്ങി. ജെസിക്കയുടെ മുഖം വിളറി വെളുത്തിരിക്കുന്നു. തൊട്ടുനോക്കിയപ്പോൾ ശവത്തിന്റേതുപോലുള്ള മരവിപ്പ്! എന്റെ കണ്മുന്നിൽ ഇരുട്ട് പടർന്നു. ലിഡിയ! ഇരുപത് വർഷം മുൻപ് കണ്ട അതേ കാഴ്ച.

ഞാൻ അലറി: 'തോമസ്! ഇത് അവന്റെ ചതിയാണ്! നമ്മൾ അവന്റെ എല്ലാ അവകാശവും തകർത്തതാണ്. അവന് ഇവളെ കൊല്ലാൻ കഴിയില്ല! നമ്മുടെ ശ്രദ്ധ തിരിക്കാനുള്ള വെറും തന്ത്രം! എന്നെ എഴുന്നേൽപ്പിക്ക്! വേഗം!'

എന്റെ ശബ്ദത്തിലെ വെപ്രാളം കേട്ട് തോമസ് കണ്ണീരോടെ ഓടിവന്ന് എന്നെ വലിച്ച് എഴുന്നേൽപ്പിച്ചു. എനിക്ക് നിൽക്കാൻ പോലും കഴിയുന്നുണ്ടായിരുന്നില്ല, പക്ഷെ കാത്തുനിൽക്കാൻ സമയമില്ല. ഓരോ നിമിഷവും അവളുടെ ജീവൻ അകലുകയാണ്.

ഞാൻ എന്റെ കുരിശുരൂപം അവളുടെ നെറ്റിയിലേക്ക് ആഞ്ഞുവെച്ചു. എന്റെ തൊണ്ട പൊട്ടുമാറ് ഞാൻ ഉച്ചത്തിൽ വിളിച്ചുപറഞ്ഞു.

ലോകം നിശ്ചലമായി. പുറത്തെ മഴയുടെ ശബ്ദം നിലച്ചു. മുറിയിലെ പ്രകമ്പനം നിന്നു. തോമസിന്റെയും അനിതയുടെയും പ്രാർത്ഥനകൾ നിന്നു. എല്ലാവരും എന്റെ വാക്കുകൾക്കായി കാതോർത്തു.

'അതുകൊണ്ട്, പിതാവിന്റെയും പുത്രന്റെയും പരിശുദ്ധാത്മാവിന്റെയും നാമത്തിൽ... ഈ കുടുംബത്തിന്റെ സ്നേഹത്തിന്റെ ശക്തിയിൽ... എന്റെ പരാജയത്തിന്റെ വിനയത്തിൽ... ഞാൻ നിന്നോട് കല്പിക്കുന്നു!'

എന്റെ കണ്ണുകൾ തുറന്നു. ഞാൻ അസ്രാ-ഏലിന്റെ കണ്ണുകളിലേക്ക് നേരിട്ട് നോക്കി.

'നിന്റെ ഈ മരണനാടകം അവസാനിപ്പിക്കൂ! അത് എന്നെ ഭയപ്പെടുത്തില്ല, അസ്രാ-ഏൽ! അന്യായമായത് ഉപേക്ഷിക്കപ്പെട്ട നിമിഷം നിന്റെ അധികാരവും റദ്ദാക്കപ്പെട്ടു. ഈ ദൈവദാസിയെ വിട്ട്... നിന്റെ നിത്യനാശത്തിലേക്ക് മടങ്ങിപ്പോകുക!'

ആ വാക്കുകൾ ഒരു ഇടിമുഴക്കം പോലെ ആ മുറിയിൽ മുഴങ്ങി. അതൊരു പ്രാർത്ഥനയായിരുന്നില്ല. അതൊരു കല്പനയായിരുന്നു. ഭൂമിയിൽ, ഈ എളിയ പുരോഹിതനിലൂടെ പ്രഖ്യാപിക്കപ്പെട്ട സ്വർഗ്ഗത്തിന്റെ കല്പന.

ലോകം നിശ്ചലമായതുപോലെ തോന്നി. ജെസിക്കയുടെ ശരീരത്തിൽ കുടികൊണ്ട അസ്രാ-ഏലിന്റെ കണ്ണുകളിൽ അവിശ്വസനീയത നിഴലിച്ചു. ചരിത്രത്തിലുടനീളം മനുഷ്യരെ ഭയപ്പെടുത്തിയും പ്രലോഭിപ്പിച്ചും ഭിന്നിപ്പിച്ചും ഭരിച്ച പുരാതന തിന്മ, ക്ഷമ, ത്യാഗം, സ്നേഹം തുടങ്ങിയ ദുർബലമെന്ന് തോന്നുന്ന കാര്യങ്ങൾക്ക് മുന്നിൽ പരാജയപ്പെടുമെന്ന് അത് കരുതിയിരുന്നില്ല.

പിന്നെ, ആ നിശ്ചലത തകർന്നു.

അതൊരു അലർച്ചയോടെയായിരുന്നു. അത് മുൻപ് കേട്ടതു പോലുള്ള കോപത്തിന്റെയോ പരിഹാസത്തിന്റെയോ അലർച്ചയായിരുന്നില്ല. അതൊരു ഭൗതികമായ നിയമം ലംഘിക്കപ്പെടുമ്പോൾ ഉണ്ടാകുന്ന ശബ്ദമായിരുന്നു. ആത്മാവും ശരീരവും തമ്മിലുള്ള വിശുദ്ധമായ ബന്ധം ബലമായി വേർപെടുത്തപ്പെടുമ്പോഴുള്ള വേദനയുടെ നിലവിളി. ജെസിക്കയുടെ നഖങ്ങൾ കസേരയുടെ തടിയിൽ ആഴ്ന്നിറങ്ങി. അമിതബലത്തിൽ അവളുടെ വിരലുകളിലെ എല്ലുകൾ ഞെരിയുന്ന ശബ്ദം ആ ഭീകരമായ അലർച്ചയ്ക്കിടയിലും ഞാൻ കേട്ടു.

മുറിയുടെ അന്തരീക്ഷം ചുഴിയുടെ കേന്ദ്രം പോലെയായി. അവൾക്ക് ചുറ്റുമുള്ള വായു ഇളകിമറിയാൻ തുടങ്ങി. അതൊരു അദൃശ്യ കൊടുങ്കാറ്റായി മാറി. മുറിയുടെ നാല് കോണുകളിൽ നിന്നും നിഴലുകളെ അത് വിഴുങ്ങി. അവശേഷിച്ച മെഴുകുതിരിയുടെ വെളിച്ചം ആ അദൃശ്യമായ ചുഴിയിലേക്ക് വലിച്ചെടുക്കപ്പെട്ട് ഒരു നൂലുപോലെയായി, പിന്നെ അണഞ്ഞുപോയി. മുറിയിൽ കൂരിരുട്ട് നിറഞ്ഞു. ആ ഇരുട്ടിൽ, ഭിത്തിയിലെ കുരിശുകൾ അസ്വാഭാവികമായ വെള്ളി വെളിച്ചത്തോടെ പ്രകാശിക്കാൻ തുടങ്ങി. അവയുടെ പ്രകാശം ആ ഇരുണ്ട ചുഴിയെ തള്ളിമാറ്റാൻ ശ്രമിക്കുന്നതുപോലെ. ഒരു ആത്മീയ യുദ്ധം ഞങ്ങളുടെ കണ്മുന്നിൽ അരങ്ങേറുകയായിരുന്നു.

പിന്നീട്, താഴ്ന്ന ആവൃത്തിയിലുള്ള മൂളൽ മുറിയിൽ നിറഞ്ഞു. അത് പതുക്കെ ഉയർന്ന, അസഹനീയമായ ആവൃത്തിയിലേക്ക് മാറി. എന്റെ തലച്ചോറിലെ ഞരമ്പുകൾ പൊട്ടിപ്പോകുമെന്ന് തോന്നി. എന്റെ പല്ലുകൾ കൂട്ടിയിടിക്കാൻ തുടങ്ങി. തോമസും അനിതയും കാതുകൾ പൊത്തി.

ജെസിക്കയുടെ വായിൽ നിന്ന് ആ ഭീകരമായ നിലവിളി അതിന്റെ പാരമ്യത്തിലെത്തി. വേദനയുടെയും പരാജയത്തിന്റെയും നിരാശയുടെയും, അടങ്ങാത്ത വെറുപ്പിന്റെയും മൂർത്തരൂപമായിരുന്നു ആ നിലവിളി. അത് എന്റെ ആത്മാവിലേക്കാണ് തുളച്ചുകയറിയത്.

അതേ നിമിഷം അവളുടെ നെഞ്ചിൽ നിന്ന് ഒരു കറുത്തിരുണ്ട രൂപം പുറത്തേക്ക് വലിച്ചെടുക്കപ്പെടുന്നത് ഞാൻ കണ്ടു. അതൊരു സാധാരണ നിഴലായിരുന്നില്ല. അതൊരു കറുത്ത നിറമുള്ള ശൂന്യതയായിരുന്നു. പ്രകാശത്തെ വിഴുങ്ങുന്ന, മനുഷ്യന്റെ രൂപമുള്ള ശൂന്യത. അത് മുറിയിൽ നിശ്ചലമായി നിന്നു. ആ ഇരുട്ടിൽ അതിന്റെ കണ്ണുകൾ ജ്വലിക്കുന്നുണ്ടായിരുന്നു. നരകത്തീ പോലെ തിളങ്ങുന്ന, വെറുപ്പ് നിറഞ്ഞ കണ്ണുകൾ. അത് ഞങ്ങളെ ഓരോരുത്തരെയും ഉറ്റുനോക്കി. ആ നോട്ടത്തിൽ അടങ്ങാത്ത

പകയുണ്ടായിരുന്നു.

അത് മുറിയിൽ ഭ്രാന്തനെപ്പോലെ പാഞ്ഞുനടന്നു. രക്ഷപ്പെടാൻ വഴിയില്ലാത്ത മൃഗത്തെപ്പോലെ അത് മേശയിൽ ഇടിച്ചു, തടിയുടെ കഷ്ണങ്ങൾ മുറിയിൽ ചിതറി. അത് ഭിത്തിയിൽ ആഞ്ഞടിച്ചു, ഒരു കുരിശുരൂപം താഴെ വീണ് തകർന്നു. എന്നാൽ അതിന്റെ ഓരോ പ്രഹരത്തിലും ശക്തി കുറയുകയായിരുന്നു.

അവസാനം, അത് രക്ഷപ്പെടാനുള്ള വഴി കണ്ടു. ജനൽ.

കറുത്ത മിന്നൽപ്പിണർ പോലെ അത് മുറിയുടെ കുറുകെ പാഞ്ഞു. തോമസും അനിതയും ജെസിക്കയെ ചേർത്തുപിടിച്ച് നിലത്തേക്ക് കുനിഞ്ഞു. ഞാൻ എന്റെ കുരിശുരൂപം ഒരു പരിചപോലെ എന്റെ മുന്നിൽ പിടിച്ചു.

ചെവിയടപ്പിക്കുന്ന ഒരു ശബ്ദം!

മുറിയിലെ കട്ടിയുള്ള ഗ്ലാസ് പാളികൾ ഒരു സ്ഫോടനത്തിലെന്നപോലെ പുറത്തേക്ക് ചിതറിത്തെറിച്ചു. ആയിരക്കണക്കിന് ചെറിയ കഷ്ണങ്ങളായി അത് രാത്രിമഴയിലേക്ക് പറന്നുപോയി, ആ വീട് അതിന്റെ ഉള്ളിലെ തിന്മയെ ഛർദ്ദിച്ചുകളയുന്നതുപോലെ.

ശ്വാസം നിലച്ചുപോകുന്ന നിശ്ശബ്ദത.

പുറത്തെ മഴയുടെ ശബ്ദം പോലും നിലച്ചുപോയതുപോലെ. ആ ഭീകരമായ മൂളൽ നിന്നു. മുറിയിലെ അസഹനീയമായ തണുപ്പ് മഞ്ഞുകട്ട ഉരുകിപ്പോകുന്നതുപോലെ അപ്രത്യക്ഷമായി. എന്റെ തോളുകൾക്ക് ഭാരം കുറഞ്ഞതുപോലെ തോന്നി. പകരം വിവരിക്കാനാവാത്ത ഊഷ്മളതയും സമാധാനവും നിറഞ്ഞു. കത്തിക്കരിഞ്ഞ ഗന്ധം മാഞ്ഞ് മഴ നനഞ്ഞ മണ്ണിന്റെയും കുന്തിരിക്കത്തിന്റെയും ഗന്ധം മുറിയിൽ പരന്നു.

യുദ്ധം അവസാനിച്ചിരുന്നു.

ജെസിക്ക ചരടുകൾ അറ്റ പട്ടംപോലെ അവളുടെ മാതാപിതാക്കളുടെ കൈകളിലേക്ക് തളർന്നുവീണു. അവളുടെ മുഖത്തെ കോച്ചിപ്പിടുത്തം മാറിയിരുന്നു. മാസങ്ങൾക്ക് ശേഷം ആദ്യമായി ആ മുഖത്ത് ഒരു കുഞ്ഞിന്റെ നിഷ്കളങ്കമായ ശാന്തത നിറഞ്ഞു. അവളുടെ നെഞ്ചിൽ നിന്ന് ആഴത്തിലുള്ള ശ്വാസം പുറത്തുവന്നു. ഒരു ജീവിതകാലത്തെ ഭാരം ഇറക്കിവെച്ചതുപോലുള്ള ശ്വാസം.

അനിത അവളുടെ നെറ്റിയിൽ ചുംബിച്ചു. അവളുടെ കണ്ണുനീർ ജെസിക്കയുടെ മുഖത്ത് വീണ് തിളങ്ങി. തോമസ് ഒന്നും മിണ്ടാതെ തന്റെ രണ്ടു കൈകൾ കൊണ്ടും ഭാര്യയെയും മകളെയും ചേർത്തുപിടിച്ചു. അവന്റെ തോളുകൾ വിറയ്ക്കുന്നുണ്ടായിരുന്നു. വർഷങ്ങളായി അടക്കിവെച്ച ഭയവും വേദനയും നിസ്സഹായതയും കണ്ണുനീരായി പുറത്തേക്ക് ഒഴുകുകയായിരുന്നു.

ഞാൻ തളർന്ന് ഭിത്തിയിൽ ചാരിനിന്നു. എന്റെ കാലുകൾക്ക് എന്നെ താങ്ങാൻ ശക്തിയില്ലായിരുന്നു. എന്റെ കൈകൾ മരവിച്ചിരുന്നു. എന്റെ ശരീരം മുഴുവൻ വിയർത്തിരുന്നു. ആത്മാവിന്റെ ആഴങ്ങളിൽ നിന്നുള്ള ക്ഷീണം എന്നെ പൊതിഞ്ഞു. ഭിത്തിയിൽ ചാരിയില്ലായിരുന്നെങ്കിൽ ഞാൻ വീണുപോകുമായിരുന്നു. ഞാൻ മുറിയിലെ കാഴ്ചകളിലേക്ക് നോക്കി. ചിതറിക്കിടക്കുന്ന ഗ്ലാസ് കഷ്ണങ്ങൾ, തകർന്ന ഫർണിച്ചറുകൾ, പിന്നെ അതിന്റെയെല്ലാം നടുവിൽ, പരസ്പരം കെട്ടിപ്പിടിച്ച് കരയുന്ന കുടുംബം. ഒരു യുദ്ധത്തെ അതിജീവിച്ചവർ.

എന്റെ കണ്ണുകളും നിറഞ്ഞു. അത് കൃതജ്ഞതയുടെ കണ്ണുനീരായിരുന്നു. ഇരുപത് വർഷം മുൻപ്, ഇതുപോലൊരു മഴയുള്ള രാത്രിയിൽ, എന്റെ പരാജയത്തിന് മുന്നിൽ ഞാൻ നിസ്സഹായനായി നിന്നു. ഇന്ന്, ദൈവം എനിക്ക് രണ്ടാമതൊരവസരം നൽകിയിരിക്കുന്നു. എന്റെ മുറിവുണക്കാൻ, എന്റെ വിശ്വാസത്തെ വീണ്ടെടുക്കാൻ.

തകർന്ന ജനലിലൂടെ, രാത്രിയുടെ അവസാനത്തെ യാമത്തിലെ മങ്ങിയ വെളിച്ചം അകത്തേക്ക് അരിച്ചെത്താൻ തുടങ്ങിയിരുന്നു. മഴ തോർന്നിരുന്നു. പുതിയ പ്രഭാതം പിറക്കാൻ പോവുകയാ

യിരുന്നു. പാലയ്ക്കൽ തറവാടിന്റെ ചരിത്രത്തിൽ മാത്രമല്ല, എന്റെ ആത്മാവിലും.

വാതിൽ തുറക്കാനുള്ള താക്കോലിനായി ഞാൻ എന്റെ ളോഹയുടെ കീശയിലേക്ക് കൈനീട്ടി. എന്റെ വിരലുകൾ താക്കോലിൽ തടഞ്ഞു, ഞാനതെടുത്തു. കീശയിലുണ്ടായിരുന്ന ആ പഴയ വെള്ളിനാണയം... അതവിടെ ഇല്ല. ഞാൻ വീണ്ടും കീശയിൽ പരതി. എന്നാൽ എന്റെ വിരലുകൾക്ക് ഒന്നും കണ്ടെത്താനായില്ല. കീശ ശൂന്യമായിരുന്നു. എന്റെ തുടയെ പൊള്ളിച്ച ആ വെള്ളിനാണയം അപ്രത്യക്ഷമായിരിക്കുന്നു. ചതിയുടെ അവസാനത്തെ ഭൗതിക അടയാളവും മായ്ക്കപ്പെട്ടിരിക്കുന്നു.

ക്ഷീണിതരെങ്കിലും ആത്മീയമായി നവീകരിക്കപ്പെട്ട്, ആ കുടുംബം എന്നോടൊപ്പം പള്ളിയിലേക്ക് വന്നു. തങ്ങളുടെ വിടുതലിന് നന്ദി പറഞ്ഞും പരിശുദ്ധ അമ്മയുടെ തിരുനാൾ ആഘോഷിച്ചും അവർ ഒരുമിച്ച് വിശുദ്ധ കുർബാനയിൽ പങ്കുകൊണ്ടു. മാസങ്ങൾക്ക് ശേഷം ആദ്യമായി ഭയത്തിന്റെ നിഴലില്ലാതെ ആ കുടുംബം ദൈവാലയത്തിന്റെ പടികൾ കയറി.

26

2025 മാർച്ച് 10, തിങ്കൾ

വൈദികമന്ദിരം, കോട്ടയം

ഈ ഡയറിയുടെ അവസാന താളിൽ ഞാനിത് കുറിക്കുമ്പോൾ പാലയ്ക്കൽ തറവാട്ടിലെ ആ ഭീകരമായ രാത്രി കഴിഞ്ഞ് ഏതാണ്ട് ആറുമാസം പിന്നിട്ടിരിക്കുന്നു. എന്റെ കൈകൾക്ക് ഇപ്പോഴും നേരിയ വിറയലുണ്ട്. പുറത്ത് ആശ്രമത്തിന്റെ പൂന്തോട്ടത്തിൽ പ്രഭാതസൂര്യൻ ഇലകളിൽ തട്ടി തിളങ്ങുന്നു. പക്ഷികളുടെ സംഗീതം കേൾക്കുമ്പോൾ ലോകം എത്ര ശാന്തമാണെന്ന് ഞാൻ ഓർത്തുപോവുകയാണ്. ആ ശാന്തതയ്ക്ക് താഴെ എത്രയെത്ര കൊടുങ്കാറ്റുകൾ ഒളിഞ്ഞിരിപ്പുണ്ടെന്നും ഈ കൈകളിലെ വിറയൽ എന്നെ ഓർമ്മിപ്പിക്കുന്നു.

ആ രാത്രിക്ക് ശേഷം പാലയ്ക്കൽ കുടുംബം ആ തറവാട്ടിൽ തന്നെ കുറച്ചു നാൾ തുടർന്നു. തിന്മ ഒഴിഞ്ഞുപോയ ആ ഭിത്തികൾക്കുള്ളിൽ അവർ പുതിയൊരു ജീവിതം ആരംഭിച്ചെങ്കിലും അവിടെ സംഭവിച്ച കാര്യങ്ങളുടെ ഓർമ്മകൾ നിഴലുപോലെ അവരെ പിന്തുടർന്നു.

തോമസ് അവന്റെ വാക്ക് പാലിച്ചു. ആ അന്യായ സമ്പത്തിൽ നിന്നുള്ള തന്റെ ലാഭം മുഴുവൻ ദൈവസന്നിധിയിൽ വാക്ക് നൽകിയതുപോലെ അവൻ പാവപ്പെട്ടവരുടെ ക്ഷേമത്തിനായി നൽകി. സ്വന്തം പാപത്തിന് പ്രായശ്ചിത്തം ചെയ്ത് അവൻ തന്റെ മനസ്സാക്ഷിയെ ശുദ്ധീകരിച്ചു. അതോടൊപ്പം ആ തറവാടും സ്വത്തുക്കളും അവൻ വിറ്റു. അവർ ഇന്ന് പാലായിൽ നിന്ന് ദൂരെ ഒരിടത്ത്, ഒരു ചെറിയ പട്ടണത്തിൽ ലളിതമായ ജീവിതം നയിക്കുന്നു. അവരുടെ ജീവിതത്തിൽ പഴയ സമ്പത്തിന്റെ പ്രൗഢിയില്ല, അതിനേക്കാൾ വിലപ്പെട്ട സമാധാനമുണ്ട്. ജെസിക്ക പൂർണ്ണമായും സുഖം പ്രാപിച്ചു. അവൾ ഇപ്പോൾ കോളേജിൽ എൻജിനീയറിങ്ങിന് പഠിക്കുന്നു. അവളുടെ ചിരിക്ക് പഴയതിനേക്കാൾ തിളക്കമുണ്ടെന്ന് തോമസ് ഈയിടെ വിളിച്ചപ്പോൾ പറഞ്ഞു. മുറിവുകൾ ഉണങ്ങാൻ സമയമെടുക്കും. എന്നാൽ സ്നേഹത്തിന്റെ തണലിൽ അവ ഉണങ്ങുക തന്നെ ചെയ്യും. ആ മുറിപ്പാടുകൾ സൗന്ദര്യത്തെ കെടുത്തുന്നില്ല; അവ അതിജീവനത്തിന്റെ ഒപ്പുകളാണ്. കാരണം കൊടുങ്കാറ്റിനെ അതിജീവിച്ച മരത്തിന്റെ വേരുകൾക്ക് മാത്രമേ ഇത്രയേറെ ആഴമുണ്ടാകൂ.

എന്റെ ശുശ്രൂഷാ ജീവിതത്തിലെ ഏറ്റവും വലിയ യുദ്ധം അങ്ങനെ അവസാനിച്ചു. എന്റെ പരാജയത്തിന്റെ ഓർമ്മകളിൽ നീറി ജീവിച്ച ഞാൻ ദൈവത്തിന്റെ വലിയ കൃപയാൽ ഈ വിജയ

ത്തിന്റെ സാക്ഷിയായി മാറി. പാലയ്ക്കൽ കുടുംബത്തിന്റെ പോരാട്ടം അവിടെ അവസാനിച്ചു.

എന്നാൽ ഒരു പുരോഹിതൻ എന്ന നിലയിലുള്ള എന്റെ ആകുലതകൾ ഇപ്പോഴും അവസാനിക്കുന്നില്ല. അതുകൊണ്ടുതന്നെയാണ് പാലയ്ക്കൽ കുടുംബത്തിന്റെ ഈ അനുഭവം മുന്നറിയിപ്പായി ലോകത്തിന് നൽകാൻ ഞാൻ ആഗ്രഹിക്കുന്നത്. തോമസിന്റെയും കുടുംബാംഗങ്ങളുടെയും സ്വകാര്യതയെ മാനിച്ച്, അവർ തമ്മിൽ അനുരഞ്ജനപ്പെട്ട ചില വ്യക്തിപരമായ പാപങ്ങളെക്കുറിച്ച് ഞാൻ ഇതിൽ വിവരിച്ചിട്ടില്ല. അത്തരം വിശദാംശങ്ങളില്ലാതെ തന്നെ, ഈ സാക്ഷ്യം അതിന്റെ ഉദ്ദേശ്യം നിറവേറ്റുമെന്ന് ഞാൻ വിശ്വസിക്കുന്നു.

ഇങ്ങനെയൊരു സാക്ഷ്യം ലോകത്തിന് ആവശ്യമാണ്, കാരണം, അസ്രാ-ഏലിനെ ആ ഭവനത്തിൽ നിന്നും ആ കുടുംബത്തിൽ നിന്നും പുറത്താക്കിയെങ്കിലും, അതുപോലൊരു തിന്മ നശിക്കുന്നില്ല. അതൊരു ഊർജ്ജമാണ്, പുതിയ അവസരങ്ങൾക്കായി കാത്തിരിക്കുന്ന ഒന്ന്.

നമ്മൾ മനസ്സിലാക്കേണ്ട പ്രധാന കാര്യമുണ്ട്: അസ്രാ-ഏൽ ഒരു കുടുംബ ശാപമല്ല. അവൻ അഴിമതിയുടെയും അന്യായമായ സമ്പാദ്യത്തിന്റെയും തിന്മയാണ്. പാലയ്ക്കൽ കുടുംബം ഇപ്പോൾ സ്വതന്ത്രരാണ്.

ഇത്രയും വർഷത്തിനിടയിൽ ആകെ രണ്ടോ മൂന്നോ പേരെ മാത്രമല്ലേ അവൻ ബാധിച്ചുള്ളൂ എന്ന് പലരും ചിന്തിച്ചേക്കാം. അത് പിശാചിന്റെ പ്രവർത്തനത്തെക്കുറിച്ചുള്ള നമ്മുടെ തെറ്റിദ്ധാരണയാണ്.

ശരീരത്തിൽ കയറിയുള്ള പ്രവർത്തനം അവന്റെ അവസാനത്തെ ആയുധം മാത്രമാണ്. എന്നാൽ അതിനുമുൻപ്, പൈശാചിക പീഢനം എന്ന മറ്റൊരു അവസ്ഥയുണ്ട്. നമ്മുടെയൊക്കെ ജീവിതത്തിൽ സംഭവിക്കുന്ന അകാരണമായ രോഗങ്ങൾ, വിട്ടുമാറാത്ത സാമ്പത്തിക തകർച്ചകൾ, അകാലമരണങ്ങൾ... ഇതൊക്കെ നമ്മൾ 'വിധി'യാണെന്ന് കരുതി സമാധാനിക്കാറാണ് പതിവ്. പക്ഷെ ചിലപ്പോഴെങ്കിലും, അതൊക്കെ തിന്മയുടെ നിശ്ശബ്ദമായ വേട്ടയാകാം. ശരീരത്തെ വിട്ട്, അവൻ ജീവിതത്തെ ആക്രമിക്കുന്ന അവസ്ഥ.

അവൻ എപ്പോഴും അടുത്ത ഇരയെ തേടിക്കൊണ്ടിരിക്കും. അവന് വേണ്ടത് ഒന്നുമാത്രം: അന്യായമായ സമ്പാദ്യം.

അതുകൊണ്ടാണ് ഈ അനുഭവം പുസ്തകരൂപത്തിൽ ആഗോളതലത്തിൽ പ്രസിദ്ധീകരിക്കാനും ലോകത്തിന്റെ മുക്കിലും മൂലയിലുമുള്ള എല്ലാ വായനക്കാരിലേക്കും മുന്നറിയിപ്പായി എത്തിക്കാനും മാത്രം വിതരണ ശൃംഖലയുള്ള സ്ക്രിപ്റ്റ്ലീഫ്

പബ്ലിഷേഴ്സിനെ തന്നെ ഞാൻ തിരഞ്ഞെടുത്തത്. അങ്ങനെയാണ് നിങ്ങൾക്കിത് ഇപ്പോൾ വായിക്കാൻ സാധിച്ചതും.

ഈ അക്ഷരങ്ങൾ വായിക്കുന്ന നിങ്ങളോടുള്ള എന്റെ അഭ്യർത്ഥന ഇതാണ്: ഒരുപക്ഷേ നിങ്ങളുടെ ജീവിതത്തിൽ അറിഞ്ഞോ അറിയാതെയോ എന്തെങ്കിലും അന്യായമായ സമ്പാദ്യം കൈവശം വെച്ചിട്ടുണ്ടെങ്കിൽ... തോമസ് ചെയ്തതുപോലെ അത് ഉപേക്ഷിച്ച് തിന്മയുമായുള്ള എല്ലാ ബന്ധങ്ങളും വിച്ഛേദിക്കുക.

വിഷം കഴിക്കുന്നത് സ്വർണ്ണപ്പാത്രത്തിലായാലും മൺപാത്രത്തിലായാലും മരണം സംഭവിക്കും. അതുപോലെയാണ് ഇതും.

മത്തായി ശെമ്മാശ്ശന്റെ ചതി ഒരു മഹാപരാധമായിരുന്നു. ലിഡിയയുടേത് വ്യക്തിപരമായൊരു ക്രൂരതയും, തോമസിന്റേത് ബിസിനസ്സിലെ ഒരു വിട്ടുവീഴ്ചയും. പുറമെ നോക്കുമ്പോൾ ഇവ തമ്മിൽ വലിയ വ്യത്യാസമുണ്ട്. പക്ഷെ മൂന്നുപേരും ചെയ്തത് ഒന്നുതന്നെയാണ്: ദൈവത്തിന് നിരക്കാത്തത് കൈവശം വെച്ചു.

അളവിലല്ല കാര്യം, ആ പ്രവൃത്തിയിലാണ്. ഒരു തുള്ളി രക്തത്തിന്റെ മണം മതി സ്രാവുകളെ ആകർഷിക്കാൻ. അസ്രാ-ഏലിന്റെ കണ്ണിൽ ചെറിയ അഴിമതിയും വലിയ അഴിമതിയും ഒന്നാണ്; രണ്ടും അവന് വാതിൽ തുറന്നുകൊടുക്കും. അതുകൊണ്ട്, 'ഇതൊരു ചെറിയ തുകയല്ലേ' എന്ന് പറഞ്ഞ് സ്വന്തം മനസ്സാക്ഷിയെ പറ്റിക്കാതിരിക്കുക.

അരനൂറ്റാണ്ടോളം തിന്മയോട് പോരാടിയ വൃദ്ധനായ വൈദികന്റെ അനുഭവത്തിൽ നിന്നുള്ള വാക്കുകളായി ഇതിനെ നിങ്ങൾ സ്വീകരിക്കുക.

പിശാചിനുമേൽ അത്യന്തികമായ വിജയം നേടിയ കർത്താവായ ക്രിസ്തു നിങ്ങളെ അനുഗ്രഹിക്കട്ടെ.

വിശ്വസ്തതയോടെ,

ഫാദർ സഖറിയാ വട്ടക്കുന്നേൽ.

27

2025 ജൂലൈ 4, വെള്ളി (അർദ്ധരാത്രി)

അലെക്സിന്റെ കോട്ടയത്തെ ഫ്ലാറ്റ്

ടാബിന്റെ സ്ക്രീൻ ഇരുണ്ടു. ഫാദർ സഖറിയാ വട്ടക്കുന്നേലിന്റെ അവസാനത്തെ വാക്കും ആ നിശ്ശബ്ദമായ ഫ്ലാറ്റിൽ അലിഞ്ഞു ചേർന്നു. കൊടുങ്കാറ്റിന് ശേഷം ശാന്തമായ തീരം പോലെ പാലയ്ക്കൽ കുടുംബത്തിന്റെ കഥയ്ക്ക് പരിസമാപ്തിയായിരിക്കുന്നു. ജീവിതകാലം മുഴുവൻ അനുഭവിച്ചാലും തീരാത്തത്ര ഭയവും വേദനയും സംഘർഷവുമാണ് കഴിഞ്ഞ ഏതാനും മണിക്കൂറുകൾ കൊണ്ട് ഞാൻ വായിച്ചുതീർത്തത്.

ഞാൻ കസേരയിലേക്ക് ചാരിയിരുന്നു, നീണ്ടൊരു ശ്വാസം പുറത്തേക്കെടുത്തു. തിങ്കളാഴ്ചത്തെ അക്വിസിഷൻ മീറ്റിംഗിനുള്ള എഡിറ്റോറിയൽ മെമ്മോ ഞാൻ തയ്യാറാക്കി കഴിഞ്ഞു. മീറ്റിംഗ് തിങ്കളാഴ്ചയാണെങ്കിലും എനിക്കൊരു കാര്യം ഉറപ്പായിരുന്നു: ഈ പുസ്തകം സ്ക്രിപ്റ്റ്ലീഫ് പബ്ലിഷേഴ്സ് പ്രസിദ്ധീകരിക്കും. ഇതാരും നിരസിക്കില്ല.

ആ ഉറപ്പ് എനിക്കൊരു കവചം പോലെ തോന്നി. ഈ രഹസ്യം പരസ്യമാക്കാൻ തീരുമാനിച്ചതോടെ ഞാൻ സുരക്ഷിതനാണെന്ന് ഞാൻ വിശ്വസിച്ചു.

പുസ്തകത്തിന്റെ കവർ എങ്ങനെയായിരിക്കണമെന്ന് ഞാൻ മനസ്സിൽ വെറുതെ ചിന്തിച്ചു. കറുത്ത പശ്ചാത്തലത്തിൽ, വെള്ള അക്ഷരങ്ങളിൽ 'പാലയ്ക്കൽ തറവാട്' എന്ന് മാത്രം. താഴെയായി ഒരൊറ്റ വെള്ളിനാണയത്തിന്റെ ചിത്രം... ആ ചിന്ത വന്നപ്പോൾ എന്റെ സിരകളിലൂടെ ഒരു തണുപ്പ് പാഞ്ഞുപോയത് ഞാനറിഞ്ഞു.

ഞാൻ എഴുന്നേറ്റു. കാലുകൾക്ക് നേരിയ വിറയലുണ്ടായിരുന്നു. ഈ കഥയുടെ ഭ്രാന്തമായ ലോകത്തുനിന്ന് പുറത്തുവരാൻ എനിക്കൊന്ന് നടക്കണമായിരുന്നു. സമയം രാത്രി പന്ത്രണ്ടു മണി കടന്നിരുന്നു. ഞാൻ സ്വീകരണമുറിയിലൂടെ നടന്നപ്പോൾ ഫ്ലാറ്റിലെ ഏകാന്തതയ്ക്ക് കനം വെച്ചതുപോലെ തോന്നി. മുൻപ് കേട്ട തേങ്ങലിന്റെ ഓർമ്മയും അടുക്കളയിൽ ചിതറിയ ഗ്ലാസ് ചില്ലുകളും എന്റെ മനസ്സിൽ അസുഖകരമായ യാഥാർത്ഥ്യമായി അവശേഷിച്ചു.

അപ്പന്റെ സ്വത്തിൽ നിന്ന് കിട്ടിയ ഓഹരികൊണ്ട് ഞാൻ ഈയിടെ വാങ്ങിയ ഫ്ലാറ്റാണിത്. അടുത്ത അധ്യയനവർഷം തുടങ്ങുമ്പോൾ ഭാര്യയും മക്കളും തൃശ്ശൂരിൽ നിന്ന് ഇങ്ങോട്ട് വരും. അതുവരെ ഞാൻ ഇവിടെ തനിച്ചാണ്.

എന്റെ നോട്ടം ഭിത്തിയിൽ തൂക്കിയിരുന്ന ആ പുതിയ പെയിന്റിംഗിൽ തറഞ്ഞുനിന്നു. ഈ ഫ്ലാറ്റ് സ്വന്തമാക്കിയതിന്റെ ഓർമ്മയ്ക്കായി ഞാൻ ആദ്യം വാങ്ങിയ ചിത്രം. ആ ചിത്രത്തിലേക്ക് നോക്കിയപ്പോൾ ഈ ഫ്ലാറ്റ് സ്വന്തമാക്കാൻ ഞാൻ നടത്തിയ ചില 'വിട്ടുവീഴ്ചകൾ' പെട്ടെന്ന് എന്റെ ഓർമ്മയിലെത്തി.

അപ്പന്റെ സ്വത്തിൽ നിന്ന് കിട്ടിയ ഓഹരികൊണ്ട് ഞാൻ ഈയിടെ വാങ്ങിയ ഫ്ലാറ്റാണിത്. പക്ഷെ ആധാരം രജിസ്റ്റർ ചെയ്തപ്പോൾ... ഞാനൊരു കള്ളത്തരം കാണിച്ചു. സ്റ്റാമ്പ് ഡ്യൂട്ടി കുറയ്ക്കാൻ വേണ്ടി മാർക്കറ്റ് വിലയേക്കാൾ വളരെ കുറഞ്ഞ തുക കാണിച്ച് ഞാനൊരു 'ചെറിയ അഡ്ജസ്റ്റ്മെന്റ്' നടത്തിയിരുന്നു.

ആ അഡ്ജസ്റ്റ്മെന്റൊരു വലിയ തെറ്റായി ഞാനൊരിക്കലും കരുതിയിരുന്നില്ല. തോമസ് പറഞ്ഞതുപോലെ അത് ഈ നാട്ടിലെ 'സിസ്റ്റ'ത്തിന്റെ ഭാഗം മാത്രമാണെന്ന് ഞാനും വിശ്വസിച്ചു.

ആ നിമിഷം, ഒരു മിന്നൽപ്പിണർ പോലെ ഫാദർ സഖറിയായുടെ ആ അവസാനത്തെ മുന്നറിയിപ്പ് എന്റെ തലച്ചോറിൽ തെളിഞ്ഞു:

'...അസ്രാ-ഏൽ സ്വതന്ത്രനാണ്... അന്യായമായ സമ്പാദ്യം എവിടെയുണ്ടോ, അവിടേക്ക് അവൻ ആകർഷിക്കപ്പെടും...'

എന്റെ ഭയം മുഴുവൻ ആ കൈയ്യെഴുത്തുപ്രതിയോടായിരുന്നു. ആ അക്ഷരങ്ങളാണ് തിന്മയെ എന്റെ വീട്ടിലേക്ക് കൊണ്ടുവന്നതെന്ന് ഞാൻ വിശ്വസിച്ചു. ഞാനെത്ര വിഡ്ഢിയായിരുന്നു! തിന്മ വന്നത് പുസ്തകത്തിലൂടെയല്ല. അത് വന്നത് ഞാൻ അറിഞ്ഞുകൊണ്ട് ചെയ്ത എന്റെ പ്രവർത്തികളിലൂടെയാണ്. ഞാൻ ഭയക്കേണ്ടത് എന്റെ മനസാക്ഷിയെത്തന്നെയാണ്.

എന്റെ അടിവയറ്റിൽ നിന്ന് ഭയം മുകളിലേക്ക് ഇരച്ചുകയറി. ഞാൻ നടത്തിയ ഈ ചെറിയ അഴിമതി... എന്റെ ജീവിതത്തിലെ ഈ സൗഭാഗ്യം... ഇതിലും ആ 'അന്യായമായ സമ്പാദ്യ'ത്തിന്റെ കറ പുരണ്ടിട്ടുണ്ടോ?

അടുത്ത ഇര ഞാനാണോ?

ഭയം കൊണ്ട് എന്റെ ശ്വാസം തൊണ്ടയിൽ കുരുങ്ങി. ഞാൻ നിശ്ചലനായി നിന്നു.

പെട്ടെന്ന് ഇടനാഴിയുടെ അറ്റത്തുള്ള, എന്റെ മക്കൾക്കായി ഒരുക്കിവെച്ച അടഞ്ഞുകിടക്കുന്ന മുറിയിൽ നിന്നൊരു ശബ്ദം ഞാൻ കേട്ടു. ഒരു കുട്ടിയുടെ ചിരി. ഞാൻ ഞെട്ടി. ഈ ഫ്ലാറ്റിൽ ഞാനല്ലാതെ മറ്റാരുമില്ല.

അല്ല. അടുത്ത ശബ്ദം കേട്ടപ്പോൾ എന്റെ സംശയങ്ങളെല്ലാം മരവിച്ചുപോയി. തറയിലൂടെ ഒരു ചെറിയ കളിപ്പാട്ടവണ്ടി ഉരുണ്ടുപോകുന്നതിന്റെ ശബ്ദം. എന്റെ മകന്റെ ഇഷ്ടപ്പെട്ട കളിപ്പാട്ടം. ആ

കളിപ്പാട്ടം... അത് തൃശ്ശൂരിലെ വീട്ടിൽ പെട്ടിയിൽ ഭദ്രമായിരിക്കുക യായിരുന്നു.

തൊണ്ടയിൽ കുരുങ്ങിയ ശ്വാസം, ഭയത്തിന്റെ ഒരു മഞ്ഞുകട്ട പോലെ ഉരുകി എന്റെ നെഞ്ചിലേക്ക് അരിച്ചിറങ്ങി. എന്റെ കുടും ബം... അവരാണ് അടുത്ത ലക്ഷ്യം.

അപ്പോഴാണ് ഞാനാ മൂന്നാമത്തെ ശബ്ദം കേട്ടത്. അത് വന്ന ത് ഈ സ്വീകരണമുറിയുടെ മൂലയിൽ നിന്നായിരുന്നു. ലോഹം ഉര സുന്ന ശബ്ദം.

ഭയത്തോടെ ഞാനങ്ങോട്ട് നോക്കി. തെരുവ് വിളക്കിന്റെ നേരിയ വെളിച്ചം എന്റെ ജനലിലൂടെ അരിച്ചെത്തി തറയിൽ വീ ണിരുന്നു. ആ വെളിച്ചം ചെന്നുവീണ മുറിയുടെ മൂലയിൽ, കറു ത്ത, ചെറിയ, വൃത്താകൃതിയിലുള്ള എന്തോ ഒന്ന്... കിടന്ന് കറ ങ്ങുന്നുണ്ടായിരുന്നു.

ആ കാഴ്ച എന്റെ രക്തം മരവിപ്പിച്ചു. അതൊരു നാണയമാ യിരുന്നു! ഫാദർ സഖറിയായുടെ കീശയിൽ നിന്നും മാഞ്ഞു പോയ അതേ പഴയ നാണയം!

ഞാൻ ശ്വാസമടക്കിപ്പിടിച്ച് അതിനെത്തന്നെ നോക്കിനിന്നു. രക്ഷപ്പെടാനായി എന്റെ ശരീരം ഒരുങ്ങുകയായിരുന്നു, എന്റെ കാലുകൾ നിലത്ത് തറച്ചുപോയിരുന്നു. ആ നാണയം അതിന്റെ കറക്കം പതുക്കെയാക്കി ഒരു വശത്തേക്ക് ചരിയുന്നതുപോലെ തോന്നി.

ഇല്ല! അത് വീണില്ല.

ഭൗതിക നിയമങ്ങളെ വെല്ലുവിളിച്ചുകൊണ്ട് അത് നേരെ നി ന്നു. പിന്നെ... വളരെ സാവധാനം... അത് എന്റെ നേർക്ക് ഉരു ളാൻ തുടങ്ങി. അത് കേവലമൊരു നാണയം മാത്രമായിരുന്നില്ല... ജീവനുള്ള ഒന്നുപോലെ... എന്റെ പാപത്തെ തേടിവരുന്ന വിധി പോലെ... ഞാൻ ഭയന്ന് പിന്നോട്ട് നീങ്ങാൻ ശ്രമിച്ചു, എനിക്ക് കഴിഞ്ഞില്ല.

അത് ഉരുണ്ടുവന്ന്, എന്റെ കാലിന്റെ തൊട്ടുമുന്നിൽ വെച്ച് നി ന്നു. അതിലെ കരിവാളിച്ച മുദ്രകൾ എനിക്ക് വ്യക്തമായി കാണാ മായിരുന്നു. ഒരു വശത്ത് തിരുവിതാംകൂർ രാജമുദ്രയായ ശംഖ് തലയുയർത്തി നിൽക്കുന്നു. മറുവശത്ത്, സുദർശന ചക്രം.

അപ്പോൾ, എനിക്ക് പരിചിതമായ, എന്നാൽ എന്റേതല്ലാത്ത ഒരു ശബ്ദം ഞാൻ കേട്ടു.

അത് പുറത്തുനിന്നായിരുന്നില്ല; എന്റെ തലയ്ക്കുള്ളിൽ നി ന്ന്... എന്റെ ആത്മാവിൽ നിന്നാണ് അത് ഉയർന്നത്:

'വായനക്കാരാ... 'സിസ്റ്റം' എന്ന് പറഞ്ഞ് നീ ന്യായീകരിച്ച ആ നേട്ടം... അതും അന്യായമായ സമ്പാദ്യം തന്നെയല്ലേ?'

www.ingramcontent.com/pod-product-compliance
Lightning Source LLC
LaVergne TN
LVHW060457051026
849518LV00002B/802